यशोगाथा
उद्योजकांची

प्रा. डॉ. संजय कप्तान

एम.कॉम, एम.बी.ए. पीएच. डी.
(प्राध्यापक व विभागप्रमुख, वाणिज्यशास्त्र
व संशोधन विभाग, पुणे विद्यापीठ, पुणे)

डायमंड पब्लिकेशन्स

यशोगाथा उद्योजकांची

डॉ. संजय कप्तान

Profiles of Successful Entreprenuer

Prof. Dr. Sanjay Kaptan

प्रथम आवृत्ती – जानेवारी २०११

ISBN 978-81-8483-355-3

© डायमंड पब्लिकेशन्स, पुणे

अक्षरजुळणी :
अक्षरवेल, पुणे

मुखपृष्ठ :
शाम भालेकर

मुद्रक :
Repro India Ltd, Mumbai.

प्रकाशक :
डायमंड पब्लिकेशन्स,
१२५५, सदाशिव पेठ, लेले संकुल,
पहिला मजला, निंबाळकर तालमीसमोर,
पुणे–४११०३० ☎ ०२० – २४४५२३८७

E-mail : diamondpublications@vsnl.net
Web : www.diamondbookspune.com

प्रमुख वितरक :
डायमंड बुक डेपो
६६१, नारायण पेठ, अप्पा बळवंत चौक,
पुणे–३० ☎ ०२० – २४४८०६७७

मूल्य : ₹ १५०/-

माझे ज्येष्ठ स्नेही
व सुप्रसिद्ध लेखक
श्री. रवींद्र गोडबोले यांस
          - संजय कप्तान

मनोगत

उद्योजकांच्या जीवनावरील सदर पुस्तक वाचकांसमोर सादर करताना मला मनस्वी आनंद होत आहे. उद्योजकता आणि आर्थिक विकास यांचा परस्पर-संबंध वरवर पाहता अदृश्य असला तरी तो अत्यंत बळकट आणि दृढ स्वरूपाचा आहे.

आर्थिक विकासाचे चक्र केवळ पैसा, साधने व मनुष्यबळाच्या दृश्य साधनांनीच गतिमान होत नाही तर त्या सोबतच उद्योजकीय प्रेरणा आणि कौशल्याचे अदृश्य पण समर्थ साधन देखील हवे.

इतर देशातील सफल आणि कर्तृत्ववान उद्योजकांची प्रेरणादायी चरित्रे, 'आपण व्हावे समान त्यांच्या' हा बोध देण्यास उपयुक्त आहेत. या भावनेतून ह्या पुस्तकाची रचना केली आहे. ती वाचकांना आवडावी व त्यांना मान्य व्हावी, ही अपेक्षा योग्य ठरेल. त्या सोबतच उद्योजकतेच्या विविध अंगांचा देखील ऊहापोह केला आहे. तो उपयुक्त सिद्ध होईल अशी आशा आहे.

या पुस्तकाचे प्रकाशन करण्यासाठी पुणे विद्यापीठाच्या वतीने प्राप्त झालेल्या अनुदानाचा कृतज्ञतापूर्वक उल्लेख करणे मी माझे कर्तव्य समजतो. याबद्दल मा. कुलगुरू डॉ. रघुनाथ शेवगावकर आणि विद्यापीठ व महाविद्यालय विकास मंडळाचे संचालक डॉ. वासुदेव गाडे यांचे ऋण व्यक्त करणे उचित होईल. माझे ज्येष्ठ सहकारी आणि व्यासंगी लेखक डॉ. पंडित विद्यासागर यांच्या मार्गदर्शन व प्रोत्साहनाबद्दल मी त्यांचा मनस्वी आभारी आहे.

डायमंड प्रकाशनाचे संचालक श्री. दत्तात्रेय पाष्टे यांच्या अथक परिश्रम व सहकार्यानेच हे पुस्तक वाचकांच्या हाती येत आहे ह्याची मला जाणीव आहे. त्यांना व डायमंडच्या सहकाऱ्यांचे आभार मानणे ही एक केवळ औपचारिकता आहे.

चि. श्रेयस व सौ. दीपलक्ष्मी यांनी दिलेले पाठबळ हेच माझ्या लेखनक्षमतेचे रहस्य आहे.

रसिक वाचक या पुस्तकाचे स्वागत करतील ही अपेक्षा.

□□

पुणे विद्यापीठ
गणेशखिंड, पुणे-४११००७.
University of Pune
Ganeshkhind, Pune-411007.

डॉ. रघुनाथ का. शेवगांवकर
कुलगुरू
Dr. Raghunath K. Shevgaonkar
Vice-Chancellor

दूरध्वनी : (कार्यालय) ०२०-२५६९३८६८
Telephone : 020-25693868
Fax : 020-25693233
Email : puvc@unipune.ernet.in

प्रस्तावना

डॉ. संजय शंकर कप्तान यांनी लिहिलेले 'यशोगाथा - उद्योजकांची' हे पुस्तक मी नुकतेच वाचले आहे. उद्योजकता विकास आणि उद्योजकता विकासातून सामाजिक परिवर्तन हा ह्या पुस्तकामागील मूलमंत्र असल्याचे जाणवते.

उद्योजकता निर्मिती कशी होते, त्यामागील प्रेरणा, उद्दिष्ट आणि प्रभाव यांचे विवेचन करणारे सदर पुस्तक मला विशेष वाचनीय वाटले.

उद्योजकता हा आर्थिक विकासाचा आणि देशाच्या निर्मितीचा पाया आहे, हे पटवून देण्यासाठी लेखकाने अनेक उदाहरणे आणि दाखले दिले आहेत. विविध प्रकारच्या अडचणी, संकटे यांना तोंड देण्याची तयारी ह्या उद्योजकांची आहे. आपल्या ध्येयपूर्तीकरिता करावा लागणारा सर्व प्रकारचा त्याग त्यांनी केला आहे. नवीन कल्पना, नवे विचार, नवे उद्योग आणि कार्यक्षेत्रे यांची निवड करताना त्यांनी विशेष परिश्रम केलेत.

जग जिंकण्याची महत्त्वाकांक्षा व काहीतरी नवे करण्याची तीव्र इच्छाशक्ती यांमुळे या उद्योजकांनी आपली प्रतिमा जगाच्या पाठीवर उमटवली आहे.

जॉर्ज ईस्टमन, हेन्री फोर्ड आणि बिल गेट्स यांची चरित्रे तरुणांना खचितच प्रेरणादायी आणि नवे काहीतरी करण्यासाठी उपयुक्त सिद्ध होतील. ह्या पुस्तकाचा खरा हेतू उद्योजकतेच्या विकासाला चालना देणाऱ्या कार्यांचा, कार्यपद्धतीचा आढावा घेणे आणि त्यांची योग्य जोपासना करण्यासाठी कोणते प्रयास केले पाहिजेत याचा योग्य ऊहापोह लेखकाने केला आहे.

लेखकाने आपल्या पुस्तकाचा हेतू केवळ यशस्वी उद्योजकांच्या यशापयशाची कारणमीमांसा करण्यापुरता सीमित ठेवला नाही; तर त्यासोबतच ह्या उद्योजकांच्या कार्यांतून योग्य धडा युवकांनी, नवोदित उद्योजकांनी घ्यावा ह्यासाठी मार्गदर्शक सूचनापण केल्या आहेत.

लेखकाने भारतीय उद्योजकांची मानसिकता व भारतात उद्योजकता विकासातील अडथळे किंवा समस्या यांचेदेखील योग्य प्रकारे विवेचन केले आहे. लेखकाची लेखनशैली आकर्षक आहे. त्याने विविध प्रकारे उद्योजकता विकासाचा आढावा घेतलेला आहे.

प्रभावी भाषा व कल्पकता यांमुळे सदर पुस्तक वाचनीय झाले आहे. लेखकाने उद्योजकतेविषयीचे आपले विचार अत्यंत सोप्या पण मनाला भिडणाऱ्या शब्दांत केले आहेत.

वाचक या पुस्तकाचे स्वागत करतील याचा मला विश्वास आहे. एका दर्जेदार पुस्तकाची निर्मिती केल्याबद्दल लेखक अभिनंदनास पात्र आहेत.

व्हीसी/३३९
दिनांक : ९-१२-२०१०

रघुनाथ के. शेवगांवकर

अनुक्रम

: १ :

यशोदायी वृत्तीचा प्रसार

"उद्यमेण हि सिद्ध्यन्ति कार्याणि न तु मनोरथैः।" ही संस्कृत भाषेतील सूक्ती प्रसिद्ध आहे. उद्योगाला, प्रयत्नवादाला, पराक्रमाला आणि झपाटलेल्या ध्येयवादाला अशक्य काय आहे? जगाचा स्वामी होणे सीझरसारख्या शिपायाला तीव्र महत्त्वाकांक्षेनेच शक्य झाले. 'जे शक्य नाही ते केवळ अद्‌भुत आहे किंवा कल्पनेच्या पलीकडचे आहे. नाहीतर अशक्य हा शब्द शब्दकोशाची अडगळ झाला असता' हे फोर्ड या उद्योगपतीचे वाक्य त्याच्या जीवनाच्या सारांशाचे फलित आहे. 'मृच्छकटिक' या भासाच्या नाटकात चारुदत्ताचा मित्र - चेट एका वाक्यात जगण्याचे सार सांगतो. 'ह्या जगात फक्त चारुदत्तच काय तो जिवंत आहे. बाकी आम्ही सर्व केवळ श्वास घेणारे भूमीला भारमात्र आहोत.' चारुदत्ताला जगण्याचे सार्थ कारण आहे. कारणाशिवाय जे इतर जगतात ते अर्थशून्यच आहेत. आपण जगतो, कारण आपल्या आशा-आकांक्षा, इच्छा, मनोरथ आणि स्वप्नांची पूर्तता करण्याच्या ध्यासाने मन अस्वस्थ असते, त्याच्या पूर्तीसाठी जगणे ही आपली मानसिक गरज असते. जी व्यक्ती मनातील ह्या भावनिक गरजा पूर्ण व्हाव्यात यासाठी तीव्रतेने प्रयत्न करते, तिला अस्वस्थतेच्या समंधाने कायम पछाडलेले असते. तिचे ध्येय, तिचे लक्ष्य याने तिचे सर्व जीवन व्यापले असते. 'मजनु की नजर से देख, हर चीज में एक लैला है।' हा तिच्या जीवनाचा ध्यास असतो, म्हणूनच अशा व्यक्ती, आपल्या जीवनात यशाचे, प्रसिद्धीचे आणि श्रेष्ठत्वाचे शिखर गाठतात.

जॉर्ज वेस्टींग हाऊस ह्या उद्योजकाची कथा येथे लक्षात घेतली पाहिजे. जॉर्ज हा एक संशोधक व कृतिशील वृत्तीचा तरुण होता. त्याच्या काळात धावती रेल्वे पटकन थांबविणारे ब्रेक्स नव्हते. जॉर्जने त्यावर प्रयोग करावयास सुरुवात केली. परंतु त्याला प्रारंभी यश मिळाले नाही. अथक परिश्रमाने त्याला अपेक्षित तंत्र विकसित करता आले. त्याने रेल्वे ब्रेक्सची यंत्रणा विकसित केली. त्याच्या पेटंटमधून त्याला प्रचंड पैसा मिळाला. परंतु, त्यानंतर देखील त्याचा हा संशोधनाचा व्याप सुरूच राहिला. कारण त्याला एका यशाची आकांक्षा नव्हती तर, सतत नवीन

काहीतरी करण्याची तीव्र ऊर्मी होती. याचाच परिणाम तो एक सुप्रसिद्ध उद्योजक, संशोधक झाला.

उद्योजकता हा व्यक्तीचा सद्‌गुण आहे. अंत:करणातील श्रेष्ठत्वाच्या भावनांचे ते दर्शनीय रूप आहे. उदात्त आणि उन्नत उद्दिष्टांच्या प्राप्तीचे ते अंतिम स्वरूप आहे. उद्यमी व्यक्ती स्वत:चे भाग्य बदलतात, इतरांचे भाग्यविधाते होतात. ते हातावरच्या चिन्हांवर आणि ललाटावरच्या प्रारब्धरेषांवर कर्तबगारीची विजयगाथा लिहितात. ते विजयी वृत्तीचे महानायक असतात. अशा व्यक्तीनींच कल्पना आणि सत्य यांतील दरी कमी केली आहे. नवीन वस्तू, उत्पादने व सुविधा यांना वास्तवात उतरविले आहे. ते प्रत्येक अशक्यप्राय वाटणाऱ्या कठीणतम कार्याचा ध्यास घेतात आणि त्याच्या पूर्णत्वाशिवाय ते विश्रामाची किंवा साफल्याची कामनाही करीत नाहीत. अर्नेस्ट हेमिंग्वे यांनी आपल्या 'The Old Man and The Sea' या कादंबरीत अशा प्रकारच्या जिद्दी व महत्त्वाकांक्षी व्यक्तीची प्रत्ययकारी कथा सादर केली आहे. सँटीयॉगो, हा कॅरेबियन किनाऱ्यावरील मासेमारी करणारा म्हातारा म्हणजे महत्त्वाकांक्षा या शब्दाची मानवी प्रतिमाच! त्याला महत्त्वाकांक्षेच्या अस्वस्थतेने पछाडलेले आहे - स्वत:च्या बळावर एका शार्कची शिकार करण्याच्या महत्त्वाकांक्षेने! म्हातारा सँटीयागो अखेर या महत्त्वाकांक्षेचा बळी होतोच. अफाट दर्यात शिकार करण्यासाठी तो एकटाच आपली होडी घेऊन जातो. त्याच्या हार्पुनला शार्कचा आणि मनाला स्वस्थतेचा शोध घ्यायचा असतो. अखेर तो शार्कची शिकार करतोच. परंतु, त्या प्रचंड झुंजीत म्हातारा अगदी जर्जर होतो आणि किनाऱ्यावर येतो. पण त्याचे मन मात्र अत्यंत प्रफुल्लित झाले असते. त्याला ह्या शारीरिक श्रमाचे कोणतेही भान नसते किंवा त्राणाचा भार नसतो; कारण महत्त्वाकांक्षेचा हा रोग इतका बळावलेला असतो की, तो दुसऱ्याच क्षणी आफ्रिकेतील सिंहाची शिकार करण्याच्या स्वप्नात रमलेला असतो.

हेमिंग्वेचा हा म्हातारा प्रत्येकाच्या मनात कायम घर करून आहे. खरे तर ते त्याच्या चिरतरुण मानसिकतेचे, चिरंजीव ध्येयवादी वृत्तीचे प्रतीक आहे. ही असिधारा वृत्ती जोपर्यंत व्यक्तींच्या मनात आहे, तोपर्यंत तो चिरतरुणच आहे. तोपर्यंतच तो जिवंत आहे. कारण त्याच्या जीवनाच्या अर्थपूर्ण अस्तित्वाचा प्रवाह अजूनही धावत आहे. पुढे जात आहे.

'लिप्टन'चा चहा आज सर्वांच्या परिचयाचा आहे. दररोज सकाळच्या प्रहरी 'चहा' हे पेय घेणारे शेकडो असतील. ह्या चहाची लोकप्रियता त्याच गरम, उत्साहवर्धक चवीप्रमाणे जोमाने वाढविण्यासाठी कारणीभूत ठरलेल्या 'थॉमस् लिप्टन'चा गौरवाने उल्लेख करावा लागेल. चहा हे उत्साहवर्धक व सौम्य उत्तेजक पेय आहे. त्याची चव हवीहवीशी वाटते हे पटवून देण्यासाठी त्याचे अवघे आयुष्य खर्ची झाले. 'लिप्टन' ह्या चहाची लोकप्रियता ही निरंतर उद्योगाच्या यशाचे प्रतीक आहे. एखादी कल्पना

माणसाला अत्यंत अवघड, साहस आणि विक्रम करण्यासाठी उद्युक्त ठरते याचे हे सर्वोत्कृष्ट व जोमदार उदाहरण आहे.

काल, राजा आणि परिस्थिती एकमेकांना कारक असतात. काल जेव्हा अनुकूल असतो, त्यावेळी सामान्य वकुबाचा राजा प्रतिकूल परिस्थितीवरही मात करतो. परिस्थिती अनुकूल असताना सामान्य दर्जाचा राजा आणि काल यांमध्ये किमान सामंजस्य घडवून आणता येते. पण परिस्थिती व काल प्रतिकूल असेल तर कर्तबगार राजा असूनही संकटाची स्थिती निर्माण होते. त्याला दैवाची अपरिहार्यता मानावी असे आर्य चाणक्याचे मत आहे. सामान्यपणे या सर्व परिस्थितीची विविधता आणि त्यातील जटिलता आपल्या नेहमीच दृष्टोत्पत्तीत असते. परंतु अशा प्रतिकूल परिस्थितीवर मात करण्याचे सामर्थ्य असणारे नेतृत्व सामान्यास, संकटाचे हे सर्व क्षण म्हणजे परीक्षेची एक अपूर्व आणि अनुभूती घेण्यासाठी, जगण्यासारखे सुवर्णक्षणच असतात. बरेचदा एखाद्या अंधाऱ्या बोगद्यातून प्रवास करताना दूरवर कोठेही प्रकाशाची साधी तिरीपही दृश्यमान होत नाही. अशा वेळी मन भयकारी कल्पनांनी भरून येते. सर्वत्र निराशेचे वातावरण दाटून येते. जवळ असणाऱ्या छोट्या पणतीचा किंवा पलित्याचा आधार घेऊन पुढे जाणे ही प्रतिकूलतेची सीमा वाटते; पण असेच काही क्षण गेल्यावर मात्र दूरवर प्रकाशशलाकांची अंधूक साखळी दृश्यमान होते. आशेची किरणे प्रकाशमान होतात आणि त्यातूनच पुढचा प्रवास खंबीरपणे पावले टाकून आटोपता येतो. एकदा त्या अंधारयात्रेचा शेवट झाला की तो प्रवास म्हणजे एक चिरस्मरणीय आठवण नसते तर आपल्या अंत:स्फूर्तीचा, आत्मविश्वासाचा आणि धैर्याचा विजय असतो!

या उदाहरणाचा व्यापक स्वरूपातील संदर्भ लक्षात घेतल्यास, त्याचे महत्त्व आणि उपयुक्तता लक्षात येईल. विकासाचे किंवा प्रगतीचे खरे कारण काय? या प्रश्नाचे उत्तर सामान्यत: अनुकूल परिस्थिती किंवा साधनबहुलता आहे असे मानण्याची आपली प्रवृत्ती असते. ठरावीक व्यक्ती यशस्वी आहे असे सांगताना आपण, त्याला दैवाने साथ दिली किंवा त्याचे नशीब सिकंदर होते असा आवर्जून उल्लेख करतो. सामान्यपणे 'मानापमान' मधील 'लक्ष्मीधर' धैर्यधरापेक्षा अधिक वेळा यशस्वी होतात; किंवा जेते असतात, त्यांनाच सर्व समृद्धी, संपत्ती आणि सन्मान प्राप्त होतात असे मानण्याची आपली नैसर्गिक प्रवृत्ती आहे. यात गैरदेखील काही नाही. कारण आपल्याला व्यक्तीच्या यशाची उजळ व प्रकाशमान बाजू चटकन् दिसते. त्यामागील जिद्दीची, परिश्रमाची, तळमळीने रापलेली बाजू आपणास चटकन् दृष्टोत्पत्तीस येत नाही. याउलट, परिश्रम आणि प्रयत्नांच्या ह्या प्रवासाचा प्रत्येक क्षण ही व्यक्ती किती आनंदाने जगली असेल असेच वाटते.

वास्तवात लक्ष्मीधर यशस्वी नसताताच तर हे जग धैर्यधराचेच आहे. अनेक

यशस्वी, पराक्रमी आणि चिरंतन कीर्तीचे धनी असणारे पुरुष मूलत: सामान्य परिस्थितीतूनच उदयास आले आहेत. त्यांचे नशीब बलवत्तर नसताना किंवा भाग्यदेवतेची प्रसन्न नजर अनेक मैल दूरवर फिरली नसतानाही त्यांनी आपल्या उद्यमी स्वभावाने यशाचे कीर्तिशिखर गाठले आहे. वॉल्ट डिस्ने, डिविट वॅलेस, चार्ली चॅपलीन यांसारखे अनेक महारथी 'नायक' आपल्या पूर्वायुष्यात अतिसामान्य परिस्थितीत होते. याचे अनेक दाखले उपलब्ध आहेत. "Fortune Favours the Brave" नशीब धैर्यधरांचीच पाठराखण करते. भाग्यदेवतेचे ते खरे स्वामी आहेत असे खात्रीने सांगता येईल, असे पुरावे आज उपलब्ध आहेत.

वेशभूषा, केशभूषा आणि नट्टापट्टा करण्याचा बायकांचा छंद आदिमकाळापासून आहे. परंतु त्याचा लाभदायक वापर करण्याचे कल्पक चातुर्य असणारा व्यक्तीच खरा उद्योजक मानता येईल आणि तसा विचार कृतीत आणण्याचे श्रेय मॅक्स फॅक्टरला द्यावे लागेल. मॅक्स फॅक्टरला वयाच्या तेराव्या वर्षापासूनच सौंदर्यप्रसाधनांच्या व्यवसायात कार्य करण्याची संधी मिळाली आणि त्याने तिचे सोने केले. फॅक्टरने सौंदर्य प्रसाधने आणि त्यांच्या खुबसूरत वापरावर व्यापारी नजर फिरविली आणि मग मॅक्स फॅक्टर नावाचा अत्यंत लाभदायक व्यवसाय सुरू झाला. आज देखील मॅक्स फॅक्टर हे सौंदर्याचे आणि लाभाचे समानार्थी नाव आहे.

यशस्वी उद्यमी आणि कर्तबगार व्यक्ती 'साधनश्रीमंत' नसल्या तरी, त्यांना साधनांच्या स्रोतांची, साधननिर्मितीच्या मार्गाची पूर्ण माहिती असते आणि म्हणूनच यशाचे मार्ग त्यांच्याकरिता आपणहून मोकळे होतात. जगाच्या नकाशावरील देशांच्या सीमा आणि भौगोलिक मर्यादांना नवी परिमाणे अशाच मनस्वी, ध्येयवेड्या लोकांनी प्राप्त करून दिली आहेत. कॅप्टन कुक, सेसील ऱ्होड्स, सायमन बोलीव्हिया, मार्शल, टास्मन, कोलंबस आणि वास्को डी गामा यांची नावे विविध प्रांतांना किंवा प्रदेशांना प्राप्त झालीत, ती त्यांच्या या जिद्दी वृत्तीच्या असाधारण तपस्येतूनच.

उद्यमी व्यक्तीचे एक महत्त्वाचे वैशिष्ट्य म्हणजे, ती आपल्या ध्येयाप्रती कायम जागृत असते. ध्येयपूर्तीच्या ध्यासाने तिला पछाडलेले असते. ती आणि तिचे ध्येय यामध्ये कल्पना, परिश्रम, जोखीम किंवा अडचणींच्या डोंगराचे अंतर अस्तित्वातच नसते. त्याला केवळ 'साध्य' करावयाच्या अंतिम ध्येयबिंदूची कल्पना असते. त्याच्या प्रवासाचे मार्गक्रमण अविरतपणे आणि अविश्रांतपणे होत असते. अशा व्यक्तींना संकटातून मार्ग काढणे कठीण काम वाटत नाही. प्रत्येक तुफानी लाट त्यांना किनाऱ्याकडे नेणाऱ्या मदतीचा हात वाटते आणि प्रत्येक आघात म्हणजे संकल्पपूर्तीतील एक अडसर कमी होणे अशीच त्यांची भावना असते. त्यांची ध्येयाशी एकरूप होण्याची ही वृत्ती हीच त्यांच्या यशाची, चिरंतन दिगंत कीर्तीची हमी असते. या संदर्भात 'राजा केळकर' संग्रहालयाचे संस्थापक श्री. केळकर यांचे उदाहरण अगदी

लक्षात घेण्यासारखे आहे. श्री. केळकर यांना पुराणवस्तू संग्रहणाचा छंद होता. उत्पन्न यथातथाच होते. पण जुन्या बाजारपेठा आणि प्राचीन वाडे, सरदार-जमीनदारांच्या हवेल्या यांतून मिळेल ती वस्तू घरी आणून त्याची तर्कसंगत, कालसंगत मांडणी करण्याचा हा छंद मात्र त्यांनी कधी सोडला नाही. त्यांचा मुलगा 'राजा' अत्यंत आजारी होता, त्याचे औषधपाणी करण्यासाठी पैसा पुरत नव्हता. पण संकलनाचा छंदही सुटत नव्हता. त्या द्वंद्वात आपल्या मुलाला औषधे देण्यात स्वारी अपयशी ठरली आणि मुलाचा-राजाचा दुर्दैवी मृत्यू झाला. राजाच्या मृत्यूनंतर केळकर मनाने आणि विचारांनी पूर्णपणे बदलले. त्यांचा छंद हाच त्यांच्या जगण्याचा, असण्याचा, अस्तित्वाचा आधार झाला. त्यांचे जीवनध्येय त्यांना सापडले आणि आज आपण पाहू शकतो 'राजा' दिनकर केळकर हा सर्वोत्कृष्ट व्यक्तिगत संग्रह ध्येय, परिश्रम आणि त्याग यांचा तो समानार्थी शब्द झाला आहे.

'उद्यमी पुरुष' आपल्या उद्दिष्टांच्या पूर्तीसाठी आणि कायम उद्योग करणाऱ्या असामान्य व्यक्ती असतात. त्यांच्या प्रयत्नात, कार्यक्षमतेत आणि सातत्यात खंड पडत नाही. ते छोट्या-मोठ्या पराभवांनी खचत नाहीत. एकदा आपल्या हाती घेतलेले कार्य सोडून देत नाहीत. मनुष्य स्वभाव तीन प्रकारचा आहे. काही व्यक्ती एखादे कार्य करण्याचा संकल्प मात्र करतात परंतु पुढे ते काहीच प्रगती न करणारे आरंभशूर असतात. काही व्यक्ती प्रगतीच्या मार्गातील अडथळे आणि अडचणींचे डोंगर पाहून आपले ध्येय बदलतात. मार्ग बदलतात. ते ध्येय सोडून देणारे मध्यममार्गी असतात. तर काही मात्र संकटांची, आव्हानांची आणि पुढे येणाऱ्या आक्रमणाची तमा न बाळगता सर्वस्वाचा होम करून पुढे मार्गक्रमण करणारे 'उत्तम पुरुष' असतात असे सांगणारे एक संस्कृत सुभाषित आहे. यशस्वी उद्योजक तिसऱ्या श्रेणीतील व्यक्ती असतात. थॉमस एडिसनची याबाबतची एक लक्षणीय कथा येथे सांगावयास हवी. त्याने विलक्षण प्रयत्न करून आपला एक प्रयोग यशस्वी केला. त्याच्या या प्रयोगासाठी त्याला विलक्षण शारीरिक व मानसिक दगदग झाली आणि नेमके त्याच वेळी त्याचे आवडते मांजर तेथे आले आणि त्याचा धक्का लागून सारी कागदपत्रे ॲसिडने जळाली. दुसरी एखादा व्यक्ती हताश झाली असती पण थॉमसने मात्र आपला धीर सोडला नाही. तो पुन्हा त्या प्रयोगाच्या मागे लागला आणि त्याला अपेक्षित यश लाभलेच.

अस्वस्थ वृत्ती आणि ध्येयाचा शोध घेण्याची तीव्र वेदना हे उद्यमी पुरुषाचे एक महत्त्वाचे लक्षण आहे. तो स्वत: आपल्या मनाच्या आकांक्षेच्या आणि जीवनध्येयाच्या पूर्तीच्या भावनेने प्रेरित झालेला असतो. त्याला आपल्या ध्येयापलीकडचे विश्व दिसत नाही किंवा इतर कोणत्याही मोहाने तो आकर्षित होत नाही. त्याची ही अस्वस्थता, वेदना त्याला प्रेरणादायी सिद्ध होते. अनेक यशस्वी उद्योजक, व्यावसायिक व

शास्त्रज्ञ हे ह्याच अस्वस्थतेच्या शापाने ग्रस्त होते. म्हणूनच आश्चर्य वाटावे असे औद्योगिक साम्राज्य त्यांना उभारता आले. ज्यांची मने शांत आहेत, ते आपल्या जीवनावर, कार्यावर समाधानी आहेत, त्यांना सामान्यपणे काहीतरी नवीन करावयाची, कशाचाही शोध घेण्याची, इच्छा होत नाही. असे लोक एका साचेबंद चौकटीत आपले आयुष्य कंठतात, त्यालाच ते यश मानतात. पराक्रम आणि नावीन्याचा उद्रेक मानतात; अशी माणसे म्हणजे 'कूपमंडूक' वृत्तीचे दोन पायाचे बेडूकच होत. त्यांना या चाकोरीबाहेरचे अफाट, विशाल विश्व खुणावत नाही. त्यांना नवीन विचार म्हणजे पहाटेची साखरझोप मोडणारा अस्वस्थ वृत्तीचा हुंकार वाटतो आणि नवे प्रयोग म्हणजे 'नस्ती उठाठेव' वाटते. समाजव्यवस्थेची स्थितिशीलतेची चौकट टिकवून ठेवणाऱ्या ह्या समाज-प्रवाहाला संथपणा आणि नियमितता हीच खरी वास्तविकता, जीवनाची संजीवकता आणि अंतिम सत्याची ओळख वाटत असते. असा वर्ग विद्रोहाच्या वाऱ्यालाही उभा राहात नाही. क्रांतीच्या विचारांना सामोरे जात नाही. अशा प्रयोगक्षमतेला उत्तेजन देत नाही. यामुळे उद्यमी अस्वस्थ व्यक्ती या वर्गाला समाजशत्रू वाटतात. 'पाब्लो-पिकासो' या चित्रकाराने या वर्गावर टीका करणारी 'एनिमी' या नावाची एक विलक्षण कथा लिहिली आहे. एक चित्रकार आपल्या प्रतिभेचा असाधारण वापर करून चित्रे काढीत असतो. त्यावेळी त्याला सोव्हिएट रशियात, 'लेनिन' सन्मान प्राप्त होतो. 'Honour of the Red Guard' प्राप्त होतो. पण एक दिवस मात्र त्याला आपल्या अंत:प्रेरणेची ओळख होते. तो आपल्या मनातील चित्र काढतो. त्याच्या प्रेरणेचा, त्याच्या अस्वस्थतेचा तो आविष्कार पाहून सर्व रशियात एकदम हाहाकार उडतो. 'समाजवादाचा शत्रू' अशी त्याची संभावना होते आणि त्याला हद्दपार करण्यात येते. त्यानंतर त्याला अमेरिकेत सन्मानाचे स्थान प्राप्त होते. तेथेही उत्तम तसेच मन प्रसन्न करणारी चित्रे तो काढतो. समाजमन त्याच्या या चित्रचौकटीवर प्रसन्नच असते. परंतु त्याची अंत:प्रतिभा मात्र अजूनही अस्वस्थच असते. अखेर तो ते चित्र पुन्हा काढतोच. त्याच्या प्रतिभेचा खरा आविष्कार आणि त्याचबरोबर धर्मविरोधी, मुक्त विचारांचा, खुल्या बाजारपेठेचा विरोधक म्हणून त्याची निर्भर्त्सना होते. चित्रकार आपली प्रतिभा आणि अस्वस्थ प्रेरणा दडविण्यात असमर्थ असतो आणि त्यात त्याचा मृत्यू होतो. आणि मग मात्र 'आम्ही त्याचे खरे वारसदार आहोत. तो आमच्या देशाच्या प्रतिभेचा पाईक आहे' असा एकच गदारोळ सुरू होतो. चित्रकाराच्या मृत्यूच्या वेळी ते 'अस्वस्थ चित्र' त्याच्या जवळच होते. त्याचाही गौरव होतो आणि समाजाची चौकट, चित्रासकट चित्रकारालाही आपल्यात सामावून घेते. पण कूसही न बदलता त्यातील अस्वस्थता मात्र दाबून टाकते. अशा बंदिस्त वातावरणात प्रतिमेचा आणि कल्पनेचा विकास तर होत नाहीच; पण त्याबरोबरच अशा अस्वस्थ वृत्तीच्या आत्म्यांना पुढे येण्याची संधीही मिळत नाही. स्थितिशील

समाजात उद्यमप्रिय व शोधक वृत्तीचा अभाव कायम राहतो हेच खरे आहे.

उद्यमी व्यक्ती निर्णयक्षमता, नेतृत्व आणि समन्वय साधण्यात अग्रेसर असते. तिचे यश व्यक्तिगत आणि सामूहिक असे दोन्ही स्वरूपाचे असते; तिला योग्य वेळी योग्य निर्णय घेण्याची, दूरदृष्टीने संभाव्य परिस्थितीचा आढावा घेण्याची एक असाधारण क्षमता लाभलेली असते. ती आपल्या प्राप्त परिस्थितीतील सर्व अडचणी, आव्हाने व संकटे यांवर मात करण्यास समर्थ असते. अधिकांचे अधिक कल्याण करण्याची (Better good of better numbers) तिची उपजतच वृत्ती असते. फ्रँकलिन डी रुझवेल्ट यांचे याबाबतचे उदाहरण मनन करण्यासारखे आहे. मंदीच्या संकटकाळातून, विपदेच्या आणि खडतर आव्हानाच्या कालखंडातून त्यांनी अमेरिकेला आपल्या 'Great Deal' या योजनेच्या माध्यमातून बाहेर काढले. त्याला त्यांची दूरदृष्टी आणि नेतृत्वक्षमताच मूलत: कारणीभूत होती.

'निर्णय न घेता येण्यासारखी दुर्दैवी बाब नाही.' निर्णय घेण्यात असमर्थ असणारी व्यक्ती मानसिकरीत्या पांगळीच असते. उद्योग, व्यापार, राजकारण आणि समाजकारणात यशस्वी होण्यासाठी समर्थ व खंबीर निर्णय घेणारे नेतृत्व अत्यावश्यक असते. विन्स्टन चर्चिल यांनी अनेक कठोर आणि धाडसी निर्णय घेऊन दुसऱ्या महायुद्धात इंग्लंडला विजयी केले. पण त्यांचे निर्णय जोखमीने भरलेले होते. एका धाडसी हृदयाच्या नेत्यालाच असे आक्रमक निर्णय घेणे शक्य होते. लेचापेचा व कचखाऊ व्यक्तीला असे निर्णय घेणे अशक्यच आहे. कारण निर्णय घेणे म्हणजे जबाबदारी व दायित्व स्वीकारणे होय. अशी मानसिक तयारी सर्वच व्यक्तींची असते असे नाही.

उद्यमप्रियतेसोबतच व्यवहारी दृष्टी आणि व्यापारी चातुर्य हे यशस्वी उद्योजकाचे खरे सद्गुण आहेत. उपलब्ध संधीचा योग्य लाभ घेता येणे, त्यासाठी विवेकाचा, निर्णयक्षमतेचा वापर करण्याची वैचारिक पात्रता असल्याशिवाय उद्योगात अस्तित्व टिकवणे अशक्यच आहे. बरेचदा साधनसंपत्ती आणि उपलब्ध स्रोतांची कोणतीही अनुपलब्धता नसताना देखील उद्योग किंवा व्यवसाय अपयशी होतात. त्याचे मूळ ह्या व्यवहारदृष्टीच्या अभावातच असते.

छोट्या, साध्या वाटणाऱ्या कल्पना, तंत्रज्ञानाचा वापर करून एकदम नवीन व्यवसायात प्रवेश करणे हे अवघड कार्य आहे. परंतु ह्युलेट आणि पॅकार्ड या दोन उद्योजकांनी प्रथमत: इलेक्ट्रॉनिक बाजा व वजन कमी करण्याचे साधन यांसारख्या लहान-सहान वस्तूंचे उत्पादन सुरू केले. त्यातील यशाने हुरळून न जाता त्यांनी अधिक सुधारित व उन्नत तंत्रज्ञानाचा वापर करणे सुरू केले. याचा परिणाम त्यांनी संगणकाच्या क्षेत्रात प्रवेश केला. आज संगणक व माहिती तंत्रज्ञानाचा औद्योगिक व व्यावसायिक वापर करणारे श्रेष्ठतम उद्योग त्यांच्या नावाने ओळखले जातात.

आर्थिक नेतृत्व आणि सामाजिक परिवर्तने

कोणताही समाज एकसंध राहण्याचे खरे कारण, तेथील सुबत्ता आणि समृद्धीची उच्च पातळी होय. ज्या समाजाला आर्थिक विवंचना, विपदा आणि अडचणी यांनी ग्रासले आहे असा समाज आपल्या घटकांना एकत्रित ठेवू शकत नाही. असंतोषाचे आणि असमाधानाचे वारे अशा समाजात वाहू लागतात. परिणामत: परस्परांविषयी कलहाची, संघर्षाची भावना निर्माण होते. भावनिक, सांस्कृतिक आणि सामाजिक विद्वेषाला चालना देण्याचे, गती देण्याचे काम आर्थिक असंतोष योग्य प्रकारे करतो. सोव्हिएट रशियाचे १९९१ मध्ये विभाजनाचे महत्त्वाचे कारण होते - आर्थिक असमाधान. पूर्व आणि पश्चिम जर्मनीच्या एकीकरणाला उत्तेजन देणारे वांशिक घटक जेवढे महत्त्वाचे आहेत, तेवढीच महत्त्वाची आहे त्यांची परस्परांवर अवलंबून राहण्याची आर्थिक निकड.

समाजाची उन्नती करणारे जे घटक आहेत, त्यात उद्यमप्रियता, कल्पकता, नावीन्याची आवड - आणि भौतिक सुख-समृद्धीप्रती आकर्षण हे घटक महत्त्वाचे आहेत. गेल्या शतकात जपान हे अत्यंत मागासलेले व अप्रगत (आजच्या विचारसरणीने) राष्ट्र होते. १८५० पर्यंत जपान हे पॅसिफिकमधील एक नगण्य बेट होते. त्यावेळी अमेरिकेच्या कमोडोर पेरी या नाविक अधिकाऱ्याचे लक्ष जपानकडे गेले. जपानमधील पिवळ्या कातडीच्या या लोकांना स्वत:च्या वंशश्रेष्ठत्वाचा अभिमान होता आणि ते इतर सर्वांनाच निम्न व कनिष्ठ वंशाचे मानत होते. त्यांच्या दृष्टीने कमोडोर पेरी किंवा सर्वच अमेरिकन हे निम्न दर्जाचे होते. तेथील 'सामुराई' आणि 'शोगुन' यांना आपण अजेय असण्याचा आत्मविश्वास होता. परंतु अमेरिकेची तांत्रिक क्षमता, अफाट लष्करी सामर्थ्य आणि बुद्धिमत्तेचे वैभव यांची जपान्यांना जाणीव झाली. त्यांचे अजेय, अभेद्य आणि श्रेष्ठतम साम्राज्य पत्त्याच्या बंगल्यासारखे चटकन कोसळेल, याचा अंदाज त्यांना आला. याचवेळी जपानचे नेतृत्व, एका नवीन विचाराच्या, प्रगतिशील वृत्तीच्या, श्रेष्ठत्वाची स्वप्ने पाहणाऱ्या सम्राटाकडे आले - मेजी सम्राट.

मेजी सम्राट 'जपान आर्थिक महासत्ता व्हावी' अशी स्वप्ने पाहणारा दूरदर्शी आणि महत्त्वाकांक्षी राजा होता. जपानचे वैभव, श्रेष्ठत्व आणि साम्राज्य यांना विशाल स्वरूप प्राप्त व्हावे अशी त्याची धारणा होती. त्याने यासाठी आपल्या देशातील सर्व विद्वानांना, विचारी आणि महत्त्वाकांक्षी तरुणांना जगभर अध्ययनासाठी पाठविण्याचा निर्णय घेतला. 'Let Knowledge come to the king from all corners of the world to enrich Japan.' हे त्याचे वाक्य जपानी युवकांना प्रेरित करण्यासाठी खरोखरच कारणीभूत ठरले. मेजीने आर्थिक सामर्थ्यप्राप्तीसाठी जपानमध्ये कोणते बदल व्हावयास हवेत याची दीर्घकालीन आणि लक्षणीय योजना आखली. साक्षरता प्रसार, मूलभूत औद्योगिक संरचना, स्टॉकमार्केट, इंग्रजी भाषेचा प्रचार, उच्च शिक्षणावर

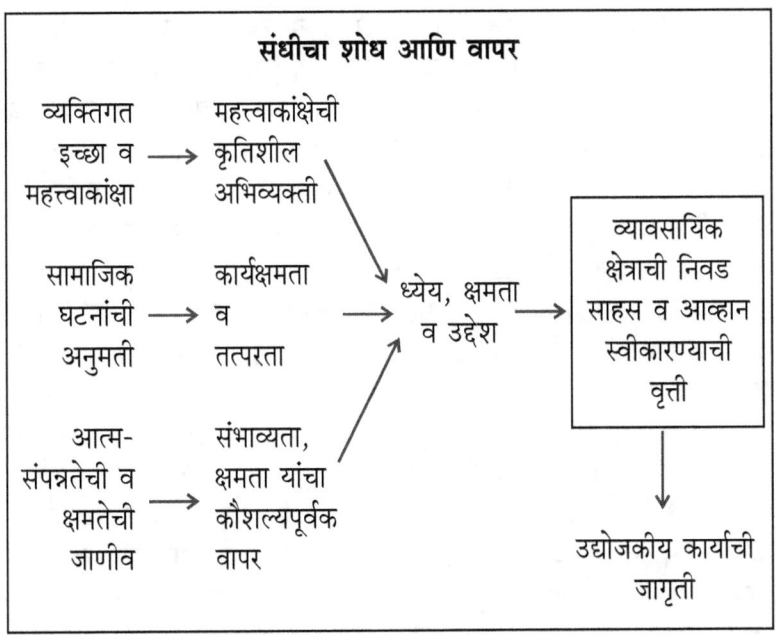

संधीचा शोध आणि वापर
व्यक्तिगत इच्छा व महत्त्वाकांक्षा
महत्त्वाकांक्षेची कृतिशील अभिव्यक्ती
सामाजिक घटनांची अनुमती
कार्यक्षमता व तत्परता
आत्म-संपन्नतेची व क्षमतेची जाणीव
संभाव्यता, क्षमता यांचा कौशल्यपूर्वक वापर
ध्येय, क्षमता व उद्देश
व्यावसायिक क्षेत्राची निवड साहस व आव्हान स्वीकारण्याची वृत्ती
उद्योजकीय कार्याची जागृती

भर, बँका, विमा कंपन्या आणि खासगी उद्योगांना प्रोत्साहन असा एकदम आधुनिक वाटावा असा बहुकलमी कार्यक्रम गेल्या शतकातच मेजी राजवटीत राबविण्यात आला. कठोर परिश्रम आणि उद्योगांना चालना देणारे हेतुपुरस्सर धोरण यांमुळे जपानला अवघ्या २ ते ३ दशकांतच एका नवीन स्वरूपात जगापुढे उभे करणे मेजीला शक्य झाले. १९०४ मध्ये जपानने रशियाचा व त्यानंतर चीन आणि कोरियाचा पराभव करून आपण 'महासत्ता' होण्याकडे वाटचाल करीत आहोत याची कल्पना जगाला आणून दिली. साधनसामग्रीचा अभाव आणि निसर्गाची अवकृपा यांसारखी प्रतिकूलता असूनही नेतृत्वाची श्रेष्ठता आणि दूरदृष्टी यांमुळे विकासाच्या महाप्रासादाचे राजरस्ते जपानकरिता खुले झाले.

उद्यमप्रियता हा आर्थिक परिस्थितीला बदलविणारा दुसरा महत्त्वाचा घटक आहे. इस्रायलच्या वाळवंटातील ऑलिव्हचे व संत्र्यांचे बागबगिचे याचे खरे साक्षीदार आहेत. १९४९ पर्यंत ओसाड व टेकाड वाळवंट असणाऱ्या या मध्यपूर्वेतील छोट्याशा पट्ट्यात वनस्पतीचे जवळपास नामोनिशाणही नव्हते. तेथे सुरू झाला एक नवीन प्रयोग, द्राक्षे, ऑलिव्ह आणि इतर फळांच्या बागांचे नंदनवन करण्याचा. जेथे पाणीच नाही, तेथे पाण्याचा महत्तम वापर करण्यासाठी विशेष परिश्रम, प्रचंड भांडवल आणि जिद्दीची गरज होती. त्यापेक्षाही अधिक महत्त्वाची होती, या संकटाच्या

वादळाला तोंड देण्याची, मनस्वी हिंमत आणि सातत्य टिकविणारी उद्यमप्रियता. भांडवलाचा अभाव, दारिद्र्याचा वरदहस्त आणि प्रतिकूलतेची कृष्णछाया असणाऱ्या या वाळवंटी देशात मात्र तपस्या करणाऱ्या, ध्येयपूर्तीसाठी परिश्रम करणाऱ्या वेड्या उद्योगपतींचे जंगल सर्वत्र होते आणि आज इस्त्रायलने ह्या वाळवंटाचे नंदनवन केले आहे. जगात सर्वांना आश्चर्यचकित करावयास लावणारी हरितक्रांती आणि ग्रीन हाउसची शेती हा पाहण्यासारखा प्रयोग तेथे झाला आहे. जेथे साधनबहुलता आहे, तेथील शेतकऱ्यांना आणि उद्योजकांना देखील इस्त्रायलचे अनुकरण करावेसे वाटते हेच त्याचे खरे गमक आहे. इस्त्रायलची यशोगाथा तेथील समाजमनाच्या उद्यमप्रियतेची, आणि आपले ईप्सित ध्येय प्राप्त करण्यासाठी अविश्रांत परिश्रम करणाऱ्या नागरिकांची जिद्द आहे.

कल्पकता हा समाजाला पुढे नेणारा सर्वाधिक महत्त्वाचा घटक आहे. ज्या समाजात मोकळेपणा, नावीन्य आणि प्रयोगशीलतेला वाव दिला जातो, तेथे कल्पकतेचा, प्रतिभासंपन्नतेचा आविष्कार होत असतो. अमेरिका हा या दृष्टीने कल्पकतेला संपूर्ण प्रोत्साहन देणारा देश आहे. या देशात परस्परविरोधी सिद्धान्त मांडणारे, विविधांगी विचार करणारे, नावीन्याचा हव्यास असणारे आणि सतत प्रयोगमग्न असणारे अनेक विद्वान आहेत. त्यांना तेथील शासन प्रोत्साहन देते, त्यांच्या विचारांवर बंदी आणली जात नाही, तेथे विचारस्वातंत्र्य आणि प्रयोगस्वातंत्र्य आहे, म्हणूनच नवीन उत्पादनांचा, नव्या साधनांचा विकास, प्रयोग, वापर आणि प्रसार बहुधा तेथेच प्रथम होतो. अमेरिकन नागरिक किंवा समाजमनही नावीन्याचे वेडे आहे. तेथील समाज परंपरावादी, किंवा भूतकाळात रममाण होणारा, गतवैभवाचे गोडवे गाणारा नाही, तर आकर्षक व उज्ज्वल भविष्याची स्वप्ने पाहणारा आहे. विल हॅसेच्या 'मॅकेनाज गोल्ड' या कादंबरीतील प्रत्येक व्यक्ती 'एल डोरॅडो' येथे जाण्यासाठी तत्पर असतो. त्यासाठी आपल्या जिवाची बाजी लावण्याची त्यांची तयारी असते. कारण भौतिक सुखाच्या लालसेने त्यापैकी प्रत्येक जणच प्रेरित झालेला असतो. त्यांना त्यामुळे त्या कठीण आणि असाध्य मार्गाचे, संकटांचे भय वाटत नाही. उलट ही संकटे या सुखासाठी झेलणे अपरिहार्य आहे अशी त्याची भावना असते. गेल्या दोन शतकांतील प्रमुख शोधांची देशवार विभागणी केल्यास त्यात अमेरिकेचा क्रमांक प्रथम लागेल. सर्वाधिक उत्पादने, सेवा यांचा प्रथम वापर करणारा, त्यांना प्रथमच चलनात आणणारा आणि फॅशन, चालीरीती, समाजमान्यता, विचारशैली, कार्यपद्धती यांचा अवघ्या जगावर प्रभाव पाडणारा समाज म्हणून अमेरिकेचा आवर्जून उल्लेख करावा लागेल. हा अमेरिकन समाजाच्या कल्पक, मुक्त आणि नावीन्याच्या स्वीकार करण्याच्या वृत्तीचा विजय आहे.

भौतिक सुख-समृद्धीप्रती तीव्र आकर्षण निर्माण झाल्याशिवाय समाजात औद्योगिक विकासाचे, आर्थिक प्रगतीचे वारे वाहू शकत नाही. सिंगापूर, मलेशिया, तैवान,

इंडोनेशिया आणि कोरिया या छोट्या पिवळ्या पॅसिफिक ड्रॅगन्सच्या विकासाची गती याचे खरे प्रतीक आहे. ज्या देशात नैसर्गिक साधनांची वानवा आहे, जेथे विविध द्रव्यांचेच काय पण पिण्याच्या पाण्याचेही दुर्भिक्ष आहे, अशा सिंगापूरमध्ये आर्थिक प्रगतीचे 'अद्‌भुत' घडून आले ते तेथील लोकांच्या भौतिक सुखाच्या लालसेने. आज सिंगापूर ही जगातील सर्वांत मोठी बाजारपेठ आहे आणि तेथील सुविधा, सुबत्ता, आर्थिक प्रगती इतर कोणत्याही प्रगत देशापेक्षा तसूभरही कमी नाही.

समाजाची वृत्ती, संस्कृती आणि सामाजिक जडण-घडण ज्या प्रकारची असेल, त्याचाही व्यावसायिक नेतृत्वावर आणि औद्योगिक विकासाच्या प्रतिमानावर प्रभाव पडतो. ज्या समाजात कष्टाचा, मेहनतीचा आणि परिश्रमाचा मोबदला घेणे न्याय्य मानले जाते, तेथे परिश्रमांना उत्तेजन देणारी व्यापारी वृत्ती निर्माण होत असते. मॅक्स वेबर या समाजशास्त्रज्ञाने हॉलंडमधील कॉल्व्हेनियन ख्रिश्चन समाजाच्या सामाजिक मनोवृत्तीच्या वैचारिक व सांस्कृतिक पार्श्वभूमीचा अभ्यास करून असा सिद्धान्त मांडला की, या (कॉल्वेनियन) समाजात 'श्रमाचा मोबदला' हे पवित्र मूल्य मानले जाते. प्रत्येकाने आपल्या श्रमाचा उचित मोबदला घ्यावा, श्रमाची उचित मोबदल्यावर विक्री हे पाप नाही, आणि व्यापार हा नैतिक गुन्हा नाही, ह्या तत्त्वांवर विश्वास ठेवण्यात येतो. परिणामत: उद्यमी वृत्ती, व्यापार व बँकिंग व्यवसाय या क्षेत्रांत कॉल्वेनियन समाज इतर युरोपियन देशांपेक्षा आघाडीवर आहे.

युरोपातील वेबरचा हा अभ्यास त्यानंतरच्या जिज्ञासूंच्या विशेष उपयोगी पडला. साधनबहुलसमाज हा श्रीमंतच असतो, आर्थिक आघाडीवर आणि प्रगतीच्या पथावर असतो, असे प्रतिपादन करणारे सिद्धान्त त्यामुळे मागे पडलेत. याउलट उद्योजकता, उद्यमी वृत्ती, व्यवस्थापकीय कौशल्य यांचे आर्थिक विकासातील महत्त्व वाढीस लागले. प्रेरणा हाच विकासाचा पाया आहे असे मानणारा सिद्धान्त अधिक लोकप्रिय झाला. यासंबंधी डेविड मॅकलिलँड यांनी अत्यंत मौलिक संशोधन केले आहे. त्यांच्या एका पाहणीत त्यांना मूलगामी विचारांना चालना देणारे तथ्य सापडले. भारतातील ओरिसा या मागासलेल्या प्रांतात मॅकलिलँड यांनी १९६२ मध्ये आपल्या एका प्रयोगाला प्रारंभ केला. त्यामध्ये तेथील काही ग्रामीण लोकांना संपूर्ण आर्थिक व तांत्रिक साहाय्य देऊन विकासप्रकल्पासाठी मार्गदर्शन करण्यात आले. सतत काही ठरावीक मुदतीपर्यंत आर्थिक साहाय्य केल्यानंतर ती मदत बंद करण्यात आली. त्यानंतर त्या खेड्यात काही परिवर्तन घडून आले काय, याचा मागोवा घेण्यात आला. त्यावेळी असे लक्षात आले की त्या विभागात काही फार प्रगती झाली नव्हती. उलट मदत म्हणून देण्यात आलेल्या सामग्रीचा अपव्यय झाला होता किंवा तिचा वापरच झाला नव्हता.

जॉन बॉस्क आणि हेन्री लँब यांनी अवघे ६० डॉलर गुंतविले आणि

नेत्रोपचारासाठी उपकरणांची निर्मिती सुरू झाली. दर्जेदार चष्मे आणि श्रेष्ठ प्रतीची भिंगे तयार करण्याचा त्याचा हा उपक्रम दृष्ट लागण्याइतका चांगला चालू लागला. परिणामत: त्यांना व्यवसायाच्या विकासाची नवीन संकल्पना लाभदायक वाटली. आज बॉस्क आणि लँब हा एक नेत्रदीपक यश प्राप्त करणारा व्यवसाय आहे. सातत्य, विविधता आणि चौकसपणा यांतूनच हे यश प्राप्त झाले. याची कारणमीमांसा करताना असे लक्षात आले की, विकासाकरिता केवळ उपयुक्त साधने हा आवश्यक घटक नाही, तर यासोबतच त्या साधनांचा मुक्त वापर करून पुढे जाण्याची प्रेरणा पण हवी. ही साधने स्थितिशील आहेत, तर विकासाची ऊर्मी, प्रेरणा हीच प्रत्यक्षात गतिमान आहे. त्या ग्रामीण लोकांमध्ये आपला विकास व्हावा अशी तीव्र ऊर्मीच नव्हती. प्रयत्नांद्वारे दारिद्र्यनिर्मूलन शक्य आहे यावर विश्वास ठेवण्याची त्यांची तयारी नव्हती. कर्मविपाक सिद्धान्ताचा त्यांच्या मनोवृत्तीवर विपरीत परिणाम झाला होता आणि त्यामुळे 'ठेविले अनंते तैसेच रहावे' यावरच त्यांची श्रद्धा होती. परिणामत: प्रयत्नवादाच्या संकल्पनेपासूनही हा वर्ग शेकडो कोस दूर होता. मॅकलिलँडच्या ह्या पाहणीतून एक महत्त्वाचा सिद्धान्त मांडता आला 'सिद्धि प्रेरणा' विकास सिद्धान्त. या सिद्धान्तानुसार प्रत्येक व्यक्ती ठराविक उद्दिष्टांच्या प्राप्तीसाठी अभिप्रेरित झाल्यानंतरच आपले उद्दिष्ट प्राप्त करण्यासाठी प्रयत्न करण्यास प्रेरित होते. ह्या प्रेरणेची तीव्रता जेवढी जास्त असेल, तेवढीच कार्यसिद्धीची तीव्रता व प्रयत्नांचा वेग वाढत असतो. जर ही प्रेरणा मर्यादित असेल अथवा नगण्य असेल तर साधनबहुलता असूनही अपेक्षित ध्येयसिद्धी मात्र होत नाही. आज मॅकलिलँडच्या याच सिद्धान्ताचा वापर करून सर्वत्र उद्यमशीलता वाढविण्याचे विविध प्रयत्न होत आहेत.

ज्या समाजात व्यापार, खासगी संपत्ती आणि उद्यमप्रियतेला कमी महत्त्व देण्यात येते, तेथे औद्योगिक विकास होण्यात अडथळे निर्माण होतात. ज्या समाजात, श्रमाला व व्यापारउदिमाला महत्त्व देणारी मूल्ये प्रस्थापित झालेली नाहीत, तेथे उद्यमी वर्ग समाजाच्या उतरंडीवर अत्यंत कनिष्ठ पातळीवर असतो; अशा समाजात त्याला मानाचे स्थान प्राप्त होत नाही. व्यापार आणि उद्योग या प्रगतीच्या महत्त्वाच्या चक्राला गतिमान ठेवणे अशक्य असते. अशा समाजात 'आयत्या' किंवा अल्पश्रमाने मिळणाऱ्या संपत्तीला प्रतिष्ठा प्राप्त होते. भ्रष्टाचार, नैतिक दुराचरण, नोकरशाही वृत्ती आणि जातीयवाद यांना प्रोत्साहन मिळते. विकासाला मंदगतीच्या नोकरशाही जाळ्यांनी बंदिस्त केले असते. लाचलुचपत, लालफीतशाही आणि प्रशासकीय अदूरदृष्टीचा प्रभाव आढळून येतो. नफा कमविणे पाप आहे असा विचार बळावतो. व्यापार हेच सामाजिक दुरवस्थेचे खरे कारण आहे असा अपप्रचार होतो. भांडवलदार किंवा उद्योजक शोषक आहेत, हे जळूप्रमाणे समाजपुरुषाचे रक्तशोषण करणारे समाजविघातक घटक आहेत, या तत्त्वज्ञानाचा प्रसार होतो. अशा समाजात कार्यसंस्कृतीचा विकास

उद्योजकताविषयक विविध तज्ज्ञांची मते

तज्ज्ञ	उद्योजकीय कार्याचे स्वरुप व्यक्तिगत	उद्योजक निर्मितीची प्रक्रिया	अभिप्रेरित करणारा प्रभावी घटक
१) शुम्पीटर	सामाजिक त्यात आणि समूह	असाधारण व्यक्तिमत्त्वाचे उद्योजक	काहीतरी नवीन करण्याची तीव्र मानसिक प्रेरणा
२) वेबर	सामाजिक वाद आणि / समूह	असाधारण वृत्तीचे, महत्त्वाकांक्षी व्यक्ती	धर्म, संस्कृती, मूल्यव्यवस्था, विचारसरणी यांचा प्रभाव
३) कॉथबर्न	व्यक्तिगत/समूह	कर्तव्य, निष्ठा, समाजावरील निष्ठा आणि लोकोत्तर भावना यांतून प्रेरणा प्राप्त करणाऱ्या व्यक्ती / समूह	सामाजिक मान्यता, कार्यगौरव, श्रेष्ठत्वाची भावना
४) रॅचेल	समूह व लघु समुदाय	ठरावीक समान विचारसरणी कर्तव्यावर निष्ठा असणारा समूह	प्रेरणा, विकास आणि प्रवृत्तीच्या मूल्यांची प्रतिष्ठापना
५) डास	समाजातील नाकारलेले अपेक्षित किंवा आव्हानांनी प्रेरित व्यक्ती	सांस्कृतिक व सामाजिक प्रतिकूल परिस्थिती	सामाजिक मान्यता, नवीन मूल्यांची स्थापना

होत नाही. कार्यक्षमता, उत्पादकता, लाभदायकता या शब्दांना तिरस्करणीय मानण्यात येते.

युजेन ब्लॅकने अशा समाजाला विकासाच्या अडथळ्यांना ओळखण्याची क्षमता नसणारा अधू दृष्टीचा समाज मानले आहे. त्याच्या मते समाजहिताच्या तत्त्वज्ञानाचा अयोग्य अर्थ लावणाऱ्या या विचारसरणीने विकासात बाधा निर्माण होते. खासगी व्यवसाय व उपक्रम हा समाजहितासाठी एक आवश्यक सद्‌गुण मानला पाहिजे. त्याला एक दुर्दैवी पण अपरिहार्य आपत्ती मानून चालणार नाही. खासगी उपक्रमाची संकल्पना मानवाबरोबरच जन्माला आली आहे आणि ती मनुष्याच्या अंतापर्यंत कायम राहील, चिरंजीव राहील; कारण जोपर्यंत मानवी मनाला विचारांचे व कृतीचे स्वातंत्र्य आहे, तोपर्यंत मानवी उपक्रमाचे स्वातंत्र्यही अबाधित आहेच. स्वतंत्र उपक्रम व खासगी उद्योग हे केवळ शोषणासाठीच स्थापन करण्यात येतात ह्या विचारसरणीत एक विरोधाभास आहे. एका अयोग्य आणि गैरसमजावर आधारित असलेला तर्क आहे. आपल्या समाजातील इतर व्यक्तींविषयी, त्यांच्या उपक्रमशीलतेविषयी, त्यांच्या औद्योगिक आणि प्रयत्नवादी वृत्तीविषयी असणारा तिटकारा व अविश्वास आहे. शोषण ही नैसर्गिक क्रिया नाही, परंतु खासगी उपक्रम मात्र खचितच नैसर्गिक वृत्तीचा आविष्कार आहेत.

समाज सामान्यपणे ज्या सामाजिक मूल्यांवर विश्वास ठेवतो, त्याच मूल्यांचे आचरण तेथील उद्योजक, उपक्रमी कळत न कळतपणे करतात. ज्या समाजात श्रमाला प्रतिष्ठा नाही, त्या समाजात भ्रष्टाचाराने आणि लाचलुचपतीने पैसा कमविण्याची वृत्ती वाढीस लागते. त्या समाजात, उद्योगपतीदेखील त्याच प्रकारच्या वृत्तीचे अनुकरण करतात. दर्जेदार उत्पादनांची योग्य व उचित भावाने मोठ्या प्रमाणावर मालाची विक्री करण्याची त्यांची तयारी नसते. याउलट नफाखोरी, काळा बाजार आणि लोकांच्या गरजेचा, नडलेल्या परिस्थितीचा अयोग्य लाभ मिळाल्यावर ते खूष होतात.

अशा देशात देशप्रेम, राष्ट्राची प्राथमिकता व समाजाचे व्यापक हित या बाबींना विशेष थारा नसतो. अशा उद्योजकांच्याद्वारे फार मोठी औद्योगिक क्रांती किंवा व्यापार व अर्थक्षेत्रात वांछित बदलही घडवून आणले जात नाहीत. समाजाची प्रस्थापित धारणा, विचारशैली आणि आर्थिक मूल्यांकडे पाहण्याचा दृष्टिकोन या सर्वच घटकांचा उद्योजकनिर्मितीवर, त्यांच्या व्यक्तिमत्त्वावर प्रभाव पडत असतो. (त्याची अनेक उदाहरणे या आगामी प्रकरणात येतीलच). येथे जर्मनीतील क्रप कॉर्पोरेशनच्या हकिकतीची दखल घ्यावीशी वाटते. जर्मनीमध्ये मंदी आणि आर्थिक अरिष्टांचे वादळ घोंघावत होते. अशा वेळी देशहिताला प्राधान्य देणाऱ्या महत्त्वाच्या व प्रयोगक्षम आर्थिक प्रयोगांचे माहेरघर होते, क्रपचा स्टील कारखाना. तेथेच विवेकीकरण (Rationalization) नावाची नवीन संकल्पना जन्माला आली आणि त्याने केवळ

क्रप किंवा जर्मनीच्याच नव्हे तर सबंध युरोपच्या औद्योगिक प्रक्रियेतच बदल घडवून आणला. ह्या पाठीमागे जर्मन समाजाची व्यवहारवादी, विवेकी, देशप्रेमाने व समाजहिताने प्रभावित झालेली दृष्टी कारणीभूत आहे.

उद्योजकनिर्मितीची प्रक्रिया

समाजात उद्योजक किंवा व्यावसायिक वृत्तीचे नेतृत्व कसे निर्माण होते, याचा येथे विचार करणे अगत्याचे आहे. सर्वच समाजात, देशात, उद्योजकनिर्मिती सारख्याच पद्धतीने होत नाही. काही देशांत इतर साधनांची बहुलता असूनही औद्योगिक विकास होत नाही. याचे एक महत्त्वाचे कारण म्हणजे, त्या देशांत उद्योजक, व्यवस्थापक यांच्या निर्मितीला प्रोत्साहन देणारे वातावरण नसते. आर्थिक विकासाची श्रम, सामग्री आणि संरचना ही सर्व साधने स्थितिशील आहेत. साधने एकत्रित आणून त्यांच्या साहाय्याने काहीतरी उपयुक्त, आर्थिकदृष्ट्या लाभदायक आणि उत्पन्ननिर्मितीला चालना देणारे उत्पादन निर्माण करण्यासाठी या यंत्रामागील प्रेरणा, आवश्यक आहे. ही प्रेरणा मनुष्यबळाशिवाय इतर कोणत्याही संसाधनात नाही आणि म्हणूनच उद्योजक किंवा व्यवस्थापकांचा एक मोठा वर्ग निर्माण झाल्याशिवाय उद्योग-रचनेची निर्मिती होऊ शकत नाही. मनुष्यबळाचे हे महत्त्व कार्नेजी या उद्योगपतीने अत्यंत सूचक शब्दांत व्यक्त केले आहे. "Take all my resources, my factories and my products, but leave my men with me & I can make my empire again."

उद्यमी वृत्ती आणि व्यापाराची अचूक दृष्टी असणारे उद्योजक हा देशाचा सर्वांत मोठा आर्थिक स्रोत आहे. या उद्योजकवर्गाची निर्मिती होण्यासाठी अनेक मुक्त घटकांचा विकास व्हावा लागतो. आर्थिक व औद्योगिक प्रक्रियेला चालना देणारे धोरण शासनाने आखले पाहिजे ही यातील पहिली व प्राथमिक अट आहे. शासनाचे धोरण उदार, व्यापारउदिमाला प्रोत्साहन देणारे आणि स्वतंत्र उद्योग स्थापन करण्याच्या मनसुब्यांना उत्तेजन देणारे असल्यास त्याचा अपेक्षित प्रभाव औद्योगिक कार्यावर होतो. नवीन उद्योग व उद्योजकांना उत्तेजन देणारे जकात व कराचे धोरण, त्यांना वित्तीय सवलती देणारे राजकोषीय धोरण आणि त्यापेक्षा महत्त्वाचे म्हणजे उद्योग, व्यापार आणि आर्थिक योजनाकार यांच्यात पूर्ण सहकार्याची, सामंजस्याची भावना असली पाहिजे.

देशाच्या आर्थिक गरजा, नैसर्गिक संपत्ती, मनुष्यबळ आणि इतर घटक यांचा विचार करून उद्योगपतींनी कोणता उद्योग स्थापन करावा, ज्यासाठी अशा प्रकारचे आर्थिक सहकार्य शासन देईल, याबाबत खुली चर्चा करण्याची व पारदर्शक धोरणाची गरज असते. उद्योजकांनी देशहिताला प्राधान्य द्यावे असे त्यांना आवाहन करीत असतानाच त्यांचे हित राखणारे राष्ट्रीय धोरण तयार करण्याच्या दायित्वापासून शासनाची सुद्धा मुक्तता होऊ शकत नाही.

उद्योजकताविषयक विविध संशोधनांचे ठळक निष्कर्ष

निष्कर्ष संशोधक	वर्ष	पाहणीचा निष्कर्ष
शुम्पीटर	१९६१	योग्य पर्यावरण, आत्मविश्वास व अभिप्रेरणा
वेबर	१९६१	मूल्यव्यवस्था, धार्मिक वृत्तीचा प्रभाव, समाजाप्रती व अर्थव्यवस्थेप्रती सकारात्मक दृष्टिकोन
स्टॅन्ले	१९६५	उद्योगाची स्थिती, आर्थिक पर्यावरण, प्रशिक्षण आणि संधीची उपलब्धता
लेव्हीन	१९६९	सामाजिक दर्जाचे अभिसरण वर्ग-प्रगती आणि मान्यतेची संधी
मेकलिलँड	१९६९	सिद्धि प्रेरणा तंत्र, अभिप्रेरणेची व कार्यसिद्धीची निकड. मानसिक स्वातंत्र्याची ओढ
खिस्तोफर	१९६५	नवीन उद्योग, सेवा, तंत्र यांचा शोध घेण्याची तीव्र इच्छा
हेगन	१९७१	सृजनशील व्यक्तिभाव, कार्य व सिद्धीची व नावीन्याची ओढ
फिल्बी	१९७१	बाजारपेठेतील संधींचा शोध, विकास आणि कार्यपूर्तीची कामना
वफीझगर	१९७१	आव्हान स्वीकारण्याची वृत्ती, सुधारणावादी दृष्टिकोन, कार्यप्रेरणा
फोक्स माइन्स	१९७३	आर्थिक संधींतून फायदा, राजकीय, सामाजिक परिवर्तनाची कामना
तंदी	१९७३	आत्मभान, प्रतिमानिर्मितीची गरज, नवीन मूल्ये व प्रेरणांचा प्रभाव
फ्रेड माइनर	१९७३	आर्थिक संधीतून
मॅथ्यूज	१९७३	आत्मभान

नैसर्गिक साधनसंपत्तीसोबतच अनेक मूलभूत पण मानवनिर्मित सेवांची पूर्ती करण्याची शासनाची जबाबदारीदेखील महत्त्वाची आहे. ह्या सुविधा म्हणेजच प्रशिक्षण, बँका, विमा, वाहतूक, दळणवळण, स्वास्थ्यरक्षा. यांच्याशिवाय विकासाचे चक्र गतीने फिरू शकत नाही.

उद्योजक जन्माला येत नाहीत, त्यांना घडवावे लागते, त्यांना निर्माण करावे लागते. यशस्वी व्यापारी, उद्योगपती होण्यासाठी 'भाग्यदेवतेचे वरदान' लाभणे ही एक महत्त्वाची दैवी बाब नाही. उद्योजक होण्यास अनुकूल वातावरण, मार्गदर्शन व प्रशिक्षण व्यवस्थापन, उद्योगाचे नियोजन, त्याचे योग्य संगोपन यांबाबत एक उत्कृष्ट अभ्यासक्रम तयार करणे अत्यंत आवश्यक आहे. उद्योजकांना प्रोत्साहन देणारा, त्यांचे मनोबल वाढविणारा, त्यांना व्यवसाय कसा सुरू करावा, त्याचे व्यवस्थापन, विकास, विस्तार आणि विस्मृतीकरण कसे करता येईल याबाबत योग्य मार्गदर्शन करणारा अभ्यासक्रम ही भारतासारख्या सर्वच विकसनशील देशांची गरज आहे. अशा देशात औद्योगिक वातावरणाचा अभाव असतो आणि असे वातावरण निर्माण होण्याकरिता उपयुक्त मनोवृत्तीदेखील त्याच्यापाशी नसते. परिणामतः मनोवृत्तीच्या अभावापायी उद्योगांना चालना मिळत नाही आणि उद्योगांना चालना न मिळाल्याने औद्योगिक वातावरण तयार होत नाही असे विनाशवर्तुळ तयार होते.

औद्योगिक वातावरण निर्माण करण्यासाठी व्यवस्थापकीय व उद्योजकताविषयक अभ्यासक्रमासोबतच, समाजात कार्यप्रवण वृत्ती निर्माण होईल याकरिता सामूहिक प्रभावांची गरज आहे. उद्योजक नावाचा एक स्वतंत्र वर्ग निर्माण होण्यासाठी समाजातच उद्योजकीय मनोवृत्ती निर्माण व्हावयास हवी. समाजातील दैववादी आणि अनास्थावृत्ती दूर होण्यासाठी राजकीय आणि आर्थिक नेतृत्वाची गरज आहे. विकास हे प्रयत्नाचे फळ आहे, केवळ पूर्वसंचिताचा आणि नशिबाचा परिपाक म्हणजे विकास नाही अशी मनोभूमिका तयार होणे अगत्याचे आहे. विकासाला अनुकूल मनोभूमिका तयार होण्यासाठी शालेय अभ्यासक्रमापासून, सर्वच स्तरांवर उद्योगी व प्रयत्नवादी मानसिकता जोपासण्यावर भर द्यावयास हवा. यशस्वी उद्योजकांची चरित्रे, त्यांच्या जीवनध्येयाचा परिचय करून देणारी प्रेरणादायी माहिती यांचा अभ्यासात समावेश व्हावा. नफा कमावणे, प्रयत्नाचा उचित मोबदला प्राप्त करणे यात अयोग्य अथवा अनुचित काहीच नाही. विकासवादी, श्रमसंस्कृतीवर श्रद्धा ठेवणारी विचारसरणी विकसित व्हावयास हवी. भांडवलाचा योग्य विनियोग करून अर्थार्जन करणे ही समाजाप्रती कृतघ्नता नाही तर ती समाजाची खरी सेवा आहे असा विश्वास निर्माण व्हावयास हवा. संपत्तीचे समान वितरण होण्यासाठी, तिची सर्व स्तरांवर व सर्वच वर्गांद्वारे निर्मिती व्हावयास हवी. जोपर्यंत निर्मितीचा प्रश्न सोडविला जात नाही, तोपर्यंत वितरणाचा विचारच व्यवहार्य नाही आणि म्हणून संपत्तीची निर्मिती करणाऱ्या विचारसरणीला

प्राधान्य द्यावयास हवे.

देशातील आळशी नोकरशाहीवृत्तीला आणि सहज उत्पन्न कमावण्याच्या प्रवृत्तीला आळा घातला पाहिजे. उद्योग किंवा रोजगारनिर्मिती हे शासनाचे कर्तव्य आहे. मी केवळ उपभोग घेणारा, नोकरी करणारा आणि समाजाच्या प्रयत्नांचा लाभ घेणारा नागरिक आहे असा विचार प्रस्थापित न होऊ देण्यासाठी प्रयत्न व्हावयास हवे. प्रत्येकाने श्रम केले पाहिजेत, उत्पन्नात भागीदारी मागण्यापूर्वी उद्यमनिर्मितीत आपला सहभाग, आपले योगदान दिले पाहिजे. उद्योग व आर्थिक विकासासाठी श्रमप्रधान आणि साहसीवृत्ती कृषी व ग्रामीण क्षेत्रातही आली पाहिजे. शेतकरी आणि ग्रामीण भागातील इतर उद्योगांमध्ये लाभदायकता, कार्यक्षमता आणि उत्पादकता हेच परवलीचे शब्द व्हावयास हवे. 'व्यापारीतत्त्व' हे अनुचित नाही कारण त्याशिवाय उन्नती शक्य नाही, अशी रास्त भावना निर्माण व्हावयास हवी.

□□

: २ :

उद्योजकता : एका न संपणाऱ्या स्वप्नाची गाथा

'उद्योजकता' ही एक सहजासहजी शब्दबद्ध करता येण्यासारखी संकल्पना नाही. पहाटे पडलेल्या सुखद स्वप्नाला शब्दबद्ध करणे जेवढे कठीण आहे तेवढेच उद्योजकतेला शब्दबद्ध करणे कठीण आहे. महत्त्वाकांक्षी आणि सतत धडपड करणाऱ्या पराक्रमी व्यक्तीला पडलेले ते भव्य स्वप्न आहे. नावीन्याची ओढ, कर्तबगारी, कल्पकता, सातत्य आणि परिश्रम यांचा अपूर्व संगम झाल्यावर ह्या स्वप्नाची अनुभूती येते.

ओप्राह विनफ्रे ही मिसिसिपी परगण्यात १९५४ साली जन्माला आलेली एक जन्मदरिद्री स्त्री. बालपणापासून तिचा परिचय केवळ 'दारिद्र्य' या एकाच शब्दाबरोबर झाला. वीज, पाणी, अन्न यांचा संपूर्ण अभाव असणाऱ्या कुटुंबात तिचा जन्म झाला. परंतु शिक्षण घेण्याची तीव्र जिद्द आणि अथक प्रयत्नांची कास धरून तिने ज्ञानप्राप्तीला सर्वाधिक प्राधान्य दिले. संकट हे दुर्दैवाचे लक्षण आहे हे शिकविणारा दुर्दैवाचा कठोर अनुभव तिला सर्वाधिक महत्त्वाचा वाटला.

वयाच्या १९ व्या वर्षी ती नेहाव्हिले रेडिओ स्टेशनवर निवेदक म्हणून काम करू लागली. त्या वेळी टेनेसी विद्यापीठात तिने संभाषणकला आणि अभिनय कलेचे उच्च शिक्षण घेण्यास प्रारंभ केला. तिला शिकागो रेडिओ स्टेशनवर काम करण्याची संधी प्राप्त झाली. १९८४ मध्ये तिला शिकागो टेलिव्हिजनवर एक कार्यक्रम - 'टॉक शो' करण्याची संधी प्राप्त झाली आणि तिच्या लोकप्रियतेचा आलेख उंचावू लागला. लोकांना काम आवडते, त्यासाठी नाट्याभिनयाची कोणती अंगे केव्हा व कशी वापरायची याची तिला योग्य जाणीव होती. नावीन्य, कल्पकता, विविधता यांमुळे तिच्या टॉक-शो ची मागणी सातत्याने वाढत होती.

१९८६ मध्ये तिने जेफ जेकोन यांच्या सोबत स्वत:ची कंपनी काढावयाचे ठरविले आणि 'हार्पो इनकॉर्पोरेटेड'ची स्थापना झाली. लोकांना आपल्या अभिनयाने गुंग करावयाचे आणि जादूभऱ्या आवाजाने रममाण करण्याचे तंत्र लाभलेल्या या नटीला व्यावसायिक यशाची पहिली चव या प्रकारे चाखायला मिळाली. वाढत्या

लोकप्रियतेचा आलेख नफ्याच्या वाढत्या रकमेत बदलण्यासाठी तिने सूत्रबद्ध प्रयत्न केले. हार्पोचे कार्यक्रम १०७ देशांत प्रकाशित होऊ लागले. व्यवसायविक्री, विस्तार आणि लोकप्रियता या सर्वच क्षेत्रांत असामान्य यश प्राप्त झाले. 'ओप्राह मॅगझीन' हे नवे उत्पादन तिने २००१ साली सुरू केले. स्त्रियांनी नवीन कार्ये, उपक्रम व प्रयोगात सहभागी व्हावे यासाठी त्यांना प्रोत्साहित करणारे विविध कार्यक्रम तिने केले, त्याला देखील अपूर्व प्रतिसाद प्राप्त झाला.

विविध मानवतावादी आणि समाजोन्नतीला चालना देणाऱ्या कार्यक्रमांना तिने उत्तेजन दिले आहे. विद्यार्थ्यांना शिष्यवृत्ती आणि विपदाग्रस्तांना आर्थिक साहाय्य करण्यात तिचा पुढाकार असतो. तिने अमेरिकेतील मुलांचे संवर्धन, संगोपन व संरक्षण योग्य प्रकारे व्हावे यासाठी पुढाकार घेऊन अनेक चळवळी आणि कार्यक्रम राबविले. जनमत जागृत केले. अमेरिकेच्या संसदेपुढे आपले मत योग्यप्रकारे मांडले. नॅशनल चाइल्ड प्रोटेक्शन बिल पारित व्हावे यासाठी विशेष पुढाकार घेतला. परिणामत: बिल क्लिंटन यांनी ओप्राह बिल अमेरिकेत संसदेपुढे ठेवून पारित केले.

ओप्राहचे चरित्र आणि व्यक्तिमत्त्व यांतून एक गोष्ट लक्षात येते. साहस, उपक्रमशीलता, सातत्य आणि जिद्द यांचा संगम व्यक्तीला पुढे नेतो. खरे अडथळे मनाच्या क्षितिजांनाच असतात. यश दृष्टीला दिसणाऱ्या क्षितिजांच्या पलीकडे असते. एक दुर्लक्षित, साधनशून्य आणि कमकुवत वाटणारी स्त्री देखील आपले अस्तित्व जाणवावे एवढे मोठे कार्य करते. हेच खरे कष्टाळू समाजाचे वैशिष्ट्य आहे. उद्योजकतेचे ते वास्तववादी दर्शन आहे.

उद्योजकता म्हणजे काय, ते ओप्राहसारख्या व्यक्तिमत्त्वांमधून समजून घेता येते. ज्या गोष्टीचा ध्यास लागला आहे, तिच्या पूर्ततेसाठी अखेरपर्यंत प्रयत्न आणि साहस करणाऱ्या व्यक्तिमत्त्वाचे दुसरे नाव म्हणजे 'उद्योजकता' आहे.

धन, संपत्ती आणि संपन्नता निर्माण करणाऱ्या उद्योजकाचे खरे कार्य काय आहे, हे व्यवसायाचे दुरून निरीक्षण करणाऱ्या सामान्य माणसांना कळणार नाही. सुरक्षित अंतर आणि जोखीमशून्य आयुष्य जगणाऱ्या निश्चिंत जीवांच्या कल्पनेपलीकडचा तो प्रांत आहे. बीजनिर्मिती आणि उद्यमीवृत्तीवर टीका करणाऱ्या आणि प्रत्येक कार्याचे केवळ चिकित्सक मूल्यमापन करणाऱ्या विचारवैभवी तत्त्वज्ञांच्या व समीक्षकांच्या ते आकलनापलीकडचे आहे. केवळ परिश्रम, प्रमाणप्रयोग आणि प्रेरणा यांनी भारावलेल्या वेड्या व्यक्तीचे ते जीवितकार्य आहे. धूळ, घाण, रक्त आणि घाम यांनी शिंपलेल्या नंदनवनात फळाला आलेला तो कल्पवृक्ष आहे. उद्योजक हे ध्येयाच्या आणि श्रेष्ठत्वाच्या प्रेरणेने भारावलेले असतात. पराक्रमाच्या सर्वोच्च शिखरावर आणि पराभवाच्या पाताळलोकाच्या सर्वात खालच्या पातळीवर जाण्याची त्यांची मानसिकता असते. विलक्षण धीरोदात्तपणा, असाधारण निष्ठा व कार्याप्रती संपूर्ण विश्वास हेच त्यांच्या

प्रेरणेचे खरे रहस्य आहे. त्यांना यशापेक्षा अपयशाचा परिचय अधिक वेळा झाला आहे.आपल्या नशिबात विजयपताकांपेक्षा पराभवांची मालिकाच जास्त वेळा झळकणार आहे, याची त्यांना पूर्ण जाणीव आहे. परंतु ह्या पराभवाची त्यांना खंत नाही कारण त्यात एका श्रेष्ठत्व आणि वीरोचित वृत्तीचे प्रदर्शन आहे. संकटांना सामोरे जाणाऱ्या कृतिशील शैलीचे आणि लढाऊ वृत्तीचे प्रकरण आहे. पराभव हा क्षणिक आहे, तात्कालिक आहे, त्याचा कायम विचार करावयाचा नाही याची त्यांना जाणीव आहे. स्वत:चे अस्तित्व आणि जगण्याचा हेतू हरविलेल्या हजारो सामान्यांबरोबर त्यांना जगावयाचे नाही, पराभव आणि विजयाची चव न चाखलेल्या, आळणी आयुष्य जगणाऱ्या निरुपयोगी व निरुपद्रवी व्यक्तींचे ते प्रतिनिधी नाहीत याची त्यांना जाणीव आहे. इतरांकरिता श्रमाची विक्री करणाऱ्या आणि दुसऱ्याच्या परसात स्वत:च्या परिश्रमाचे नंदनवन फुलविणाऱ्या परोपजीवी व्यक्तींपेक्षा ते वेगळे आहेत. ते स्वत: निर्माते आहेत, त्यांना त्यांच्या प्रारब्धाची, भवितव्याची तमा नाही कारण ते स्वत:चे भाग्यनिर्माते आहेत. ते उद्योजक आहेत. त्यांना स्वत:चे जग स्वत: निर्माण करावयाचे आहे. स्वयम्‌प्रेरणा आणि आत्मनिर्भरता या गुणांनी त्यांना जगात स्वत:ची वैशिष्ट्यपूर्ण जागा निर्माण करावयाची आहे.

संधीचा शोध आणि यशाची वाट ओळखणारे, जगाचा मार्ग बदलणारे उद्यमी म्हणजे खरे उद्योजक होय. रिचर्ड कॅंटीलन ह्या आदि अर्थतज्ज्ञाने १७०० मध्येच 'इन्ट्रेप्रेन्युअर' या शब्दाचा प्रथमत: उपयोग केला. 'जो संधीचा शोध घेतो आणि जोखीम स्वीकारतो अशा व्यक्ती म्हणजे उद्योजक' ही साधी व्याख्या कॅंटीलन यांनी केली. खरोखरच ह्या साध्या वाटणाऱ्या परंतु प्रभावी परिभाषेचे कितीतरी वेगवेगळे पदर आहेत.

विली शॉल या पादत्राणनिर्मात्याचे उदाहरण लक्षात घेण्यासारखे आहे. विली आपल्या आई-वडिलांचा ८ वा मुलगा. त्यांना एकंदर तेरा अपत्ये होती. त्याला चामड्याच्या वस्तू तयार करायचा लहानपणापासून छंद होता. आपल्या बहीण-भावांसाठी व आई-वडिलांसाठी तो जोडे तयार करण्याचा. चर्मकलेतील त्याची रुची पाहून त्याच्या वडिलांनी त्याला एका चर्मकाराकडे शिकायला ठेवले. तेव्हा तो अवघ्या पंधरा वर्षांचा होता. त्या दुकानदाराकडे त्याने चर्मकलेचीच नव्हे तर विक्रमकलेची पण धुळाक्षरे गिरविली.

तो त्यानंतर शिकागोला गेला. तेथे त्याने नागरिकांच्या पायाची दुर्दशा पाहिली. फाटलेले भेगा पडलेले पाय आणि खराब झालेले तळवे यांच्यासाठी योग्य व दर्जेदार पादत्राणांची गरज त्याने ओळखली. त्याने आपल्या आयुष्याचे एकच ध्येय ठरविले. Foot Doctor to the World. साऱ्या जगाच्या तळव्यांची आणि पायांची काळजी घेणारा डॉक्टर. त्याने एका दुकानात नोकरी करतानाच सायंकाळच्या इलीऑनाल

मेडीकल कॉलेजमध्ये देखील प्रवेश घेतला. जोड्यांच्या दुकानात नोकरी करून वैद्यक शिकणे अवघड कार्य होते, पण त्याने ते जिद्दीने व निष्ठेने पूर्ण केले. त्याने वयाच्या बाविसाव्या वर्षी आपले पहिले पेटंट प्राप्त केले. 'फूट इझर' पायांना आराम देणारे औषध. आपल्या या मलमांची प्रसिद्धी करण्यासाठी व ते लोकप्रिय करण्यासाठी शॉल अनेक उपक्रम व प्रयोग करीत होता. जोडे विकणारे दुकानदार त्याच्या हजरजबाबी व मधुर बोलण्याने व प्रात्यक्षिकांनी मोहित होत व ते 'मलम' पटकन विकत घेत. त्यासोबतच त्याने जोड्यांच्या डिझाइन व आकारात विविधता आणण्याचे प्रयोग सुरू केले. लोकांमध्ये पादत्राणे, जोडे यांच्याविषयी योग्य जाणीव निर्माण व्हावी, पायांची काळजी घेण्याचा शास्त्रीय विचार समाजात रुजावा यासाठी त्याचे विशेष परिश्रम केले. त्यासाठी त्याने पायांची निगा कशी राखावी, याचे विवेचन करणारी पुस्तके लिहिली.

त्याने पायांची निगा राखण्याची विविध तंत्रे लोकप्रिय केली. दर्जेदार पादत्राणे निर्माण केलीत, त्यासाठी अनेक उपक्रमाचे आयोजन केले. त्याची 'सिंड्रेला कॉन्टेस्ट' विशेष लोकप्रिय झाली. त्यासोबतच त्याचे 'मॅराथॉन' स्पर्धा आयोजित करून पायी चालणे लोकप्रिय केले. अवघ्या दोन वर्षांत त्याच्या उत्पादनाच्या विक्रीने विक्रमी उच्चांक गाठला. तो एक अत्यंत यशस्वी उद्योजक झाला. एखाद्या ध्येयाच्या वेडाने झपाटलेल्या व वेगळी वाट चोखाळणाऱ्या व्यक्तीची ही यशोगाथा 'संधीचा शोध आणि यशाची वाट ओळखणारे व्यक्ती' या परिभाषेचा अर्थ स्पष्ट करते.

'जीन बॅप्टीस' यांनी उद्योजकतेची परिभाषा करताना अधिक व्यापक संदर्भाचा आणि अर्थाचा वापर केला आहे. त्यांनी उद्योजक ही नफा कमविणारी आणि जोखीम घेणारी व्यक्ती असते, परंतु त्याची भांडवलाची मुबलकता असणे आवश्यक नाही असे मानले. भांडवल गुंतविणाऱ्या आणि जोखीम घेणाऱ्या ह्या दोन्ही व्यक्ती वेगळ्या असू शकतात. प्रत्येक उद्योजक भांडवली गुंतवणूक करतोच असे नाही, असे त्यांनी मानले. उद्योजकाला प्राप्त होणारा नफा, हा त्याच्या उद्योजकीय कार्यकौशल्य व क्षमतेतून प्राप्त होतो. त्याची बुद्धिमत्ता, जोखीम घेण्याची साहसी वृत्ती व नफ्याची संधी ओळखण्याची क्षमता ह्या गोष्टी बॅप्टीस यांनी महत्त्वाच्या मानल्या आहेत.

जोसेफ शुम्पीटरने नावीन्याचा शोध आणि 'सृजनशील विध्वंस' करण्याची क्षमता हे उद्योजकाचे खरे गुण मानले आहेत. त्याच्या मते उद्योजक हा नवनिर्माता असतो. तो प्रत्येक वेळी नवीन काहीतरी शोधतो, नवीन कार्य - उत्पादने आणि तंत्राचा शोध घेतो. त्यातून तो स्वत: पुढे जातो, समाजाला पुढे नेतो आणि आर्थिक व सामाजिक परिवर्तनाची प्रक्रिया पूर्ण करतो.

गॅरी सालोमनची यशोगाथा शुम्पीटरच्या 'सृजनशील विध्वसांचे' एक जिवंत उदाहरण आहे. ''मला नेहमीच योग्य आणि अचूक असणे आवश्यक वाटत नाही.

परंतु योग्य कल्पनेचा शोध घेणे अधिक महत्त्वाचे वाटते.'' हे गॅरी सालोमनचे वाक्य लक्षात ठेवण्यासारखे आहे. त्याने नवीन उपकरणांचा किंवा तंत्राचा शोध लावला नाही तर, उपलब्ध असणाऱ्या साधनांचा व साहित्यांचा अधिक विचारपूर्वक वापर केला. एक अत्यंत साधे उपयुक्त साधन निर्माण केले. परंतु, त्याचा व्यापक परिणाम म्हणजे जुन्या व परंपरागत पद्धतींचा शेवट झाला.

सालोमन याने संदेश व माहिती देणारी संकेत चिन्हे (Sign post & sign paintions) एका शास्त्रशुद्ध पद्धतीने करण्यावर भर दिला. त्याच्या पेटेंटेड उत्पादनाचे नाव होते, FAJISIGNS. त्याचा एक नवीनच बदल घडून आला. तयार, उत्तम प्रतीची गरजेनुरूप आणि आकर्षक संकेतचिन्हे प्राप्त झाली.

किमतीच्या तुलनेत ती अल्प किमतीची होती, खर्च आणि वेळ यांची बचत करणारी होती. आज सालोमनचा व्यवसाय अफाट विस्तारला आहे. त्याने परंपरागत संकेतचिन्हांच्या व्यवसायात मोठी क्रांती घडवून आणली आहे.

नवीन संधी ओळखण्याचे त्याचे विलक्षण सामर्थ्य आणि काहीतरी वेगळे करण्याची प्रेरणा यातून सालोमन पुढे गेला. खरा उद्योजक झाला.

पिटर ड्रकरने 'संधीचा महत्तम वापर करणारी व विकासाची नवीन वाट शोधणारी व्यक्ती' अशी उद्योजकाची व्याख्या केली आहे. विल्यम रिगले हे नाव आज सर्वपरिचित आहे. त्या बिल रिगलेचा साहसपूर्ण व्यावसायिक उपक्रम ड्रकरच्या परिभाषेचे मूर्त रूप आहे. बिल हा घरातला सर्वांत उनाड आणि हूड मुलगा होता. दोन वेळा तो घरातून पळून गेला होता. त्याला त्याच्या या 'थोर' कृत्यांसाठी वडिलांनी बराच 'प्रसाद' पण दिला. त्याचे वडील साबण तयार करायचे आणि विकायचे. बिलचा हूडपणा पाहून त्यांनी त्याला साबणाचा ड्रम उकळण्याचे सर्वाधिक जिकिरीचे व कष्टाचे काम दिले. (त्यामुळे त्याच्या मनावर आणि शरीरावर परिणाम व सातत्याचे वेगवेगळे चट्टे उमटले.) काहीतरी मोठे करावयाचे असेल तर बरेच परिश्रम व जिद्द हवी हे त्याला कळले.

वडिलांच्या फॅक्टरीतील साबणविक्याचे काम त्याला देण्यात आले, तेव्हा त्याला विक्रयकला हे सोपे तंत्र नाही, लोकांना संतुष्ट करणे, समजाविणे आणि त्यांना आपली उत्पादने खरेदी करण्यासाठी प्रोत्साहित करणे हे सहजसाध्य नाही हे उमगले. त्याचबरोबर विक्रीसाठी आवश्यक गुण, कौशल्य, चतुराई याचा पण त्याला परिचय झाला. आपण पहिला ग्राहक पटविण्यासाठी त्याला दोन-अडीचतास ग्राहकाला समजाविण्याचे कार्य करावे लागले.

त्यातूनच त्याच्या मनात एक मोठा उद्योजक निर्माण झाला. 'ठाम निश्चय' व 'सातत्य' हेच त्याचे खरे सद्‌गुण झाले. ग्राहकांना आकर्षित करण्यासाठी कोणत्या विविध तंत्रांचा, युक्त्यांचा वापर करावयाचा, हे त्याच्या लक्षात येऊ लागले. ग्राहक

मानसशास्त्राचा तो विवेचक अभ्यासक होता. ग्राहकांना उपयुक्तता, सुविधा, बोनस, भेटवस्तू हवी असते हे त्याने ओळखले. जाहिरात व लोकमान्यतेमधील परस्परसंबंध त्याच्या लक्षात आला.

त्याने च्युइंगमची निर्मिती सुरू केली. पण ते उत्पादन तो वॉशिंग पावडरबरोबर मोफत देत होता. त्याच्या असे लक्षात आले की ग्राहकांना च्युइंगम अधिक आवडला आहे. मग त्याने फक्त च्युइंगमच्या निर्मितीवरच लक्ष केंद्रित केले. अत्यंत अल्प किमतीत दर्जेदार विविध चवीचे च्युंइगम निर्माण करणे त्याने सुरू केले. दहा च्युईंगमवर दोन च्युइंगम मोफत ही त्याची विक्रीची कल्पना अभिनव होती. त्यामुळे विक्रीत प्रचंड वाढ झाली. त्याने ग्राहकांना च्युइंगम पोस्टाद्वारे मोफत पाठविण्याची प्रथा सुरू केली. अल्पावधीतच रिगलेचे नाव घरोघरी पोहोचले. ती एक नित्यसेवनाची, नित्यस्मरणाची गोष्ट झाली. एक प्रचंड व्यवसाय त्यातून निर्माण झाला. प्रत्येक रेस्टॉरंटमध्ये, प्रत्येक दुकानात, प्रत्येक बस थांबा, रेल्वे स्टेशन आणि क्लबमध्ये रिगले प्राप्त होऊ लागले. एक मोठी व्यावसायिक संधी रिगलेने यातून प्राप्त केली आणि तो अत्यंत यशस्वी झाला. कृतिशील स्वप्ने पाहणारा खरा व यशस्वी उद्योजक म्हणून त्याचा उल्लेख करायला हवा.

उद्योजकाचे गुण

मानवी संस्कृतीच्या विकासाचा इतिहास लिहिताना, अनेक घटकांचा प्रभुत्व व जबाबदार घटक म्हणून उल्लेख केला जातो. या परिवर्तनाला अनुकूल विचार आणि परिवर्तनाच्या गतीला वेग देणारा महत्त्वपूर्ण घटक जर कोणता असेल तर तो एकच आहे आणि तो म्हणजे 'भौतिक प्रगतीची कामना' व समृद्धीसाठी प्रयास करणारा विकासोन्मुख वर्ग. आज आपण त्या वर्गाला आणि त्या व्यक्तीला उद्योजकांचा वर्ग हे नाव दिले आहे. ऑथर कोल यांनी उद्योजकतेचे महत्त्व विशद करताना, ऐहिक समाजातील सामाजिक कार्य करणाऱ्या व्यापारीसंस्था यांमधील महत्त्वाचा दुवा म्हणजे उद्योजक असे मानले आहे. उद्योजकता ही एक वेगळीच वृत्ती आहे. समाजातील सामान्य व्यक्ती जी वाट चोखाळत नाही, ज्या गोष्टी सामान्य परिस्थितीत केल्या जात नाहीत, नित्य नियमांच्या व्यवसायात ज्या आव्हानांचा व जोखमींचा समावेश होत नाही, त्या सर्व गोष्टी, नावीन्यपूर्ण कार्य आणि वृत्ती जोपासण्याची कृती म्हणजे उद्योजकता होय.

सातत्यपूर्ण प्रयास आणि विविधांगी कृतीच्या माध्यमातून नियमित स्वरूपात संपत्ती व सुबत्तानिर्मितीची प्रक्रिया म्हणजे उद्योजकवृत्ती होय. ती एक गतिमान प्रक्रिया आहे. काल, संधी, क्षमता आणि मूल्यनिर्मितीच्या निकषांवर ज्या व्यक्ती जोखीम स्वीकारतात, आपल्या जीवितकार्याचा उद्देश हा केवळ नवनिर्मिती व विकास यात्रेचा

विस्तार आहे असे मानतात, अशा व्यक्ती म्हणजे उद्योजक होय. स्वत:च्या महत्त्वाकांक्षेबरोबर आर्थिक इच्छा, कल्पना, ध्येयांची पूर्ती करतात आणि समाजाच्या विकासकार्याला हाती घेतात त्यांनाच 'उद्योजक' म्हणता येईल.

सोईचिटो होंडा यांचे नाव आज जगातील सर्व तरुणांच्या, वसाहती व्यक्तींच्या परिचयाचे आहे. सोईचिटोंच्या परिश्रमांची व अवघड साहसपूर्ण जीवनाची हकिकत फार लोकांना माहीत असलेच असे नाही.

कोणे एके काळी मोटारसायकल हे केवळ सैनिक, पोलिस, दरोडेखोर आणि फिरते विक्रेते यांच्या वापराचे साधन होते. त्याचा मर्यादित वापर आणि एक विशिष्ट प्रतिमा यामुळे मोटारसायकलची निर्मिती मर्यादित भागातच होत असे. ती मध्यमवर्ग आणि जोशपूर्ण युवकांच्या वापराचे साधन नव्हती.

परंतु मोटारसायकल समाजजीवनाची आधुनिक गरज, युवकांचे प्रतीक आणि सध्याचे नवे रूप देण्याचे श्रेय सर्वस्वीपणे सोईचिटो होंडा यांना दिले पाहिजे. केवळ ३००० डॉलर आणि एक छोटेसे गॅरेज या भांडवलावर या लोहाराच्या पोराने आपला व्यवसाय सुरू केला. १९४८ अमेरिकन सैन्याने टाकून दिलेले वाहनाचे सुटे भाग आणि जुन्या मोटारसायकली व वाहनांचा वापर करून कामचलाऊ मोटारसायकली तयार करणे हे सोईचिटो याचे काम होते. हाच त्याचा व्यवसाय होता. युद्धात खचलेल्या दरिद्री आणि जर्जर जपान्यांनी त्या 'सायकलवजा' मोटारसायकली आनंदाने स्कीकारल्या. 'स्वस्तात मस्त' हीच त्यांची खरी ओळख होती. परंतु त्यातूनच एका व्यवसायाची मुहूर्तमेढ स्थापन करणे होंडाला शक्य झाले.

१९५९ साली त्याने 'सुपर कब' नावाचे एक हलकेफुलके आणि सहज हाताळता येणारे वाहन बाजारात आणले. याच दिवशी केवळ टोकिओ शहरात १,४०,००० डॉलर्सची विक्रमी विक्री झाली. जपानमध्ये एक नवे वाहन मोटारसायकलच्या गतीने रूपात आले. नावीन्य निर्माण करणारी यंत्रणा त्यातून निर्माण झाली.

१९६० साली अमेरिकेला होंडा नावाच्या रोगाने पछाडले होते. केवळ पाच-सहा वर्षांत अमेरिकेत १० लाख वाहने विकली गेली. अमेरिकन वाहनउद्योगाला व बाजारपेठेला 'होंडा' म्हणतात. असे त्यांनी सर्वांना अभिमानाने सांगितले. नवनवीन मॉडेल्स, आक्रमक बाजारपेठ तंत्र आणि प्रभावी जाहिरात यांमुळे होंडाचा कोणी प्रतिस्पर्धी राहिला नाही. एक श्रेष्ठ उद्योगपती व वाहन उद्योगात स्वत:चे नाव प्रस्थापित करण्याची महत्त्वाकांक्षा केवळ होंडालाच नाही तर, संपूर्ण जपानी अर्थ-व्यवस्थेला नायकत्व देण्यास कारणीभूत ठरली.

महारथी उद्योजकात कोणते गुण हवेत, याचा अभ्यास आणि याविषयी संशोधन शास्त्रज्ञांनी आणि व्यवस्थापन तज्ज्ञांनी केले आहे. ब्रॅडली जॉन्सन यांच्या

मते कोणताही एक गुण प्रभावी रूपात असलेली व्यक्ती उद्योजक होत नाही. तर खरा महारथी उद्योजक हा विविध गुण, योग्य पर्यावरण आणि संघटनेचे आदर्श स्वरूप यांचा एकत्रित परिणाम आहे. त्यांनी ह्या दृष्टिकोनाला 'बहुविध परिमाणांचा दृष्टिकोन' असे नाव दिले आहे.

त्यांच्या बहुविध परिमाणांच्या दृष्टिकोनात जे विविध घटक समाविष्ट होतात ते पुढीलप्रमाणे सांगता येतील.

(अ) व्यक्तिगत गुण
- साह्य प्राप्तीची तीव्र आकांक्षा
- नियंत्रण ठेवण्याची वृत्ती
- जोखीम घेण्याची वृत्ती व क्षमता
- कार्य समाधानाची प्रकृती
- पूर्वानुभव
- आई-वडिलांमधील उद्योजकीय वृत्ती व व्यवसायाकडे पाहण्याचा दृष्टिकोन.
- वय
- शिक्षण, प्रशिक्षण व मानसिक तयारी

(ब) पर्यावरण
- साहस, भांडवलाची उपलब्धता
- अनुभवी मार्गदर्शक उद्योगांची उपलब्धता
- तांत्रिक क्षमता व पात्रता असणारा कामगारवर्ग
- प्रमाणात कच्चा मालाची उपलब्धता
- शासनाचे धोरण व प्रमाण
- उच्च शिक्षण - प्रशिक्षणाची उपलब्धता

(क) संघटनेचे स्वरूप
- संघटनेचा प्रकार
- उद्योजकीय पर्यावरण
- व्यूहरचनात्मक घटक
- परिणाम
- विभेदात्मक स्वरूप
- लक्ष्यवेधी रचना

व्यवसायात मार्गक्रमणाचे स्वरूप

(ड) प्रक्रिया
- व्यावसायिक संधीचा शोध

- संसाधनाची उपलब्धता
- बाजारपेठ तंत्राचा वापर
- उद्योगनिर्मितीची प्रक्रिया
- संघटननिर्मितीचे तत्त्वज्ञान
- शासन व समाजयंत्रणेला प्रतिसाद

वरील सर्व घटकांचा उद्योजकाच्या निर्मितीवर प्रभाव व परिणाम होतो. त्यातून त्याचे व्यक्तिमत्त्व, व्यवसाय, कार्यपद्धती व रचना यांचा विकास होतो हे आपण लक्षात घेतले पाहिजे.

जे. फ्युसीनी आणि सुझी फ्युसीनी यांनी २२५ उद्योजक स्त्री-पुरुषांच्या चरित्रांचा अभ्यास केला आहे. त्यांचे व्यक्तिमत्त्व, कार्यपद्धती, कार्यशैली, उद्दिष्टे ध्येय, दृष्टी आणि योगदान यांचा त्यांनी वेगवेगळ्या विषयांवर अभ्यास केला आहे. त्यांच्या या अभ्यासात उद्योजकतेविषयी जे महत्त्वाचे निष्कर्ष त्यांनी काढले आहेत, ते समजून घेण्यासारखे आहेत. अडचणी आणि आव्हानांवर मात करण्याची तीव्र इच्छा हे सर्वच उद्योजकांचे पहिले आणि प्राथमिक ध्येय असल्याचे त्यांना जाणवले आहे. आपण हे करू शकतो, ह्यासाठीच आपला जन्म झाला आहे अशी त्यांची ठाम धारणा आहे आणि त्या वेडाने ते भारावलेले आहेत. जॉर्ज स्टेफार्ड या शाळा मास्तरला लेखनासाठी एक चांगले 'फाउंटनपेन' तयार करावयाचे होते. पण त्याच्या जिद्दीने 'पार्कर पेन्स' चा पाया घातला. तर जॉन ब्रेक या तरुणाला आपल्या गळणाऱ्या केसांची चिंता वाटू लागली. टक्कल पडल्यास आपण विद्रूप दिसू, या भयाने तो चिंताक्रांत झाला आणि त्याचा केस गळण्यापासून प्रतिबंध करणाऱ्या उपायांचा शोध अखेर नवीन प्रभावी द्रव्यावर येऊन पोहोचला.

प्रयोगशीलता, सृजनात्मक वृत्ती आणि नावीन्याची ओढ हे चांगल्या व महारथी उद्योजकाचे खरे गुण आहेत. त्याच्या व्यक्तिमत्त्वाचा व जीवनाचा तो वास्तविक परिचय आहे. हे सिद्ध करणारे उद्योजक काही कमी नाहीत, चार्ल्स रोल्स आणि हेन्री राइस यांनी नवीन व दर्जेदार मोटार कार तयार करण्यासाठी विविध प्रकारचे प्रयोग केले. विविधता व नवीन तंत्रज्ञानाचा कल्पक वापर यांचा उत्कृष्ट संगम होऊन त्यातूनच 'रोल्स राइस' चा जन्म झाला. मोटर वाहनाच्या इतिहासात क्रांती झाली. एक नवे पर्वच उदयास आले. हा नावीन्याचा आणि सृजनशीलतेचा विजय मानला पाहिजे.

व्यक्तिगत अडचणी, गरजा आणि परिमाणातील किंवा समाजातील समस्यांना तोंड देण्यासाठी जेव्हा विविधांगी व कल्पक प्रभाव निर्माण होतात, त्यातून नवनिर्मितीला व उद्योजकतेला चालना मिळते. समाजाच्या विकासाचे मूळ व प्रगतीचे खरे कारण व्यक्तीच्या विकासात्मक दृष्टिकोनातच दडलेले आहे. पहिल्या महायुद्धानंतर आलेल्या

उद्योजकाच्या आयुष्यातील विविध टप्प्यांवर उद्योजकीय कल्पना आणि विचारांचा विकास

बालपण	किशोरवय	तारुण्यातल्या	मध्यम वय	प्रौढत्व
○ आईवडिलांचा व घरातील वडीलधाऱ्यांच्या विचारांचा प्रभाव	परिक्षमातील घटकांचा, कौटुंबिक प्रभावकांचा परिणाम	शिक्षण उद्योजकता, कौशल्य विकास विचारांचे विस्तारलेले क्षेत्र	व्यवसायाचे स्वरूप, वर्ग-संघर्ष, वर्गस्थलांतर, सामाजिक त्याच स्थानाचा विकास	संपत्ती, सन्मान, वैभव व प्रतिष्ठा, सामाजिक महत्त्व, नैतिक अधिष्ठान, शासन, व व्यवसायाचा प्रतिसाद
○ एका वर्गातून दुसऱ्या वर्गाच्या श्रेणीत प्रवेश करण्याची महत्त्वाकांक्षा कौटुंबिक व्यवसाय	व्यवसाय निवडण्याची प्रेरणा, शिक्षक, मित्र, सहकारी, यांच्या विचारांचा प्रभाव	स्वत:विषयीच्या कल्पना मूल्ये, महत्त्वाकांक्षा क्षमतेचा परिचय, जिद्द, जय / पराजयाची चव चाखणे	कार्याचे स्वरूप, मित्र, स्वत:चा सहकारी कार्यपद्धती, जीवनशैली, मनोवृत्ती	कौटुंबिक परिस्थिती, जीवनशैलीचा स्वीकार विकासाची ओढ, महत्त्वाकांक्षेची तीव्रता
○ शैक्षणिक पर्यायाची निवड	व्यवसायनिवडीचे मार्गदर्शन	परिस्थिती, मित्र, कुटुंबीय यांचा प्रभाव	प्रगल्भ सन्मान विकासाची संधी	विकासाची संधी, विस्ताराची वृत्ती
○ आयुष्याचे ध्येय ठरविण्याची जिद्द	शैक्षणिक यश / अपयश, मूल्ये विचार यांचा प्रभाव समाजातील घटनांचा प्रभाव	कार्याचे स्वरूप व्यावसायिक स्पर्धा नावीन्याचा शोध, ओढ	पर्यावरणाचा प्रभाव स्वाभिमान, आत्मसन्मान, पुढचे भविष्य	व्यक्तीगत जीवनातील यश / अपयश जगण्याप्रती दृष्टिकोन

मंदीच्या काळात खचलेला मध्यम वर्गाला, गरिबीने व दारिद्र्याने पिचलेल्या लोकांना स्वस्त पण दर्जेदार गरजेनुरूप अन्न प्राप्त व्हावे यासाठी 'पुअर मॅन्स डिशेस' ची कल्पना रूढ करणारे मिनीसोटाचे अल्वीन हे या प्रकारचे उद्योजक होत. त्यातून गरीब व सामान्य जनतेच्या समस्या सोडविणे हे केवळ सामाजिक हिताचेच नाही तर आर्थिकदृष्ट्या देखील लाभदायक आहे ही कल्पना लोकांना कळली आणि व्यावसायिक उपक्रमाचा वेगळ्या दृष्टीने विचार होऊ लागला.

प्रत्येक संधी हे उत्पादन आहे. आणि प्रत्येक समस्या लाभाचे मूळ हा विचार जोपर्यंत कृतीत येत नाही तोपर्यंत लाभदायी होत नाही. नवीन व दर्जेदार उद्योग अस्तित्वात येत नाही. अगदी साध्या वाटणाऱ्या परंतु त्या समस्या सोडविण्यासाठी देखील कल्पकता, विविधता, व्यापारी दृष्टी आणि सहज वापरता येतील. नवनिर्माण हाच उद्योजक वृत्तीचा पाया आहे. 'किंग जिलेट' ने सेफ्टी रेझर तयार करून केवळ चकचकीत, तुळतुळीत दाढी करणेच सोपे केले नाही तर गालावरच्या जखमा सफाईदारपणे दूर केल्या, त्याच सफाईदारपणे त्यांनी दाढीप्रमाणेच सतत व दररोज वाढणाऱ्या लाभदायक उद्योगाची, 'जिलेट ब्लेडची' पण स्थापना केली.

'उद्योगीवृत्ती' ही निसर्गदत्त देणगी आहे आणि ती प्रशिक्षण, शिक्षण व प्रेरकांनी विकसित करता येत नाही असे या वर्गाला ठामपणे वाटते. काही निवडक व दैवदत्त व्यक्ती उद्योजक होऊ शकतात, हा त्यांच्या प्राक्तनांचा भाग आहे असे त्याचे समर्थन केले जाते.

'बँड एड' हे नाव आज सर्व परिस्थितीत आपण सहजपणे वापरतो. त्याचे निर्माते जॉन्सन आणि जॉन्सन हे जन्मत:च उद्योजक नव्हते. तर केवळ परिस्थिती आणि वेगळे काहीतरी करण्याची तीव्र प्रेरणा त्यांना ड्रेसिंग, संसर्गरहित व जंतुविरहित, प्लॅस्टर आणि साधनांच्या व्यवसायात ओढून आणण्यास कारणीभूत ठरली. परिणामत: हा उद्योजक बनण्याचा जंतू त्यांच्या रक्तातच भिनला आणि त्यातून एक नवा प्रभावी आणि जगभर सर्वपरिचित असणारा उद्योग निर्माण झाला.

प्रत्येक उद्योजक हा मुळातच संशोधक असला पाहिजे. त्याने काहीतरी नवीन शोधले पाहिजे. नवीन काहीतरी केले पाहिजे ही कल्पना काही फारशी स्तुत्य नाही; तर हा एक चलनात असणारा पण वस्तुस्थितीला धरून नसणारा गैरसमज आहे. सर्वांत लोकप्रिय 'फास्टफूडच्या चेन स्टोअर्सची निर्मिती करणाऱ्या रे कॉक' यांनी फास्टफूडचा शोध लावला नाही तर नवीन प्रकारचे उद्योजक हे विचारी किंवा चिंतनशील वृत्तीचे नसतात तर केवळ भाग्यशाली पुरुष असतात असा विचार मांडला. परंतु हे काही फारसे खरे नाही. योग्य, तर्कशुद्ध आणि परिपूर्ण विचार केल्याशिवाय नवे उत्पादन आणि सेवा बाजारात यशस्वी होणे फारसे शक्य नाही. कारण प्रत्येक चांगल्या उत्पादनाच्या मुळाशी एक चांगला विचार व दर्जेदार कल्पना

असते. ते 'कल्पनारम्य' आणि अद्‌भुताशी जवळीक साधणारा विचार करीत नाहीत, पण कल्पक आणि व्यवहारी विचारांचा मात्र प्रसार अवश्य करतात. या संदर्भात 'जॉज वेस्टिंग हाउस'चे कार्य लक्षात घ्यायला हवे. चालत्या गाडीला पटकन थांबता येईल असे वायुदाबावर कार्य करणारे ब्रेक्स त्याचे प्रथम तयार केलेत. त्यावेळी तो केवळ २१ वर्षांचा होता. परंतु या 'खीळ घालणाऱ्या' त्याच्या उपक्रमाने एक मोठीच क्रांती घडवून आणली. परिणामत: त्याला मोठा लाभ प्राप्त करून देणारी खाणच सापडली. केवळ प्रयोगशाळेत रम्य वाटणारे तंत्रज्ञान आणि पुस्तकात आकर्षक वाटणाऱ्या कल्पना आपण लाभदायक बाजारपेठेत आणतो हे त्याचे वाक्य खऱ्या उद्योजकाचे मनोगतच मानले पाहिजे.

समाजातील नाकारलेले, झिडकारलेले आणि केवळ हूड वृत्तीचे युवकच उद्योजक होतात. जे अभ्यासू असतात, विचार आणि शैक्षणिकदृष्ट्या प्रगल्भ असतात हे उद्योजकतेचा मार्ग चोखाळत नाही हादेखील एक गैरसमज आहे. हे खरे नाही. थॉमस अल्वा एडीसन हा बुद्धिमान नव्हता असे म्हणणे खरोखरच 'गैर' होईल. रुडाल्फ डिझेल हा डिझेल इंजीन्सचा निर्माता व इतर अनेक यांत्रिक उपकरणांचा व पद्धतींचा सुधारक अत्यंत बुद्धिमान इंजिनिअर होता. अल्पवयात इंजिनिअरिंगची पदवी प्राप्त करणाऱ्या रुडाल्फने अनेकांना आपल्या कृतीनेच चकित केले होते.

तसेच जे अल्पशिक्षित होते पण उद्योजक झालेत ते त्यांना कदाचित 'परंपरागत' व समाजाने मान्य केलेल्या शिक्षणयंत्रणेत योग्यता व मान्यता मिळाली नसेल. याचा अर्थ ते बुद्धिमानच नव्हते व नाहीत असा मात्र होत नाही.

उद्योजक हा केवळ पैसा, नफा आणि संपत्तीच्या निर्मितीसाठीच कार्य करणारा असतो असे मानण्याकडे आपला कल असतो. परंतु हे वास्तव नाही. केवळ पैसा या एकमेव उद्दिष्टासोबत उद्योजकाचे जवळचे नाते आहे असे मानणे त्यांच्यावर अन्याय करण्यासारखे आहे. नावीन्य, प्रायोगिक नाते, साहस, बदल घडवून आणण्याची व सकारात्मक विचार करण्याची तीव्र इच्छा या सर्वच घटकांचा प्रभाव पडून उद्योजक तयार होतात. टेलिफोनचा शोध लावणारा अलेक्झांडर ग्रॅहमबेल, केवळ पैशांपोटीच उद्योजक झाला असे म्हणणे त्याच्यावर अन्याय करण्यासारखे होईल.

पैसा सोबत असला म्हणजे कोणतीही व्यक्ती उद्योजक होऊ शकते हादेखील एक गैरसमज आहे. केवळ श्रीमंत आणि सधन व्यक्तीच नवीन उद्योग करू शकतात, आणि त्यात अपेक्षेप्रमाणे व अपार यश प्राप्त करतात या समजात फारसे तथ्य नाही. अत्यंत कंगाल आणि कफल्लक असताना व्यवसायाची बीजे रोवणारे आणि त्याचा अजस्त्र आकाराचा औद्योगिक साम्राज्याचा वटवृक्ष आपल्याच कर्तृत्वाने निर्माण करणारे कमी नाहीत. उलट ते खरे उद्योजक आहेत.

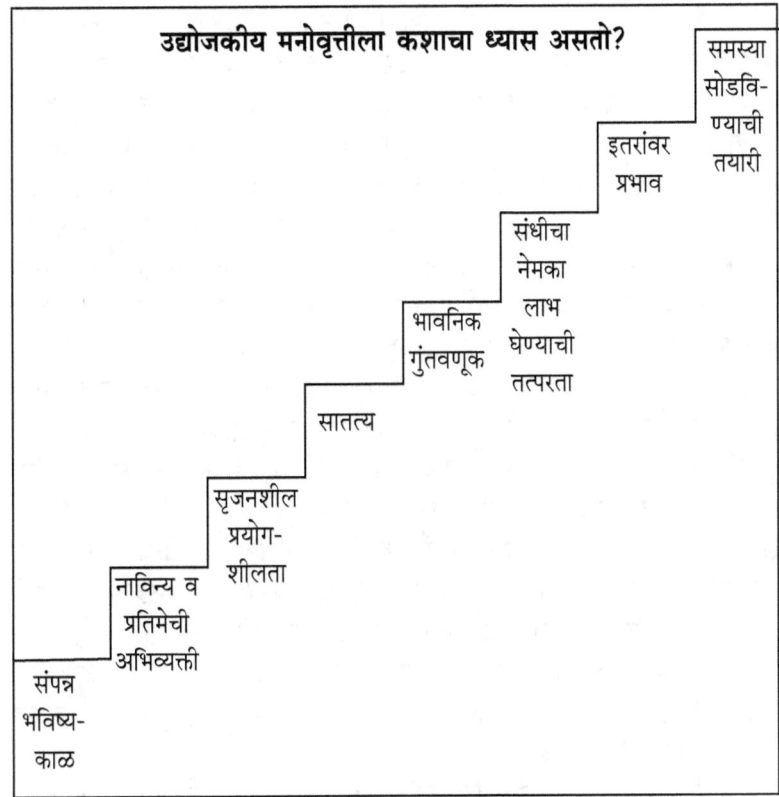

उद्योजकीय मनोवृत्तीला कशाचा ध्यास असतो?

उद्योजकीय व्यवस्थापनाची वैशिष्ट्ये

○ अल्पकालीन उद्दिष्ट त्वरित प्राप्त करण्यावर भर

○ 'यश' हाच सर्व कार्यांच्या परिणामाचा निकष

○ जोखीम घेणे योग्य, परंतु ती कमी करण्यावर भर

○ कार्याची पूर्तता आणि समाधानकारक अंमलबजावणी हा व्यवस्थापकीय शैलीचा निकष

○ यशाच्या स्वरूपावर बाजारपेठेतील प्रतिष्ठा व महत्त्व अवलंबून असते.

○ खर्चकपातीवर विशेष भर

○ क्षितिजसमानांतर व्यवस्थापकीय रचना

○ स्वामित्वाची भावना आत्यंतिक प्रबळ व प्रखर

○ संघटनातील परस्पर संबंध सचिव, सौहार्दपूर्ण व भावनात्मक स्वरूपाचे.

सिंकदर नशिबाचे अवलिये सामान्यपणे उद्योजक होतात असे बरेचदा काही यशस्वी लाभदायक व्यवसाय करणाऱ्या उद्योजकांची चरित्र वाचून वाटते. खरे तर हा अर्धवट माहितीवर आधारित असणारा अपरिपक्व विचार आहे. त्याग, परिश्रम, अपमान आणि कठोर निर्णय यांचे अवघड क्षण प्रत्येकच उद्योजकाच्या जीवनात येतात व त्यातूनच त्याच्या व्यक्तिमत्त्वाची जडणघडण होते. याची पण योग्य दखल घेणे आवश्यक असते. प्रत्येक अपयश एक धडा शिकवते, प्रत्येक पराभव एक नवा दृष्टिकोन देतो आणि प्रत्येक गमावलेली संधी विषयाची नवी वाट कशी शोधावी याचे मार्गदर्शन करीत असते. हे समजून घेणारी व्यक्तीच यशस्वी उद्योजक असतो. जगप्रसिद्ध केचप निर्माता 'हेन्री हेन्झ' आज सर्वांच्या परिचयाचा आहे. 'हेन्झ' ही जागतिक दर्जाच्या केचप सॉस् आणि जॅम्सची निर्माता कंपनी आहे. परंतु तिच्या निर्माता हेन्री हेन्झने त्या काळात आणि अवघड परिस्थितीचा सामना केला आहे. त्याची आपल्याला पुरेशी कल्पना नाही. त्याने केचप तयार करणारी कंपनी स्थापन केली. पण त्या व्यवसायाला यशाची चव आली नाही. त्यात तो पूर्णपणे निराश झाला, अपयशी ठरला. त्याला धोका, पैसे बुडविणे आणि फसवेगिरीच्या आरोपावरून अटक झाली. त्यानंतर त्याने हजार सटरफटर उद्योग केले आणि अखेर तो यशस्वी झाला. 'हेन्झ' हा आज जगप्रसिद्ध केचप आणि इतर पदार्थांचा ब्रँड आहे. हेन्झचे यश नशिबाचा भाग नाही तर परिश्रम आणि प्रयोग यांचे ते अपूर्व मिश्रण आहे. या संदर्भात luck happens when prepared mind searches for opportunity हे सूत्र आपण लक्षात ठेवले पाहिजे.

उद्योजकांच्या अपयशाचा दर अत्यधिक असतो. ते सामान्यांचे वा येऱ्यागबाळ्याचे काम नाही असे सांगून हताश करणारे पण कमी नाहीत. परंतु "Try Try Try again' हाच उद्योजकतेचा खरा आधार आहे. केवळ विचार करून अपेक्षित शिकार सापडत नाही. प्रत्येक गोष्ट भाग्यदेवता करीत नाही आणि प्रत्येक प्रयोगाला यश येते हे पण सत्य नाही. परंतु त्या प्रत्येक प्रयोगातून काहीतरी नवीन व विचार करण्यास प्रवृत्त करणारे बीज प्राप्त होते हेपण समजून घेतले पाहिजे. यालाच कॉरिडॉर प्रिन्सिपल

उद्योजकीय विकासाची प्रकिया
विज्ञान
तंत्रज्ञान
संशोधन
व विकास
नावीन्य
कल्पकता, प्रतिमा
स्पर्धाक्षमता
उत्कृष्टता व विविधता
उद्योजकाची व्यावसायिक व्यूहरचना

उद्योजकाची विविध रूपे, व स्वरूप.

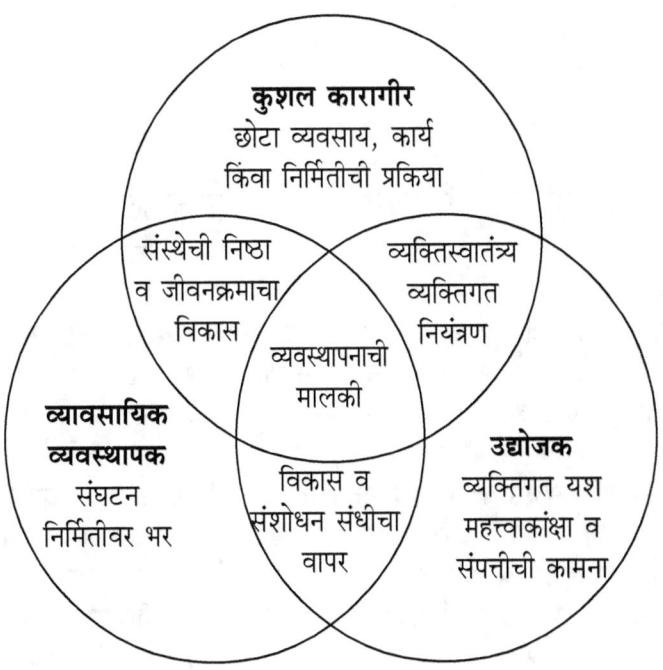

कुशल कारागीर
छोटा व्यवसाय, कार्य
किंवा निर्मितीची प्रकिया
संस्थेची निष्ठा
व जीवनक्रमाचा
विकास
व्यक्तिस्वातंत्र्य
व्यक्तिगत
नियंत्रण
व्यवस्थापनाची
मालकी
व्यावसायिक
व्यवस्थापक
संघटन
निर्मितीवर भर
उद्योजक
व्यक्तिगत यश
महत्त्वाकांक्षा व
संपत्तीची कामना
विकास व
संशोधन संधीचा
वापर

(Corridor Principle) हे नाव आहे. या सूत्रानुसार प्रत्येक नवीन उपक्रमाबरोबर, अनेक अनपेक्षित व नवीन संधी व उपक्रम आपोआपच पुढे येतात. उद्योगात येतात.

उद्योजक जुगारी आणि बेहिशेबी वृत्तीचे असतात असा त्यांच्यावर आरोप असतो. खरेतर ह्या आरोपातच त्याचे निरसन दडलेले आहे. जुगार हा अविचाराने, न कळणाऱ्या आणि केवळ कल्पनेच्या आधारावर खेळला जातो. त्यात शास्त्रीय सूत्रे, विचार, दूरदृष्टी आणि व प्रयोगशीलता नाही. त्याला विवेकाचा आधार नाही. खरा उद्योजक अत्यंत हिशेबी वृत्तीचा व विवेकी असतो. तो अंधारात तीर मारीत नाही. त्याची दृष्टी, विचार आणि कार्यपद्धती परिपक्व असते, तिला पूर्वानुभवाचा आणि चिंतनाचा आधार असतो.

□□

: ३ :

आर्थिक परिवर्तन आणि उद्योजकता

नावीन्याचा आणि वेगळेपणाचा ध्यास हाच परिवर्तनाचा खरा आधार आहे. बदल हवा असेल तर तो बाह्य स्वरूपाचा असून चालणार नाही, तर त्याला अंतर्गत हुंकार हवा, प्रतिसाद हवा आणि तो स्वीकारण्याची ऊर्मी हवी. परिवर्तन मग ते आर्थिक असो अथवा सामाजिक, केवळ वरवर दिसणारी व्यवस्था किंवा रचना बदलून येत नाही. माणसे बदलली की मते बदलतात हा विचार उथळ वृत्तीचा आहे. 'नागनाथ जाऊन सापनाथ' आलेत तर त्याला खरोखरच परिवर्तन मानता येईल काय? गोष्ट परंपरागत आणि साचेबंद पद्धतीने होत आहे. त्यामध्ये बदल घडवून आणण्यासाठी ती पद्धत बदलली पाहिजे, ती व्यवस्था राबविणारी माणसे बदलून हे परिवर्तन होत नाही. अर्थात हे समजून घेण्यासाठी देखील एक ठरावीक मानसिकता आणि मनोवृत्ती हवी. परिवर्तनाला स्वीकारणारी सकारात्मक विचारसरणी हवी.

वरवर पाहता सामान्य वाटणारे एक आर्थिक परिवर्तन संपूर्ण समाजरचना आणि प्रशासनाची कार्यपद्धती बदलण्यास कारणीभूत ठरू शकते.

परिवर्तनाचा प्रवास लाटांसारखा असू शकतो. ते एकामागून एक अशा विशिष्ट क्रमाने घडून येते. अर्थात, ज्याप्रमाणे पहिली लाट आणि तिचा तरंग ज्या प्रकारच्या प्रतिसाद प्राप्त होईल, त्याचप्रमाणे व त्या प्रकारचे परिवर्तन देखील घडून येते. आर्थिक व सामाजिक स्थित्यंतरासाठी यासारख्या परिवर्तनाची गरज असते. ती नियमितपणे आणि योग्य पद्धतीने होणे अगत्याचे असते. बरेचदा या परिवर्तनांना समजून घेण्याची क्षमता, दृष्टी आणि पक्वता नसणारा समाज ह्या परिवर्तनांकडे दुर्लक्ष करतो आणि ती नकळत होतात, त्यांचे महत्त्वच समजून घेता येत नाही. काही परिवर्तने दुर्लक्षिली जातात आणि काही अनुल्लेखाने मारण्याचा, टाळण्याचा प्रयत्न देखील होतो.

परंतु या प्रकारची कोती अल्प दृष्टी आणि अविचारी वृत्तीचा समाज स्वत:चे नुकसान करीत असतो, तो उन्नतीच्या मार्गावर पुढे जात नाही. त्याची विकासयात्रेची बस चुकते असेच मानावे लागेल. याउलट प्रत्येक परिवर्तनाला समजून घेणारा,

त्याचे योग्य स्वागत करणारा समाज परिवर्तनापासून समन्वित होतो, आर्थिक व सामाजिक विकासाची आपली गती टिकवून ठेवू शकतो. आर्थिक संदर्भात ही बाब अत्यंत सत्य आहे आणि त्याचा अगत्याने विचार होणे गरजेचे आहे.

'सॅम वॉल्टन' हे नाव आज व्यवसायाच्या क्षेत्रात सुपरिचित आहे. किरकोळ व्यापार आणि वितरणव्यवस्थेत त्याने मोठी क्रांती घडवून आणली. हे त्याच्या आर्थिक उपक्रमाचे दृश्य परिणाम आणि नजरेस येणारे परिवर्तन आहे. परंतु त्यापेक्षा महत्त्वाचे म्हणजे त्याने आर्थिक विचारात घडवून आणलेली अदृश्य क्रांती. सॅम वॉल्टन यांनी आर्थिक विचारांची आणि व्यावसायिक कार्यपद्धतीची दिशा बदलली.

सॅम वॉल्टन यांनी सन १९४० मध्ये किरकोळ व्यापाराच्या व्यवसायात प्रवेश केला. ते जे. ली. पेनी या विभागीय भांडारात किरकोळ विक्रेते व प्रतिनिधी म्हणून कार्य करीत होते. इर्टस् विक्रीमध्ये त्यांचे कौशल्य सर्वोत्कृष्ट होते. ते ग्राहकांना आपले म्हणणे पटवून देत आणि आपल्या मर्जीनुसार वागण्यासाठी त्याला प्रोत्साहित करत. त्यांचे लाघवी बोलणे, प्रसन्न शैली आणि ग्राहकांचा कल ओळखण्याची क्षमता अभूतपूर्व होती. एक विक्रेता म्हणून ते अनेक परीने यशस्वी झाले तरी देखील त्यात त्यांना समाधान नव्हते. त्यांना पुढे जाण्याची स्वप्ने पडत होती. त्यांना स्वत:चा व्यवसाय सुरू करण्याची तीव्र इच्छा होती. त्या स्वप्नाने त्यांना झोप येत नसे. ते आपल्या महत्त्वाकांक्षेने पूर्णत: पछाडले होते.

१९४५ साली त्यांनी आपल्या भावाबरोबर-बड वॉल्टन यांच्यासोबत स्वत:चे किरकोळ विक्रीचे दुकान - 'फाईव्ह अॅंड डायम स्टोअर्स' अकीन्स मधील न्यूपोर्ट या छोट्या शहरात सुरू केले. त्यात त्यांना विशेष यश मिळाले. पाच वर्षे न्यूपोर्टमध्ये 'यशाचा सराव' केल्यानंतर त्याने 'बेंटन व्हिले' या गावाकडे आपला मोर्चा वळविला. 'बेन फ्रॅंकलिन' या चेन स्टोअरचा अधिकृत विक्रेता म्हणून ते कार्य करीत होता. वॉल्टन व बंधूंनी स्वत:चेच डिपार्टमेंटल स्टोअर काढावयाचे ठरविले. लहान शहरात आपला प्रभाव योग्य प्रकारे पाडता येईल असे त्यांना वाटत होते. कारण ग्राहकांशी व्यक्तिगत संपर्क साधणे, प्रभावी जाहिरात करणे आणि इतरांवर मात करणे या शहरात त्यांना शक्य होते. सॅम आणि त्याच्या भावाने बेंटन व्हीलेमधील विविध छोटी-मोठी दुकाने विकत घेण्याचा चंग बांधला. त्याने अल्पावधीतच चांगले बस्तान बसविले.

१९६० च्या दशकात, 'डिस्काउंट स्टोअर' सवलतीत व कमी किमतीत वस्तू विकण्याचे आमीष होते हे सॅमच्या लक्षात आले आणि एका अभिनव कल्पनेचा उगम झाला 'वॉलमार्ट'. प्रत्येक लहान शहरात 'सवलती' आणि सूट देणारे 'डिस्काउंट स्टोअर' ही कल्पना अत्यंत यशस्वी झाली. वॉलमार्ट हे प्रत्येक लहान शहरात स्थापन होऊ लागले आणि प्रचंड विक्री, लाभ आणि अखंड ग्राहकांचा एक ओघच वॉलमार्टकडे वळला.

वॉलमार्ट आणि सॅम वॉल्टन हे समानार्थी शब्द झालेत.

वॉलमार्टचे यश कशात आहे? एक नवी आर्थिक आणि लाभदायक नवीन कल्पना संपूर्ण व्यवसायाचे भाग्य बदलू शकते. एक नवीन विचार अर्थव्यवस्थेला नवा मार्ग दाखवू शकतो.

उद्योजकाचे प्राथमिक कार्य आर्थिक प्रक्रियेला गती देण्याचे आहे. नावीन्य, सृजनशीलता आणि उपक्रमशीलता हेच उद्योजकाचे खरे कार्य आहे. उपक्रमशीलता ही मुख्यत्वेकरून, परिवर्तन, प्रगती, प्रयोग, क्रांती आणि नवनिर्मितीची क्रिया आहे. उद्योजक हा परिवर्तनाचा प्रतिनिधी आणि प्रगतीला जबाबदार घटक आहे. आर्थिक-दृष्ट्या उपयुक्त आणि यशस्वी असणाऱ्या अनेक कल्पना व्यवहारात आणण्यास उद्योजक जबाबदार आहे. फॉर्च्यून-५०० च्या पाहणीनुसार दरवर्षी अर्थव्यवस्थेला गती देणाऱ्या प्रमुख व नवनिर्मितीच्या प्रक्रियेतील महत्त्वाचे ९५% प्रयोग स्वयंप्राप्त उद्योजकांकडून आणि उपक्रमी व्यक्तीकडून होतात.

नवीन उद्योगांची स्थापना आणि निर्मिती हा विकासाचा आणखी एक महत्त्वाचा घटक आहे. कोणत्याही समाजरचनेत, अर्थव्यवस्थेत व्यापक प्रभाव विशिष्ट उद्योग टाकू शकत नाही. त्यासाठी अनेक लहान-मोठे, परस्परांशी संबंधित उद्योग व उद्योजक त्याला जबाबदार असतात. दरवर्षी हजारो लहान-मोठे उद्योग स्थापन होतात. ते सर्वच यशस्वी होतात असे नाही. परंतु त्यांच्या माध्यमातून एक संयुक्त प्रभाव (synergic effect) निर्माण होतो. अनेकांना प्रोत्साहन देणारे, त्यांच्या मनात सिद्धिप्रेरणा निर्माण करणारे, सकारात्मक पर्यावरण निर्माण होते. एक यशस्वी उद्योजक अनेकांपुढे अनुकरणीय एक आदर्श म्हणून आपली प्रतिमा निर्माण करतो आणि त्यातून एक निश्चित परिवर्तन घडून येणे शक्य होते.

रोजगारनिर्मिती हा जर आर्थिक विकासाचा दंडक मानला, तर आर्थिक विकासाच्या कार्यातील उद्योजकांचे कार्य अत्यंत मोलाचे मानावे लागेल. अल्प भांडवल, सामान्य वाटणारी साधनसामग्री, मर्यादित तंत्रज्ञान व कौशल्य आणि सीमित क्षमता यांच्या साहाय्याने काम करणारे हजारो उद्योजक एकाच वेळी लक्षावधी बेरोजगार युवकांना अल्प स्वल्प पण नियमित उत्पन्न आणि चरितार्थासाठी रोजगार निर्माण करून देतात. हे एक महत्त्वाचे आर्थिक व सामाजिक उन्नतीचे कार्य आहे.

समाजाच्या दीर्घकालीन विकासप्रक्रियेसाठी देशाच्या दीर्घकालीन आर्थिक विकासाच्या आराखड्यात सर्वांत महत्त्वाचा कारक जर कोणता असेल तर तो 'उद्योजकताच' आहे. कारण विकासासाठी केवळ एकदाच गुंतवणूक करणे पर्याप्त नाही. त्यात सातत्य, नियमितता आणि विविधता हवी. ही गुंतवणूक वाढत राहावी यासाठी कल्पक योजना हव्यात. या गुंतवणुकीचा पर्याप्त आणि लाभदायक उपयोग करण्यासाठी कर्तबगार आणि साहसी व्यक्ती हव्यात. हे सर्व कार्य उद्योजकांच्या संघटित कार्यातूनच होऊ शकते आणि म्हणूनच उद्योजक हा अर्थव्यवस्थेचा कणा आहे.

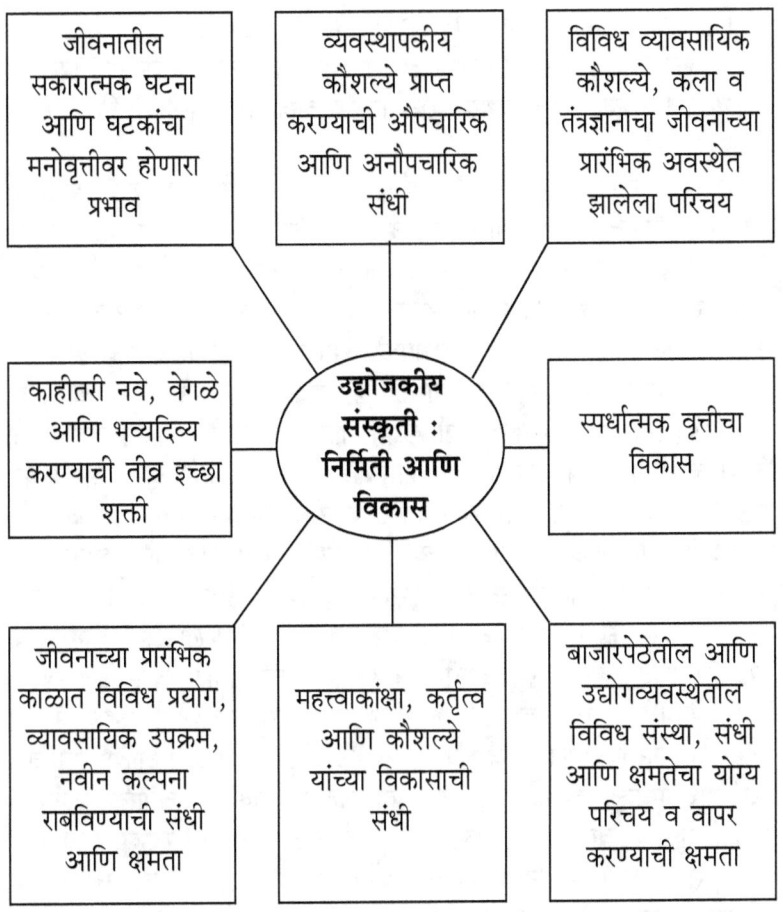

जीवनातील सकारात्मक घटना आणि घटकांचा मनोवृत्तीवर होणारा प्रभाव
व्यवस्थापकीय कौशल्ये प्राप्त करण्याची औपचारिक आणि अनौपचारिक संधी
विविध व्यावसायिक कौशल्ये, कला व तंत्रज्ञानाचा जीवनाच्या प्रारंभिक अवस्थेत झालेला परिचय
काहीतरी नवे, वेगळे आणि भव्यदिव्य करण्याची तीव्र इच्छा शक्ती
उद्योजकीय संस्कृती : निर्मिती आणि विकास
स्पर्धात्मक वृत्तीचा विकास
जीवनाच्या प्रारंभिक काळात विविध प्रयोग, व्यावसायिक उपक्रम, नवीन कल्पना राबविण्याची संधी आणि क्षमता
महत्त्वाकांक्षा, कर्तृत्व आणि कौशल्ये यांच्या विकासाची संधी
बाजारपेठेतील आणि उद्योगव्यवस्थेतील विविध संस्था, संधी आणि क्षमतेचा योग्य परिचय व वापर करण्याची क्षमता

नवीन उत्पादनांची व सेवांची निर्मिती हा अर्थव्यवहाराला चालना देणारा एक महत्त्वाचा घटक आहे. कल्पक व्यापारी व विक्रेता ग्राहकांच्या गरजांचे आणि अपेक्षांचे उत्पादनात रूपांतर करतात. त्यातून बाजारपेठेचा विस्तार होतो. क्रयशक्तीचा योग्य वापर व भांडवलनिर्मितीचे चक्र फिरू लागते. अर्थव्यवस्थेची गाडी योग्य रुळांवरून दीर्घकाळ धावण्यासाठी अशा अनेक छोट्या-मोठ्या उद्योजकांची गरज असते. केलॉग हे नाव आता अनेक प्रतिष्ठितांच्या स्वयंपाकघराची शान आहे. सकाळची न्याहारी केलॉगशिवाय पूर्ण होऊ शकत नाही असे मानणारे अनेक आहेत. परंतु त्याच सिरिअल फूडचा निर्माता विल्यम केलॉगला ही कल्पना अगदी अपघाताने सुचली. रुग्णाच्या खाण्या-पिण्याची आबाळ, त्यांना द्यायचा पोषक आहार याचा विचार

करताना केलॉगला ही कल्पना विविध प्रयोग करताना सुचली.

आज केलॉग हा अत्यंत यशस्वी व्यवसाय आहे. एक नवीन उत्पादन बाजारपेठेला चालना देऊ शकते. अर्थव्यवस्थेत चैतन्य निर्माण करू शकते याचे केलॉग हे चांगले उदाहरण आहे.

उद्योजक ज्ञान, तंत्रज्ञान आणि समाजाच्या गरजा यांमध्ये परस्पर संबंध साधणारा दुवा आहे. समाजाच्या नेमक्या गरजा, अपेक्षा आणि मागणी लक्षात घेऊन त्याला अनुरूप उत्पादने निर्माण करणे हे चांगल्या उद्योजकाचे लक्षण आहे. औद्योगिकीकरणामुळे शहरीकरण वाढले. शहरीकरणातून अनेक नवीन कल्पना उदयाला आल्यात. जागेची मर्यादित उपलब्धता, वाढती किंमत यांमुळे कमी जागेत मोठ्या गगनचुंबी इमारती बांधणे क्रमप्राप्त झाले. परंतु ह्या इमारतींमध्ये जर लिफ्ट नसतील तर? केवळ हा विचारदेखील आपल्या मनास स्पर्श करीत नाही. कारण हे उत्पादन आपल्याला चिरपरिचित आहे. आपल्या नेहमीच्या वापराचे आहे. 'लिफ्ट' ही आधुनिक समाजाची, मोठ्या उंच इमारतींची व नागरी समाजात राहणाऱ्या व्यक्तींची 'सामान्य' गरज आहे. परंतु प्रारंभीच्या काळात ही एक अत्यंत अशक्य, जोखीमपूर्ण आणि धोकादायक वाटणारी कल्पना होती. केवळ यंत्रे व सामग्री वाहण्यासाठीदेखील अशा प्रकारच्या यंत्रणेचा वापर करणे जोखमीचे आहे असे मानणाऱ्या कारखानदार, कामगारांची संख्या मर्यादित नव्हती. परंतु 'ओटीस' ने ह्या कल्पनेला व्यवहार्य व सुरक्षित स्वरूप दिले. त्याचा परिणाम मोठ्या इमारतींमधील व्यवहार सुकर झालेत. अधिक उंच व गगनचुंबी इमारती बांधणे सहज शक्य झाले. 'ओटीस' ही तंत्रज्ञान आणि सामाजिक गरज यांच्यामधील दुवा साधणारी खरी सेवा आहे. उद्योजक एका चांगल्या कल्पनेचा व्यापारी तत्त्वावर वापर कसा करू शकतो याचे ते चढते-उतरते स्वरूप आहे.

साध्या वाटणाऱ्या नित्य वापराच्या अनेक सेवा व उत्पादने बरेचदा हाताळावयास अवघड असतात. बरीच उत्पादने फार वेळा चलनात न येण्याचे एकमेव कारण त्यांची मर्यादित उपयुक्तता. कल्पक उद्योजक ह्या अडचणी नेमक्या ओळखतो. त्या दूर करतो. उत्पादनांना अधिक व्यवसायासाठी उपयुक्त आणि ग्राहकांच्या गरजेनुरूप करतो. हे बदल मोठे नसतात. हे तंत्रज्ञानातील फार मोठे परिवर्तन नसते, हे जगावेगळे शोध नसतात. परंतु त्यांची उपयुक्तता असामान्य असते. हे त्यांचे खरे यश असते. जोशुआ हॉल या तरुणाला अमेरिकन समाजाच्या बदलत्या चालीरीतींचे, मनोवृत्तीचे आणि विचारसरणीचे नेमके आकलन झाले. त्याच्या डोक्यात वेगवेगळ्या कल्पना घोळत होत्या. जर आपण मनोरंजक, मन प्रसन्न करणारे आणि शुभेच्छा देणारे 'संदेश' छापलेले ग्रिटिंग कार्ड्स लोकांना विकण्याचा व्यवसाय केला तर? त्याकाळी रंगीबेरंगी शुभेच्छापत्रे व ग्रीटिंग कार्ड्स युरोपातून येत व अमेरिकेत विकली जात. नवीन वर्ष, व्हॅलेंटाइन डे, ख्रिसमस यांसारख्या प्रसंगी द्यावयाच्या शुभेच्छा

योग्य, कल्पक आणि रंजक शब्दांत, चित्रमय पद्धतीने देण्याची पद्धत रूढ होण्यापूर्वीच तिची व्यापारी उपयुक्तता जोशुआ हॉल यांनी ओळखली आणि त्यातून 'हॉलमार्क' सारखा अत्यंत आकर्षक व सतत नफा कमावणारा उद्योग जन्माला आला.

तंत्रज्ञानाची किमया आणि नवीन व प्रगल्भ कल्पना यांचा वापर करून अर्थव्यवस्थेला विलक्षण गती देण्याचे कार्य उद्योजक करतो. केवळ शास्त्रज्ञांच्या मनात, प्रयोगशाळेत आणि पुस्तकात अडकलेल्या कल्पना व्यवहारात आणणारे संशोधन व तंत्रज्ञान विकसित करणे हे उद्योजकाचे आव्हानात्मक कार्य आहे. अत्यंत नवीन व उपयोगितेच्या निकषावर सर्वश्रेष्ठ ठरणारी उत्पादने स्वस्त दरात व सहजपणे उपलब्ध करून देणारे उद्योजक आर्थिक निकषांवर असामान्य कार्य करीत असतात. 'मोबाइल फोन' ही कल्पना तंत्रज्ञानाच्या दृष्टीने कितीही आकर्षक असली तरी देखील जोपर्यंत ती सामान्य माणसाच्या आवाक्यात येत नाही तोपर्यंत त्यांची आर्थिक उपयुक्तता व अर्थव्यवस्थेला नवीन दिशा देण्याची क्षमता मर्यादितच असते; हे आपण लक्षात घेतले पाहिजे. या दृष्टीने उद्योजकाचे कार्य अत्यंत महत्त्वाचे मानले पाहिजे.

'विल्यम कॅरिअर' याचे कार्य या दृष्टीने अत्यंत महत्त्वाचे मानले पाहिजे. एअर कंडिशनिंग - वातानुकूलनव्यवस्था ही प्रत्येक उष्ण प्रदेशातील व्यक्तीची गरज आहे. असुरिया, इराकमध्ये इ. पू. ३००० वर्षांपूर्वी यासाठी प्रयोग झालेत. त्यानंतर त्यासंदर्भात विचार होत होता. परंतु 'विल्यम कॅरिअर' ने या संपूर्ण विचाराला प्रत्यक्ष, मूर्त आणि लाभदायक स्वरूप दिले.

विल्यम कॅरीअरला त्याच्या आईने तांत्रिकदृष्ट्या शास्त्रीय विचार करायला शिकविले. तो अत्यंत बुद्धिमान व कल्पक होता. नवीन यंत्रे व यंत्रणा विकसित करण्याची त्याची क्षमता अफाट होती. त्याने 'वातानुकूलित यंत्रणा' तंत्रज्ञानाचा वापर करून निर्माण करता येते हे लवकरच ओळखले. विविध प्रकारचे डिझाइन, रचना करून त्या कल्पकतेला त्याचे मूर्त स्वरूप दिले. तो एक अत्यंत यशस्वी तंत्रज्ञ होता. आज आपल्याला सर्वत्र वातानुकूलित यंत्रणा दिसतात, त्याचे खरे श्रेय विल्यम कॅरीअर याला द्यायला हवे.

तंत्रज्ञानाला मनुष्याचा सखा, सोबती, साहाय्यक करण्याऱ्या उद्योजकांनी विविध यंत्रे, तंत्रे उत्पादने निर्माण करून जीवन केवळ सुखाचे केले नाही तर आर्थिक सुबत्ता पण निर्माण केली आहे.

पूर्वी ज्या गोष्टींची, उत्पादनांची कधी कोणी कल्पना देखील केली नाही, अशी उत्पादने निर्माण करणारे, एक पूर्ण व आमूलाग्र परिवर्तन (break through) उद्योजक अर्थव्यवस्थेचा कणा असतात.

मायकेल डेलला सर्वाधिक कल्पक व नवनिर्मितीची क्षमता असणारा व्यक्ती असण्याचा मान मिळाला तो त्याच्या अपूर्व योगदानामुळे. तंत्रज्ञानाला आपल्या

आवश्यकतेनुसार वापरण्याची त्याची कल्पना, प्रमाण, परिश्रम व प्रयोग यामुळेच २० व्या शतकाच्या उत्पादनावर त्याचा निश्चित ठसा उमटला आहे. आज 'डेल' पर्सनल कॉम्प्युटर अत्यंत लोकप्रिय आहेत. संगणकाचे तंत्रज्ञान योग्य प्रकारे वापरण्याची त्याची क्षमता, त्यातून निर्माण झालेले उत्पादन ही त्याच्या यशाची खरी ओळख आहे.

तंत्रज्ञानाचे एका क्षेत्रातून दुसऱ्या क्षेत्रात व एका प्रांतातून, स्थानातून, देशातून दुसऱ्या देशात स्थानांतरण हे एक महत्त्वाचे कार्य उद्योजक करीत असतात. त्यातून नवे रोजगार, भांडवल व औद्योगिक संरचना निर्माण होत असते. प्रगल्भ वृत्तीच्या आर्थिक परिवर्तनासाठी अशा प्रकारे तंत्रज्ञानाचे स्थानांतरण अत्यंत महत्त्वाचे ठरते. हे कार्य करणारा उद्योजकांचा संघटित वर्ग हे देशाच्या प्रगतीचे रहस्य आहे. त्यासाठी संघटित प्रमाण, नवनिर्मितीला प्रोत्साहन देणारे वातावरण आणि आवश्यक सुविधा उपलब्ध होणे अगत्याचे ठरते.

अनेक उद्योजकांनी नवीन तंत्रज्ञानाची आपल्या देशात आयात करून मोठी प्रगती व क्रांती घडवून आणली आहे. अझीम प्रेमजी, गुरुराज देशपांडे, नारायण मूर्ती आणि शिव नाडर यांसारख्या उद्योजकांनी माहिती तंत्रज्ञानाचा कल्पकतेने वापर करून भारतात एक अदृश्य क्रांती घडवून आणली. मोठ्या प्रमाणात रोजगार, भांडवलनिर्मिती आणि औद्योगिक प्रगतीच्या चक्राला नवी दिशा दिली आहे.

उद्योजकीय कौशल्याचा निधी

○ संदेशवहनाची कौशल्ये	अहवाललेखन, संदेशवहनविषयक जागृती प्रभावी सादरीकरण
○ समूहकार्य कौशल्ये	नेतृत्व, संघवृत्ती
○ व्यक्तिगत कौशल्ये	आत्ममूल्यांकन, जागृतीची भावना,
○ संघटनात्मक कौशल्ये	समयव्यवस्थापन, कार्यव्यवस्थापन, उद्दिष्ट निर्धारण
○ परस्पर संवाद कौशल्ये	सौदेबाजी, सुसंवाद, परस्पर विश्वास
○ समस्यानिराकरण कौशल्ये	समस्येचे आकलन, परिभाषा करणे, कल्पक विचारसरणी
○ सामाजिक जाणीव	इतरांप्रती संवेदनशील विचार करणे, निर्णयाला निष्ठा, तत्त्व व नैतिकतेचा आधार.
○ संसाधन नियोजन कौशल्ये	आर्थिक जागृती, अंदाजपत्रक आखणी, परिव्यय लेखांकन

विकासाच्या चक्राला गती देणारे इंधन, कल्पना, नावीन्य आणि द्रष्टेपणातून निर्माण होते. प्रगतीचे यंत्र फिरविण्याची क्षमता, साहस आणि प्रयोगशील वृत्तीतच आहे हे लक्षात घेतले पाहिजे.

विपन्नावस्था, दारिद्र्य आणि अभाव यांवर मात करण्यासाठी आर्थिक उन्नतीचा मार्ग शोधणे क्रमप्राप्त आहे. ही आर्थिक प्रगती केवळ एका अजस्त्र उद्योगाच्या स्थापनेतून होऊ शकत नाही. केवळ शास्त्राच्या पुढाकारातून आणि जनतेच्या सहभागातून होऊ शकत नाही. त्यासोबतच कल्पकवृत्तीचे व प्रयोगशील मानसिकतेचे नेतृत्व हवे आणि त्यासाठी सक्षम उद्योजकांच्या वर्गाला पर्याय नाही.

आज उद्योजकतेच्या वृत्तीचा आणि उद्यमी प्रकृतीचा विकास होताना दिसून येत आहे. उद्योजकीय मानसिकतेला प्रोत्साहन देणाऱ्या ज्या विविध घटकांचा जगभर पगडा दिसून येत आहे त्यांचा एकत्रित विचार केल्यास उद्योजकीय मानसिकता का निर्माण होत आहे, याचा नेमका उलगडा होईल.

२० व्या शतकाच्या प्रारंभी विशाल आकाराच्या उद्योगांचे वर्चस्व वाढत होते. अनेक बहुराष्ट्रीय आणि विशाल आकाराचे उद्योग विविध क्षेत्रांत आपला विस्तार वाढवित होते. त्यांच्या ताब्यात असणारी साधनसामग्री, संपत्ती यांचा विचार केल्यास येणारे युग अजस्त्र आकाराच्या उद्योगांचे राहील असे वाटणे स्वाभाविक होते. परंतु गेल्या काही दशकांत ही परिस्थिती झपाट्याने बदलत आहे. रोजगाराची व भांडवलनिर्मितीची क्षमता, तंत्रज्ञानाचा कल्पक वापर या निकषांवर लघु व मध्यम आकाराचे उद्योग आता वेगाने पुढे येत आहेत. त्या प्रकारची, विकासाची क्षमता लघुउद्योगांमध्ये आहे ती अतुल्य आहे.

उद्योगांचे स्वरूप जसेजसे बदलत आहे, तसेतसे उद्योगाच्या रचनेतदेखील बदल होत आहेत. उद्यमी वृत्तीचा प्रसार, कार्यक्षम उद्योगाचा स्वीकार करीत आहेत. त्यामुळे आर्थिक विकासाचे नवे प्रतिमान पुढे येत आहे.

नवे तंत्रज्ञान आणि नवीन कार्यपद्धतींचा विलक्षण झपाट्याचे प्रसार होत आहे. नॅनो टेक्नॉलाजी व माहिती तंत्रज्ञान यांनी उद्योगाच्या स्वरूपातच मूलभूत बदल घडवून आणले आहेत. आता 'बहुसंख्य' (mass scale) पातळीच्या उद्योगांचे जग संकुचित होत आहे. त्याची जागा लहान व्यक्तिगत गरजांना पूर्ण करणाऱ्या व ग्राहककेंद्री लघुउद्योगांनी घेतली आहे. लवचीक, सहजपणे बदलांना स्वीकारणाऱ्या कार्यक्षम उद्योगांची गरज सर्वच अर्थव्यवस्थांमध्ये जाणवत आहे. त्यातूनच मध्यम व लघुउद्योगाचा विकास होत आहे.

खासगीकरण आणि शिथिलीकरणाची प्रक्रिया आज जगभर गतिमान झाली आहे. अनेक अर्थव्यवस्थांनी मुक्त रचनेचा आणि बाजारपेठ तंत्राचा स्वीकार केला आहे. याचा परिणाम म्हणजे उद्योगांच्या संधीचा प्रसार विविध क्षेत्रात होत आहे.

अनेक लहान-मोठे उद्योजक पुढाकार घेऊन नवीन उपक्रमांची निर्मिती करीत आहेत.

ग्राहकाचा एक-एक संघ वर्ग म्हणून विचार करणारा परंपरागत विचार आता मागे पडत आहे. त्याची जागा ग्राहकांच्या ठरावीक वैशिष्ट्यपूर्ण गरजा, विविधता आणि व्यक्तिगत स्वरूप यांकडे लक्ष देणारा विक्रेता व उत्पादकवर्ग पुढे येत आहे. या उत्पादकवर्गाचे कार्य अत्यंत निम्न पातळीवर होत असते. परंतु त्याचा एकत्रित परिणाम लक्षणीय आहे. हे उद्योजक 'मोठ्या पातळीवर' उत्पादन करीत नाहीत, तर ठरावीक व मर्यादित ग्राहकवर्गाला लक्ष्य करणारे आहेत.

▢▢

: ४ :

उद्योजकतेचे स्वरूप

उद्योजकतेचे फलित वेगवेगळ्या स्वरूपांचे असते. त्याचे प्रतिफळ केवळ पैशात मोजणे गैर होईल. सर्वसामान्य माणसे आणि उद्योजक यांतील सर्वाधिक महत्त्वाचा फरक हाच आहे. कारण सर्वसामान्य माणसे त्वरित प्राप्त होणारे लाभ, कमीत कमी जोखीम आणि उत्तम व आरामदायक जीवन यामध्येच सुखाचा शोध घेतात. त्यांच्या दृष्टीने सुखी माणसाचा सदरा घामाने मळलेला आणि परिश्रमाच्या डागांनी खराब झालेला नसतो. त्यांना नावीन्याची आवड नसते व जोखीम, कल्पकता यांनी मंतरलेली वेगळी वाट चोखाळण्यापेक्षा 'अर्थशून्य' पण असणारा धोपट मार्गच योग्य वाटतो. जोखीम टाळता येणारा पलायनवाद ज्याला साधला अशी व्यक्ती नशीबवान व यशस्वी आहे असेच हा वर्ग मानतो; कारण जोखीम आणि पराभव, जोखीम आणि अपयश, जोखीम आणि अवमान किंवा जोखीम आणि अधोगती यांतील सरळ संबंध त्याला जेवढा स्पष्ट दिसतो; तेवढा जोखीम आणि सन्मान व कीर्ती यातील सरळ संबंध लक्षात घेण्याइतका ठळकपणा दिसत नाही.

'बस्किन रॉबिन्स' या आइस्क्रीम निर्मात्यांची कथा अत्यंत चवदार आणि रोचक वाटणारी आहे. आज आइसक्रीम हा शब्द उच्चारला की आपल्यापुढे जी नावे चटकन् पुढे येतात, त्यात वॉल्स, बस्किन रॉबिन्स आणि अमूल ही प्रमुख नावे आहेत. बस्किन रॉबिन्स हा एक अत्यंत दर्जेदार व श्रेष्ठत्व प्राप्त झालेला ब्रॅण्ड आहे. त्याचे निर्माते रॉबीन्स आणि बर्ट रॉबिन्स यांचा दोघांचा पण आइसक्रीमचा स्वतंत्र व्यवसाय होता. त्यांना नवीन चवीची व प्रकारची आइसक्रीम्स् तयार करायची आवड होती. हेच त्यांचे प्रथम लक्ष्य होते. दर आठवड्याला ७५ डॉलर्सची कमाई करायचे. परंतु दरवेळी नवीन प्रकार, नवीन चवीचा, रंगसंगती आणि विविध नावांची आइसक्रीम्स् तयार करावयाची त्यांची कल्पना जेव्हा प्रत्यक्षात बाजारात आली, त्यावेळी तिचे विलक्षण जोशपूर्ण स्वागत झाले. बस्किन रॉबिन्स हे नाव आता घरगुती ओळखीचे झाले. 'कोन' मध्ये आणि चेंडूच्या आकाराच्या गोल बॉल्समध्ये आइसक्रीम बाजारात आणून लहान मुलांना आकर्षित करण्याची अभिनव कल्पना त्यांचीच. आजही

उद्योजकतेची विविध प्रतिमाने

प्रतिमान	उद्देश	सिद्धांत	कौशल्य	परिस्थिती
१) श्रेष्ठ व्यक्ती प्रतीमान	तीव्र इच्छा शक्ती अफाट कौशल्य महत्त्वाकांक्षा आत्मिक प्रेरणा	उद्योजक जन्माला येतात, घडविले जात नाहीत.	अंत:प्रेरणा शक्ती, जिद्द, क्षमता, सातत्य महत्त्वाकांक्षा	प्रारंभापासून नवीन व्यवस्थेची रचना.
२) परंपरा वादी प्रतीमान	उद्योजकता ही वृत्ती आहे. नाविन्याच्या शोधाच्या प्रेरणेतून उद्योजकता निर्माण होते.	कृतीशिलकृती आणि विवेकपूर्ण निर्णय क्षमता संधीचा शोध हाच उद्योजकतेचा आधार	नाविण्य सृजनशीलता शोधकवृती अंत:प्रेरणा	प्रारंभापासून अथवा नविन कार्यापासून सुरुवात
३) नेतृत्ववादी प्रतीमान	नेतृत्वाची आणि पुढाकाराची आस हाच उद्योजकतेचा आधार	साधन, समूह आणि संघवृत्ती, यातून उद्योजकतेचा विकास होतो.	अभिप्रेरण नेतृत्त्व दिशादर्शन	विकासाच्या प्रारंभिक अवस्थेतील संघटनाचा विकास
४) मनोवृत्ती विषयक गुण समूह प्रतीमान	उद्योजकता ठराविक गुण व वृत्तीचा परिपाक आहे.	लोक आपल्या विचारसरणी वृत्ती आणि तत्त्वाच्या समर्थनाचे कार्य करतात.	जोखीम घेणे काहीतरी सिद्ध करणे. सिद्धी प्रेरणा विचार यांचा एकत्रित प्रभाव	नविन उपक्रमाची कार्याचा शोध, निर्मिती
५) व्यावसायिक उद्योजक प्रतीमान	आकाराने आपल्या क्लिष्ट आकाराच्या संघटनाचा विकास करण्यासाठी उद्योजकता आवश्यक असते.	संघटनेचा विकास, विस्तार, आणि संरक्षण यांच्या रक्षणा-साठी संघटन निर्मिती नवीन विचार व कौशल्य विकास	संधीचा शोध, योग्य निर्णय व पर्यायाचा शोध	परिपक्वता आणि परिवर्तन

बस्किन रॉबिन्स हा एक नामवंत ब्रॅण्ड आहे. 'या सम हाच' असे त्याचे वैशिष्ट्य आहे. विविधता व वेगळा मार्ग चोखाळण्याची ही जगावेगळी कृती कितीतरी प्रकारे यशस्वी आणि कल्पक ठरली आहे.

उद्योजकता विकास आर्थिक व सामाजिक परिवर्तनाची महत्त्वाची गरज आहे. समाजातील दृश्य आणि अदृश्य परिवर्तनांना जबाबदार असणारा तो महत्त्वाचा घटक आहे. वरवर पाहता सामान्य वाटणारी उत्पादने, सेवा आणि आर्थिक क्षेत्रातील बदल, बाजारपेठेतील नवीन तंत्रे यांचा समाजाच्या मानसिकतेवर परिणाम होत असतो. उत्पादनांची विविधता केवळ बाजारपेठेची शोभा वाढवित नाही तर समाजातील क्रियाशील आणि प्रतिभावान उद्योगांना पुढे येण्याची प्रेरणा पण देते.

एका व्यक्तीस उद्योजक होताना व झाल्यानंतर जे मानसिक, आत्मिक समाधान प्राप्त होते, कृतकृत्यतेची जी भावना त्याच्या मनात निर्माण होते ती केवळ शब्दांत सांगता येणार नाही. नावीन्य, विकास आणि परिवर्तनाच्या प्रक्रियेतील प्रत्येक उद्योजकाचा खारीचा वाटा महत्त्वाचा आहे हे लक्षात घेतले पाहिजे.

उद्योजक होण्याची प्रेरणा, त्याचे लाभ आणि आव्हाने यांचा साकल्याने विचार होणे आवश्यक आहे. सर्वच व्यक्ती उद्योजक होऊ शकत नाहीत. सर्वच व्यक्ती जगाला बदलविण्याच्या ह्या कार्यात सहभागी होऊ शकत नाही; कारण उद्योजकता हा मानसिक परिवर्तनाचा कारक आहे.

उद्योजकाला प्राप्त होणारे लाभ व त्याच्यापुढील आव्हाने खालील तालिकेत सादर केली आहेत.

लाभ	**आव्हाने**
○ स्वतंत्र आणि मुक्त विचारांचा लाभ	○ अनिश्चितता आणि परिवर्तने स्वीकारण्याची तयारी व मानसिकता
○ विविध कौशल्य आणि प्रतिभेच्या नवीन पैलूंचा वापर करण्याची संधी.	○ सातत्याने आव्हानात्मक निर्णय घेण्याची तयारी
○ निर्णयाचे स्वातंत्र्य ○ दायित्वाची भावना ○ आव्हाने स्वीकारण्याची संधी	○ कठीण व आव्हानात्मक आर्थिक परिस्थितीशी सामना करण्याची तयारी जोखीम घेण्याची मानसिकता
○ काहीतरी प्राप्त करण्याची जिद्द, यश आणि कार्यसिद्धीचे समाधान	○ विविध कौशल्ये आणि गुणविविधता
○ मोठ्या आर्थिक लाभाची संधी	○ अपयशाला सामोरे जाण्याची मानसिकता.

केल्विन क्लेन या तरुणाचे उदाहरण उद्योजकाच्या अंगी कोणते गुण हवेत हे

सिद्ध करण्यासाठी उपयुक्त आहे. केल्विनला लहानपणापासून कपड्यांची रंगसंगती व विविध डिझाइन्स करण्याची आवड होती. त्याने तयार कपड्यांचा व्यवसाय सुरू करण्याचे ठरविले. परंतु तयार कपड्यांच्या व्यवसायात तीव्र स्पर्धा होती. त्याला अपेक्षित यश मिळणे दुरापास्त होते. फॅशन डिझाइनचा चांगला अभ्यासक्रम पूर्ण करूनसुद्धा त्याला सहा वर्षे विलक्षण खडतर परिश्रमाची, ताणतणावाची गेली. त्या काळास त्याने 'उमेदीचा व परीक्षेचा' काळ मानले. त्याच्या बुद्धिमत्तेला आणि प्रतिभेला मानणारे त्याला अद्याप भेटावयाचे होते. त्याचे यश आणि त्याचे परिश्रम यांचे प्रमाण व्यस्त होते. त्याचा मित्र बॅरी आणि त्याने 'केल्विन क्लेन' ची स्थापना केली. अखेर त्याच्या डिझाइन्समधील नावीन्य व रंगसंगतीची कल्पकता बाजारपेठेतील शौकिनांनी, चोखंदळ ग्राहकांनी व कुशल विक्रेत्यांनी ओळखली. तेथूनच यशाबरोबर त्याची कायम स्वरूपाची मैत्री झाली. आज केल्विन क्लेन ही एक मोठी व मान्यताप्राप्त संस्था आहे. एका सामान्य दुकानदाराच्या घरी जन्माला आलेल्या व केवळ ७५ डॉलर्सच्या भांडवलावर सुरू केलेल्या या व्यावसायिकाने आज जगभर आपले नाव कायम केले आहे. एक महत्त्वाचा ब्रॅण्ड म्हणून त्याची सर्वांनाच दखल घ्यावी लागत आहे. परिश्रम, कल्पकता, साहस या गुणांचा लाभ झालेला उद्योजक कोणत्या अफाट दर्जाचे यश प्राप्त करू शकतो याचे हे अपूर्व उदाहरण आहे.

उद्योजक होण्यासाठी एक मानसिकता आणि ठरावीक वैचारिक धारणा आवश्यक आहे. ती वंशपरंपरागत नसून त्यासाठी अनेक गोष्टी प्रभावक म्हणून कार्य करीत असतात हे लक्षात घेतले पाहिजे. रॉबर्ड यांनी ॲकॅडेमी ऑफ मॅनेजमेंट रिव्ह्यू शोधपत्रिकेत उद्योजकाची मानसिकता कशा प्रकारे निर्माण होते या विषयावरील आपला संशोधनपर लेख प्रकाशित केला आहे. त्यांच्या मते उद्योजकतेला प्रोत्साहन देणाऱ्या विविध घटकांच्या योग्य संयोगातून उद्योजकवृत्तीची निर्मिती होते त्यांनी आपले विचार योग्य स्वरूपात मांडण्यासाठी एक प्रतिमान तयार केले आहे. त्याला 'Bird' model of Entrepreneurial intentionality' हे नाव दिले आहे. हे प्रतिमान पुढीलप्रमाणे आहे.

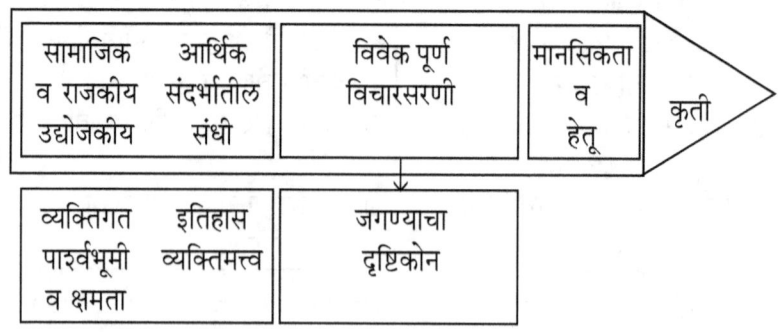

वरील आकृतीत दर्शविल्याप्रमाणे उद्योजक कृतींची निर्मिती हे विविध घटकांच्या योग्य संयोगातून निर्माण होणारी आव्हान स्वीकारणारी वृत्ती आहे. केवळ व्यक्तिगत स्तरावर उद्यमी व साहसी असणारी व्यक्ती, योग्य प्रोत्साहन आणि पर्यावरणाअभावी उद्योजक बनण्याच्या विचारांपासून परावृत्त होऊ शकते. दक्षिण कोरिया, सिंगापूर आणि मलेशिया, आशियाई वाघांच्या उदाहरणावरून ही बाब स्पष्ट होते. या सर्वच देशांनी औद्योगिक धोरणांचा आकृतिबंध तयार करताना मुक्त आणि साहसप्रिय उद्योजक वृत्तीला चालना देणारे धोरण स्वीकारले. त्याचा परिणाम अपेक्षित औद्योगिक प्रगती व सामाजिक परिवर्तनात झाल्याचे आढळून येतो. ज्या देशांमध्ये उद्योजकीय पर्यावरणाला प्रोत्साहन देणारे आर्थिक धोरण, शास्त्राचे पाठबळ, समाजाची अनुकूल मानसिकता आणि व्यक्तिगत पातळीवर साहसी कृती व आव्हानात्मक दृष्टिकोन स्वीकारण्याची कल्पना आहे, त्या देशांमध्ये लघुउद्योजकांचे मोठे जाळे निर्माण झाल्याचे आढळून येते. या संदर्भात 'इकॉनॉमिक ग्रोथ लिंक्ड टू लेव्हल्स ऑफ बिझिनेस स्टार्टअप' या अभ्यासात GEM - 2000 च्या अहवालात एक महत्त्वाचे निरीक्षण नोंदविले आहे. उद्योजकीय कृतीला उत्तेजन देणाऱ्या देशांमध्ये लघुउद्योगांचा विकास व विस्तार झाल्याचे आढळून येते, हा तो निष्कर्ष आहे. या निष्कर्षाच्या आधारावर त्यांनी जगातील उद्योजकीय वृत्तीचे तीन भागांत वर्गीकरण केले आहे.

उद्योजकीय वृत्ती	**देश**
○ उच्च दर्जाची उद्योजकीय वृत्ती व अनुकूल सामाजिक शासकीय / सामाजिक धोरण	○ ऑस्ट्रेलिया, कॅनडा, द. कोरिया, नॉर्वे, अमेरिका
○ मध्यम दर्जाची उद्योजकीय वृत्ती व सामान्यत: अनुकूल सामाजिक शासकीय धोरण.	○ बेल्जियम, ब्राझील, डेन्मार्क, फिनलंड, जर्मनी, इस्रायल, आयर्लंड, सिंगापूर, स्वीडन, इंग्लंड.
○ निम्म दर्जाची उद्योजकीय वृत्ती व सामान्यत: उदासीन शासकीय सामाजिक धोरण	○ बांगला देश, झिम्बाब्वे, नायजेरिया.

जे चुन यांनी उद्योजक होण्यासाठी 'टाईप इ' कृती व्यक्तीच्या अंगी असली पाहिजे असे मानले आहे. 'Type E Personality' या इन्ट्राप्रुनर मासिकाच्या जानेवारी ९७ च्या लेखामध्ये त्यांनी आपला मुद्दा स्पष्ट करताना या व्यक्तिमत्त्वाची दहा ठळक वैशिष्ट्ये सांगितली आहेत; ती पुढीलप्रमाणे आहेत.

- स्वत:च्या ध्येय धोरणांचा व हेतूंचा आग्रही पुरस्कार व पाठपुरावा करणे. स्वत: व इतरांनी पुढे गेले पाहिजे ही स्पष्ट व कृतिशील धारणा.
- स्वातंत्र्य व स्वायत्ततेची कामाची मर्यादा, सीमारेषा व बंदिस्त वृत्तीची चीड. व्यक्तित्ववादी वृत्ती.
- अत्यंत लक्ष्यवेधी व ध्येयवादी वृत्ती.
- वस्तुनिष्ठ, हेतुनिष्ठ व वास्तववादी दृष्टिकोन.
- कृतीमध्ये तत्परता आणि अकारण चर्चेवर विश्वास नाही.
- सोपे, वस्तुनिष्ठ, व्यवहार्य आणि अंमलबजावणीची शक्यता असणाऱ्या पर्यायांची निवड.
- जोखीम घेण्याची मानसिकता, अनिश्चित वातावरणात काम करण्याची तयारी.
- निश्चित व स्पष्ट दृष्टी, मूल्ये व पर्यायांबाबत नि:संदेह वृत्ती.
- अस्वस्थ वृत्ती, सतत काहीतरी करायची धडपड आणि ध्येयप्राप्तीची विलक्षण तळमळ.
- सकारात्मक, उमेदीची वृत्ती. आत्मविश्वासपूर्ण वृत्ती.

'विल्यम कोलगेट' हे नाव या उद्योजकीय वृत्तीचे खरे प्रतीक मानले पाहिजे. अमेरिकन क्रांतीपूर्वीच्या काळात हा इंग्लिश मुलगा अमेरिकेत आला. तेथे वयाच्या बाराव्या वर्षापासून त्याने आपल्या व्यावसायिक कारकिर्दीला सुरुवात केली. मेणबत्त्या आणि साबण तयार करणाऱ्या कारखान्यात त्याने कार्य करायला सुरुवात केली आणि मग त्या अनुभवाचा फायदा घेण्याचे त्याने ठरविले. स्वत:चा व्यवसाय सुरू करण्यासाठी त्याला अनंत अडचणी आल्यात. विविध प्रकारच्या संकटांना सामोरे जावे लागले. त्याने प्रथम साबणनिर्मितीच्या व्यवसायावर लक्ष केंद्रित केले. त्यात त्याला अपूर्व यश प्राप्त झाले. हळूहळू तो एक प्रथितयश उद्योजक झाला. परंतु सातत्य, विविधता व नवनिर्मितीचा ध्यास त्याला स्वस्थ बसू देत नव्हता. त्याने अनेक प्रकारची नवीन उत्पादने निर्माण करण्यावर भर दिला. त्याच्या उत्पन्नापैकी १०% तो धर्मार्थ खर्च करीत होता. त्याच्या हयातीतच 'कोलगेट' हे अमेरिकेतील घरोघरी पोहोचलेले उत्पादन होते. आज जगभराची सकाळ उजाडल्याचे 'कोलगेट'नेच लक्षात येते. त्याचा व्यावसायिक यशाचा गुरुमंत्र एकच होता विविधता व नावीन्य. आजदेखील कोलगेटचे बाजारपेठ तंत्र याच तत्त्वांवर आधारित आहे.

इ. जी. डिपेलीस आणि के. के. रिअरडन यांनी 'व्हॉट मेक्स वन वॉंट टू बिकम ॲन इंट्राप्रुनर्स' ह्या शीर्षकाचा लेख 'ॲकॅडेमी ऑफ मॅनेजमेंट नॅशनल' या संशोधन पत्रिकेत ऑगस्ट २००१ मध्ये छापला आहे. त्या लेखात त्यांनी उद्योजकीय मनोवृत्ती हा विविध सांस्कृतिक, भावनिक आणि आर्थिक व मानसिक घटकांचा परिपाक आहे असे मानले आहे. त्यांच्या मताच्या पुष्ट्यर्थ त्यांनी 'ACE' model ची

मांडणी केली आहे. ह्या प्रतिमानानुसार उद्योजकीय मनोवृत्ती व कृतीचे प्रकटीकरण होण्यासाठी पुढील घटकांची योग्य अभिव्यक्ती होणे गरजेचे आहे.

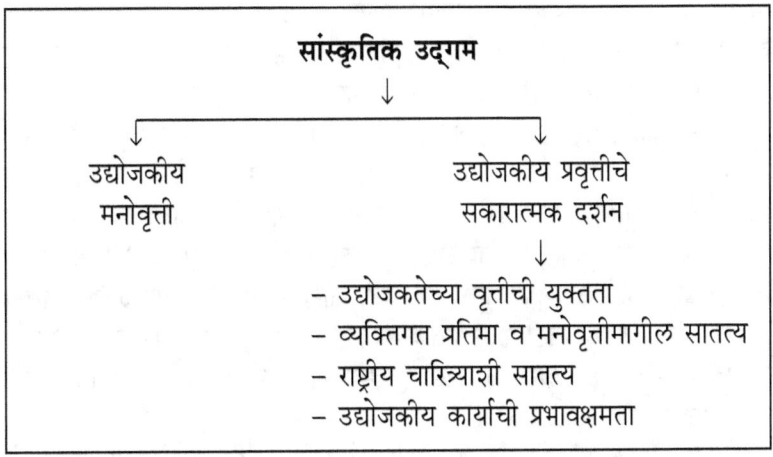

सांस्कृतिक उद्‌गम

↓

उद्योजकीय मनोवृत्ती	उद्योजकीय प्रवृत्तीचे सकारात्मक दर्शन

↓

– उद्योजकतेच्या वृत्तीची युक्तता
– व्यक्तिगत प्रतिमा व मनोवृत्तीमागील सातत्य
– राष्ट्रीय चारित्र्याशी सातत्य
– उद्योजकीय कार्याची प्रभावक्षमता

डिपेलीस आणि रिअरडन यांच्या या प्रतिमानात राष्ट्रीय चारित्र्य आणि मनोवृत्ती आणि उद्योजकांबाबत सकारात्मक दृष्टिकोनाला त्यांनी विशेष महत्त्व दिले आहे. देशाचा, समाजाचा आणि समाजातील उद्योजकीय दृष्टिकोन कशा स्वरूपाचा आहे ह्यावर उद्योजकीय प्रवृत्तीची निर्मिती अवलंबून असते.

उद्योजकीय संस्कृती ही सर्वच समाजातील स्वाभाविक प्रकृती नाही. ती केवळ उद्योजकांना बाह्य प्रोत्साहन देऊन निर्माण होत नाही. केवळ साधन, सुविधा आणि धोरणात लवचीकता आणून निर्माण होत नाही, तर त्यासाठी एका अनुकूल मानसिकतेची निर्मिती करणे अगत्याचे आहे. या दृष्टिकोनातून उद्योजकीय प्रवृत्तीची चार वैशिष्ट्ये समजून घेतली पाहिजे.

- उद्योजकता ही सापेक्ष संकल्पना आहे.
- उद्योजकता ही एक चांगली गोष्ट आहे.
- औद्योगिक प्रगतीसाठी उद्योजकीय वृत्तीचा विकास होणे अगत्याचे आहे.
- अत्यंत सशक्त राजकीय आणि सामाजिक अनुबंधातून उद्योजकीय वृत्तीची निर्मिती होते.

उद्योजकता ही सापेक्ष संकल्पना आहे. इतिहासाच्या कोणत्याही कालखंडात कोणतातरी एक विशिष्ट समाज, विशिष्ट वर्ग हा इतर वर्गांपेक्षा, समाजापेक्षा अधिक कृतिशील, उद्यमी आणि कल्पक असतो. विसाव्या शतकाच्या उत्तरार्धात 'पॅसिफिक रिम' मधील टायगर इकॉनॉमिज् (Tiger-economies) म्हणजेच सिंगापूर, थायलंड, मलेशिया या देशांनी एका नव्या व गतिमान उद्योजकीय प्रवृत्तीचे प्रदर्शन घडविले आहे.

पाश्चिमात्य अटलांटिक देशांपेक्षा ते अधिक वेगाने प्रगतिपथावर कार्यरत आहेत.

उद्योजकता ही एक चांगली गोष्ट आहे, प्रवृत्ती आहे हे आपण समजून घेतले पाहिजे. अनेकांना उद्योजक हा स्वयंप्रेरित आणि लोभी व्यक्ती वाटतो. त्यांना नफा व कार्यक्षमता हे शब्द लोभ, हावरेपणा यांच्याशी समानार्थी वाटतात; पण आपण वस्तुस्थितीचा विपर्यास करीत आहोत हे ते समजून घेत नाहीत.

आत्मप्रकटीकरण आणि स्वत:च्या महत्त्वाकांक्षेचे योग्य प्रदर्शन चांगल्या उद्योजकीय वृत्तीमधून होत असते. उद्योजक ही 'निर्मितीचा ध्यास' घेतलेली व्यक्ती आहे. समाजाला काहीतरी देण्याच्या भावनेतून प्रवृत्त झालेली, विकासाला चालना देणारी आणि कृतिशील वृत्तीची व्यक्ती आहे. निर्मितीची प्रक्रिया सातत्यपूर्ण आहे. यावर तिचा विश्वास आहे आणि म्हणूनच ती स्वत: काहीतरी चांगले करणे आणि इतरांना अधिक चांगले करण्यासाठी प्रोत्साहित करणे हा तिचा स्वभावधर्म आहे. ज्या समाजात उद्योजकाच्या वृत्तीकडे अनुकूल व सकारात्मक गोष्टींकडे आत्मीयतेने पाहिले जाते. तोच समाज पुढे जातो.

औद्योगिक व आर्थिक विकासासाठी उद्योजकीय वृत्तीचा विकास होणे अगत्याचे आहे. विकासाच्या प्रक्रियेचे फलित जरी सुखद असले तरी त्यासाठी करावा लागणारा त्याग आणि परिश्रम यांची खरी किंमत मोजता येणारी नाही. विकास ही सातत्यपूर्ण प्रक्रिया आहे. एका हनुमानउडीत विकास साधता येत नाही हे समजून घेतले पाहिजे. सर्वांगीण विकास केवळ एक व्यक्ती किंवा एक घटक घडवून आणत नाही. त्यासाठी सामूहिक प्रयत्न, योग्य नियोजन आणि कल्पक विचारसरणी हवी. संघटित व सामूहिक स्वरूपाचे उद्योजकीय प्रयत्न हा विकास घडवून आणू शकतात. ज्या देशांनी उद्योजकीय क्रांतीचा अनुभव घेतला आहे, त्यांना योग्य व संतुलित आर्थिक विकास साधता आला आहे. उद्योजकता ही विचारसरणी आहे, त्याचे स्वतंत्र तत्त्वज्ञान आहे, हे समजून घेतले तर औद्योगिक विकासातील उद्योजकतेचे स्थान समजून घेता येईल.

उद्योजकतेचे सामाजिक व राजकीय संदर्भदेखील समजून घेतले पाहिजेत. उद्योजकता केवळ व्यक्तिगत स्तरावरील परिवर्तनासाठी कारणीभूत ठरणारा घटक नाही. त्यासोबतच त्याचे आर्थिक, राजकीय व सांस्कृतिक परिणामदेखील महत्त्वाचे ठरतात. समाजसत्तावादी राजकीय तत्त्वज्ञानाने पछाडलेल्या अनेक देशात आर्थिक विकासाची घडी योग्य प्रकारे बसली नाही; याचे कारण अर्थनियोजन, संसाधनाचा वापर आणि औद्योगिक विकासाला दिशा देण्याचे कार्य एका साचेबंद व झापड लावलेल्या विचारसरणीने आणि बंदिस्त चौकटीतच करण्यावर भर देण्यात आला. प्रत्यक्षात विकास ह्या पद्धतीने होऊ शकत नाही हे समजून घेण्याची प्रगल्भता या देशातील नेतृत्वाने दाखविली नाही. विकासात व्यक्तीच्या कल्पना, प्रतिमा व विचारांचा,

स्वतंत्र कृतीचा समावेश व्हावा. यासाठी विशेष आग्रह धरण्यात आला नाही. याचा परिपाक उद्योजकता विकास खुंटला. साध्यासोप्या आणि लहान पण अर्थपूर्ण आर्थिक क्रियांचा विकासप्रक्रियेत समावेश झाला नाही आणि म्हणूनच मुक्त अर्थव्यवस्थेचे आणि स्वतंत्र उद्योजक वृत्तीचे (free enterprire) महत्त्व या पार्श्वभूमीवर स्पष्ट होते.

उद्योजकता विकासावर बाह्य घटकांचा प्रभाव होणे स्वाभाविक आहे. हे बाह्य घटक राष्ट्रीय संस्कृती, आर्थिक परिस्थिती आणि राजकीय परिस्थिती यांच्याशी निगडित असतात. होफस्टिड यांनी त्यांचा परपस्परसंबंध दाखविणारे एक प्रतिमान तयार केले आहे.

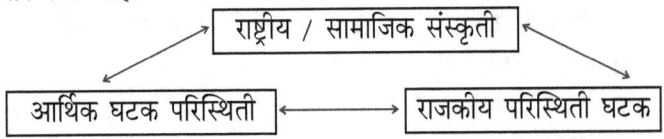

उद्योजकीय विकास हा मुख्यत: सांस्कृतिक विकासाचेच एक रूप आहे. सांस्कृतिकदृष्ट्या उन्नत समाजाचे ते प्रतिबिंब आहे. समाज जर प्रगतिपथावर नसेल तर त्याचा सांस्कृतिक विकास खुंटतो. समाजात चैतन्य आणि उद्योगाचे वातावरण निर्माण होण्यासाठी एक स्वतंत्र आणि प्रतिभाशाली उद्योजकीय वृत्ती हवी.

उद्योजकतेचा आणि सांस्कृतिक विकासाचा काही परस्पर संबंध आहे काय याचा अभ्यास मिशीगन युनिव्हर्सिटीने केला आहे. त्यासाठी ब्राझील, जर्मनी, कॅमेरून, कोलंबिया, जपान, द. कोरिया यांसारख्या १३ विविध पातळ्यांवरील देशांचा अभ्यास करण्यात आला. त्यातील ठळक निष्कर्ष हा संबंध प्रस्थापित करण्यास पूरक सिद्ध होतात.

औद्योगिकदृष्ट्या विकसित देशांत उद्योजक होण्याचे कारण, चाकोरीबद्ध, सामान्य जीवन जगण्याचा उबग आणि असमाधान हे आहे; तर विकसनशील देशांत आत्मसन्मान आणि महत्त्वाकांक्षेची पूर्तता हे महत्त्वाचे कारण आहे.

व्यक्तिवाद, मानसिक ओढ आणि स्वत:चा पुढाकार ह्या कारणाने पाश्चात्त्य देशांत उद्योजकीय विकास अधिक वेगाने होतो व व्यक्तिगत स्तरावर उद्योजकीय विकासदेखील होताना आढळतो. दुसऱ्यांनी दिलेले प्रोत्साहन, एखाद्या मोठ्या व्यक्ती किंवा आदर्शाचे अनुकरण, शासन किंवा समाजाचे प्रोत्साहन हे पौर्वात्य समाजातील औद्योगिक व उद्योजकीय विकासाचे कारण आहे.

पौर्वात्य देशांत उद्योजकीय क्रिया व्यक्तिगत आणि कौटुंबिक स्वरूपात व्यक्त होते, तर औद्योगिक पाया प्रगत पाश्चात्त्य देशांत ती संस्थागत स्वरूपात व्यक्त होते. कामाला एक औपचारिक आणि परिपूर्ण स्वरूप प्राप्त होते. पाश्चात्त्य देशांत उद्योजकीय वृत्तीला आणि कार्याला बाह्य पर्यावरणाचा अनुकूल प्रतिसाद सहजपणे प्राप्त होतो.

समाज नवीन कार्ये आणि विकासप्रकियेकडे आस्थेने व उदार वृत्तीने पाहतो.

व्यक्तिगत स्वरूप, आत्मनिष्ठ वृत्ती, स्वत: पुढाकार घेण्याची वृत्ती आणि आत्मविश्वास ही पाश्चात्त्य देशातील उद्योजकाची प्रातिनिधिक लक्षणे आहेत. पाश्चात्त्य देशांत मात्र ही वृत्ती सामूहिक, परस्परावलंबी आणि शासन किंवा समाजावर आधिक विसंबून राहणारी आहे.

पौर्वात्य उद्योजकीय उपक्रमाचा निर्मिती व जन्मदर तुलनेत जास्त आहे. पण त्यासोबतच मृत्युदर आणि अपयशाचे प्रमाणदेखील लक्षणीय आहे.

पौर्वात्य देशांत वंशपरंपरागत व्यवसाय किंवा कौटुंबिक व्यवसायाचा वारसा पुढे चालविणे अधिक स्वीकारार्ह मानले जाते तसेच प्रस्थापित व्यवसाय खरेदी हा यशस्वी होण्याचा योग्य मार्ग मानला जातो.

पौर्वात्य देशांत जोखीम टाळणे किंवा कमी जोखमीचा व्यवसाय सुरू करणे विवेकाचे लक्षण मानले जाते.

सांस्कृतिक विकासाच्या विविध घटकांचा उद्योजकीय आणि आर्थिक विकासावर प्रभाव होतो. मॅकूलिलँडच्या सिद्धान्ताच्या साहाय्याने हा संबंध प्रस्थापित करता येतो. त्याने उद्योजकीय प्रवृत्तीविषयी आपले मन व्यक्त करताना काही मूलभूत प्रश्न उपस्थित केले आहेत. हे प्रश्न मांडताना त्याने आपले विचार पुढील शब्दांत व्यक्त केले आहेत.

जगातील बहुसंख्य लोकांचे दोन वर्गांत विभाजन करता येईल; कोणत्याही संकटांमध्ये संधीचा शोध घेणारा अल्पसंख्य वर्ग, हा वर्ग अत्यंत कष्टाळू आणि जिद्दी असतो. दुसरा वर्ग बहुसंख्यांचा. ज्याला संधी, उन्नती व प्रगतीची कामना नाही, त्याला विकास हाच अपघात वाटतो यावरून काहीतरी प्राप्त करण्याची कामना (need to achieve) व पर्यावरणाचा परस्पर संबंध आहे असे मानता येईल त्यातूनच लोकांना ह्या संधीचे सोने करण्याची प्रेरणा देणारी तंत्रे व कार्यपद्धती विकसित करता येईल काय हा महत्त्वाचा प्रश्न उपस्थित होतो.

मॅकलिलँडचे प्रश्न अत्यंत समर्पक व योग्यच आहेत. त्याचा विचार पाश्चात्त्य समाजाच्या जडणघडणीच्या व रचनेच्या संदर्भात योग्यच आहे. व्यक्तिवादी अभिप्रेरणेचे तंत्र त्याच्या विचारसरणीतून व सिद्धान्तातून समजून घेता येते. त्याच्या मते, ज्या व्यक्ती काहीतरी भव्यदिव्य आणि नावीन्यपूर्ण कार्य करण्याच्या भावनेने भारावलेल्या असतात, त्यांना सामान्य माणसांसारखे वागता येत नाही. त्यांना ध्येयप्राप्ती आणि सत्ता (power) प्राप्त केल्याशिवाय स्वस्थता लाभत नाही. त्याच्या मते राष्ट्रीय विकास, आर्थिक प्रगती आणि साहित्यातील ध्येयप्राप्तीची भावना यांमध्ये परस्पर संबंध आहे. त्याने हे सिद्ध करताना आपले मत पुढील शब्दांत मांडले आहे.

ज्या देशाच्या लोकसंस्कृतीत विकास आणि प्रगतिपथावर जाणाऱ्या समाजाचे चित्रण असते, सामान्यपणे असा देश आर्थिकदृष्ट्यादेखील उत्तम कामगिरी करताना

आढळतो. प्राचीन ग्रीक, मध्ययुगीन स्पेन, इंग्लंडचा तसेच १४०० ते १८०० या काळातील काळजीपूर्वक केलेला संख्यात्मक अभ्यासदेखील ह्याच तथ्याचे पुनरुच्चारण करतो असे लक्षात येते. आजच्या समकालीन देशांच्या संदर्भात मग ते भांडवलवादी किंवा समाजवादी असोत, हीच बाब सिद्ध होते.

उद्योजकता विकास म्हणजे केवळ काही व्यक्तींच्या क्षमतेचा आणि व्यावसायिक पात्रतेचा विकास नाही. काही मूठभर लोक अभिप्रेरित होणे म्हणजे उद्योजकता विकास नाही; तर काही व्यक्ती एका तर काही व्यक्ती दुसऱ्या पण महत्त्वपूर्ण ध्येयाने प्रेरित होणे होय. यासाठी त्या समाजाचे सांस्कृतिक व सामाजिक पर्यावरण बदलणे आवश्यक ठरते. अभिप्रेरित व्यक्तीस नवीन काहीतरी करण्याची प्रेरणा देणे, तिच्या प्रयत्नांना योग्य प्रतिसाद आणि कार्याला मान्यता देणे होय. यासाठी सामाजिक व सांस्कृतिक पर्यावरण अनुकूल हवे.

विविध समाजांमध्ये विविध प्रकारचे सांस्कृतिक आणि सामाजिक घटक प्रबळपणे कार्यरत असतात. काही समाजांमध्ये समूहवादी आणि सामुदायिक विचारसरणी प्रभावी असते; तर काही समाजांमध्ये व्यक्तिनिष्ठ आणि व्यक्तित्ववादी विचारसरणी प्रभावी असते.

या दोन्ही विचारसरणींचा समाजावर, त्याच्या औद्योगिक, आर्थिक विचारसरणीवर प्रभाव नि:संदेहपणे पडतो. उद्योजकीय विचारसरणीची निर्मिती व रुजुवात कोणत्या समाजात अशा प्रकारे होईल हे लक्षात घेताना त्या समाजात कोणत्या प्रकारची सामाजिक विचारसरणी रुजली आहे हेदेखील ध्यानात घेतले पाहिजे.

समुदायवादी विचारसरणी	व्यक्तिवादी विचारसरणी
(१) व्यक्तीपेक्षा समाज अधिक महत्त्वाचा आहे हा विचार	सामूहिक हितासाठी व्यक्तीचा बळी देणे अयोग्य, प्रत्येक व्यक्तीस स्वतंत्र अस्तित्व, व्यक्तिमत्त्व असणारी विचारसरणी आहे.
(२) समूहाच्या प्रभावाने व्यक्ती प्रबळ गतजीवन झाकोळले जाते.	व्यक्तिस्वातंत्र्यावर विश्वास, व्यक्तीला खासगी, व्यक्तिगत व स्वतंत्र जीवन जगण्याची मुभा
(३) सामुदायिक हितास पोषक मतांचा पुरस्कार व समर्थन.	व्यक्तिगत हिताचे क्षण व संवर्धन करणारी मतप्रणाली योग्य आहे.
(४) समतावादी, तत्त्वज्ञानाचा पुरस्कार	व्यक्तिगत स्वातंत्र्याच्या विचारसरणीचा पुरस्कार
(५) समाजात स्थैर्य, बंधुभाव व एकोपा यांना अधिक महत्त्व	आत्मप्रकटीकरण व आत्मानुभूती प्रत्येक व्यक्तीचे अंतिम ध्येय आहे या विचारावर विश्वास

(६) प्रत्येक व्यक्तीचे व्यक्तिमत्त्व व अस्तित्व तो ज्या समाजाचा घटक आहे त्यावर अवलंबून आहे यावर विश्वास.	'मी' व 'माझे' या विचारांनी अस्तित्वाची संकल्पना प्रेरित झालेली असते.
(७) प्रत्यक्ष व निर्णायक संघर्ष टाळण्यावर भर	मुक्त विचार, संघर्ष आणि मतभिन्नता यांना नैसर्गिक मानण्यावर भर.
(८) शिक्षणाचा उद्देश 'कसे करावयाचे' हे तंत्र शिकणे हा आहे.	शिक्षणाचा उद्देश काय शिकायचे आणि कसे शिकायचे हे ठरविणे आहे.
(९) कर्मचारी-मालक संबंध एक कौटुंबिक रचनेप्रमाणे असतात.	परस्परांना सर्वाधिक लाभदायक विचारसरणी आणि व्यवस्था निर्माण करणे हा मालक-कर्मचारी संबंधाचा आधार.
(१०) बढती, नियुक्ती व कर्मचारी विकासविषयक धोरण सामूहिक हिताचा विचार करून ठरविले जाते.	कौशल्य, कार्यक्षमता व कार्य करण्याची तत्परता ह्या आधारावर नियुक्ती व बढतीचा निर्णय घेतला जातो.

समुदायवादी आणि व्यक्तिवादी विचारसरणींतील भेदाभेद लक्षात घेणे येथे योग्य होईल.

(स्रोत : होफस्टिड कल्चर ॲण्ड ऑर्गनायझेशन)

राजकीय पर्यावरण व शासकीय धोरणांचादेखील उद्योजकीय संस्कृतीवर प्रभाव पडतो. राज्यकर्त्यांची विचारसरणी, देशहिताकडे पाहण्याचा दृष्टिकोन आणि राष्ट्रहित साधण्यासाठी त्याग करावयाची तत्परता या गोष्टी नितांत महत्त्वाच्या ठरतात. १६ व्या शतकात इंग्लंडच्या राणीने-एलिझाबेथने इंग्लंडच्या राष्ट्रीय धोरणात चैतन्य निर्माण केले. त्याचा प्रभाव त्यानंतर कायम स्वरूपात दिसून आला. इंग्लंडने आर्थिक विकासात एक मोठी हनुमानउडी घेतली. जपानच्या राजाने मेजी सम्राटानेदेखील एक प्रभावी व विक्रमी राष्ट्र होण्यासाठी अत्यंत सकारात्मक व प्रोत्साहन देणारे धोरण आखले. लेनिनच्या मार्गदर्शनाखाली रशियाची पुनर्रचना झाली; तर रुझवेल्टच्या 'बिग डील'मुळे अमेरिकेचे सुवर्णयुग पुन्हा एकदा परतले.

तीव्र इच्छाशक्ती आणि राजकीय दूरदृष्टीचा एकत्रित परिणाम आर्थिक विकासात होतो असे अनेक उदाहरणांनी सिद्ध करता येईल. उद्योजकता हे व्यक्तिगत उद्यमी वृत्तीचे प्रतीक आहे तर विकासाभिमुख प्रगत आणि व्यवहार्य आर्थिक धोरण हे राजकीय उपक्रमशीलतेचे निदर्शक आहे. राजकारणी नेत्यांची उपक्रमशीलता जोपर्यंत योग्य धोरणातून व्यक्त होत नाही, तोपर्यंत उद्योजकांना विकासाभिमुख कार्यक्रम राबविणे शक्य होत नाही हे सत्य आहे.

संस्कृतीचे प्रतिबिंब पाच वेगवेगळ्या स्वरूपांत कोणत्याही समाजात दिसून येते. देशाची सांस्कृतिक मूल्ये आणि विचारधारा हे त्याचे प्रमुख व सर्वांत महत्त्वाचे दर्शनीय रूप मानता येईल. लोकांच्या मनात देश किंवा राज्याविषयी कोणत्या भावना आहेत यावर त्या देशाची सांस्कृतिक मूल्ये टिकून असतात.

धर्म, समाज व प्रचलित मान्यताप्राप्त विचारसरणीकडे पाहण्याचा समाजाचा दृष्टिकोन अत्यंत महत्त्वाचा असतो. समाजाच्या विकासात सांस्कृतिक व श्रमप्रधान मूल्यांचे अधिष्ठान पण महत्त्वाचे ठरते. ते त्या समाजाची वैचारिक बैठक कायम करण्यास कारणीभूत ठरते.

समाजातील स्त्री-पुरुष संबंध, लिंगभेद आणि त्यावर आधारित विषमता, किंवा परस्परांविषयीची सन्मानाची भावनादेखील अत्यंत महत्त्वाची ठरते. कोणत्याही विशिष्ट घटकास अकारण दुय्यम लेखण्याची वृत्ती समाजास घातक ठरते.

आपल्या समाजातील ज्येष्ठ व तरुण पिढीचा एकमेकांकडे पाहण्याचा दृष्टिकोन, विचारसरणी यांचादेखील विशेष प्रभाव समाजाच्या मतनिर्मितीवर होतो.

समाजात विविध व्यवसायांना, कार्यांना, श्रमाला असणारे महत्त्व व त्याचे स्थान, श्रमप्रधान कृतीचा अभाव, श्रमाच्या प्रतिष्ठेविषयी चाड नसणारी विचारसरणी समाजात उद्योजकीय कृती प्रस्थापित होऊ देत नाही.

सांस्कृतिक घटकांचे काही दृश्य परिमाणदेखील असतात. त्यांचे पाच प्रमुख घटकांत वर्गीकरण करण्यात आले आहे. सत्ताकेंद्राचे समाजातील स्थान आणि सत्तेविषयीची कल्पना या दोन्ही घटकांचा उद्योजकता निर्मितीवर प्रभाव पडणे स्वाभाविक आहे. समाज सत्ता, अधिकार, दायित्व व कर्तव्य या गोष्टींकडे कोणत्या दृष्टिकोनातून पाहतो याचा समाजातील आर्थिक विचारसरणीवर कमी-अधिक अनुकूल प्रभाव होत असतोच. सत्ताकेंद्राविषयीची आस्था व आवड उद्योजकीय वृत्तीला प्रोत्साहन देण्यास कारणीभूत ठरते.

समाजाची बैठक व्यक्तिवादी विचारसरणीवर आधारित आहे की समूहवादी विचारसरणीवर याचादेखील उद्योजकीय विचारसरणीवर प्रभाव पडतो. समाजात व्यक्तीचे स्थान, व्यक्तिकेंद्री दृष्टिकोन आणि इतर मूल्यांची जोपासना कोणत्या आधारावर होते याचा विचार समाजात कोणत्या पद्धतीने होतो हे जाणून घेणे महत्त्वाचे ठरते.

स्त्री-पुरुष लिंगभेद याचा समाजात कोणत्या प्रकारे विचार होतो, त्यांच्याकडे पाहण्याचा समाजाचा दृष्टिकोन, स्त्रियांचे समाजातील स्थान या घटकांचा सामाजिक मूल्यनिर्मितीवर विशेष प्रभाव असतो. ह्या घटकांना समाज कशाप्रकारे स्वीकारतो, विचारसरणीतील पुराणप्रिय प्रतिकृती, ताठरता व स्त्रियांना मानसन्मान देण्याची, त्यांचे गुण जोखण्याची क्षमता हे घटकदेखील उद्योजकीय संस्कृतीला पूरक ठरतात.

जोखीम, अनिश्चितता आणि आव्हानात्मक परिस्थिती या गोष्टींना समाज

टाळण्याचा प्रयत्न करतो का, ह्या बाबी स्वीकारणे त्याला योग्य वाटते की त्या टिकून राहणे तो उचित समजतो, ह्यावरून समाजाची वैचारिक ठेवण लक्षात येते. ज्या समाजात जोखीम, साहसवाद व अनिश्चित वाटणाऱ्या गोष्टींना आव्हान म्हणून स्वीकारले जाते, तोच समाज पुढे जातो. समाजाचे वागण्याचे दंडक अप्रत्यक्ष / प्रत्यक्षपणे या विचारसरणीवर आधारित असतात.

दीर्घकालीन स्वरूपाच्या गोष्टींकडे समाज कशाप्रकारे पाहतो, समाज दीर्घकालात होणाऱ्या घटकांचे नियोजन करण्यावर भर देतो काय, अल्पकालीन व तात्कालिक लाभ व दीर्घकालीन हित यांच्यामध्ये तडजोड किंवा समायोजन करणे आवश्यक आहे असे समाजाला उचित वाटते काय याचा विचार करणे आवश्यक ठरते. जो दीर्घकालीन व संतुलित वाटणाऱ्या हितांना प्राधान्य देतो, तेथे निर्माण होणारी उद्योजकीय वृत्ती अल्पकालीन व तात्कालिक हिताला प्राधान्य देणाऱ्या उद्योजकीय वृत्तीपेक्षा वेगळ्या स्वरूपाची असते.

वरील सर्व घटकांचा विचार केल्यास आर्थिक कामगिरी आणि उद्योग यांच्यातील परस्परसंबंध कशाप्रकारे परस्परांवर अवलंबून आहे हे लक्षात येते. त्याचे विवेचन करणारे प्रतिमान येथे दर्शविले आहे.

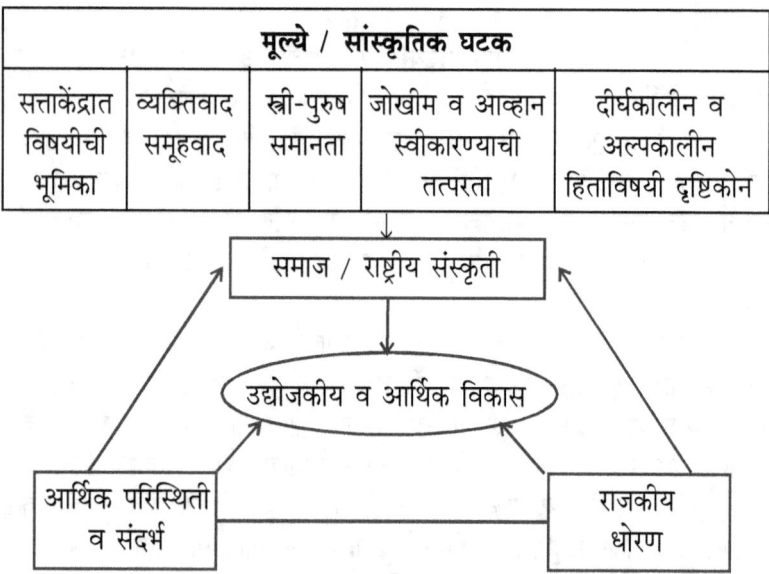

मूल्ये / सांस्कृतिक घटक				
सत्ताकेंद्रात विषयीची भूमिका	व्यक्तिवाद समूहवाद	स्त्री-पुरुष समानता	जोखीम व आव्हान स्वीकारण्याची तत्परता	दीर्घकालीन व अल्पकालीन हिताविषयी दृष्टिकोन

समाज / राष्ट्रीय संस्कृती

उद्योजकीय व आर्थिक विकास

आर्थिक परिस्थिती व संदर्भ

राजकीय धोरण

सर्वच उद्योजक एकसारख्याच मुशीतून निर्माण होत नाहीत. उद्योजकीय निर्मितीचे एक साचेबंद सूत्र नाही. सर्वच उद्योजक एकाच प्रकारचे नसतात. त्यांत विविधता असते. त्यांची पार्श्वभूमी, कार्यपद्धती, व्यवसायाचे स्वरूप आणि जोखमीकडे

पाहण्याचा दृष्टिकोन या गोष्टीदेखील लक्षात घेणे आवश्यक ठरते.

काही उद्योजकांना वारसाहक्काने व्यवसायाची पार्श्वभूमी लाभलेली नसते. त्यांच्या घराण्यात व पूर्वजांमध्ये व्यवसाय किंवा उद्योग हा उपजीविकेचा मार्ग कोणीच निवडलेला नसतो. अशा उद्योजकांना नवीन व आव्हानात्मक कार्य करायला आवडते. काहीतरी वेगळे व स्वत:चे व्यक्तिमत्त्व खुलविणारे काम करावयाची तीव्र ऊर्मी असते. नारायण मूर्ती, धीरूभाई अंबानी, हेन्री फोर्ड व जॉर्ज ईस्टमन हे या प्रकारचे उद्योजक आहेत.

वंशपरंपरा आणि वारसाहक्काने प्राप्त झालेल्या उद्योगाला मेहनत, दूरदृष्टी आणि कल्पकता यांच्या माध्यमातून पुढे नेणारे व्यावसायिक पण खरे उद्योजकच असतात. ते आपल्या परंपरागत व्यवसायाला नवीन परिमाण व स्वरूप देतात. त्याची व्याप्ती व आवाका वाढवितात. नंदलाल धूत, रतन टाटा, अझीम प्रेमजी किंवा अरुण पुरी हे त्याचे चांगले उदाहरण आहे.

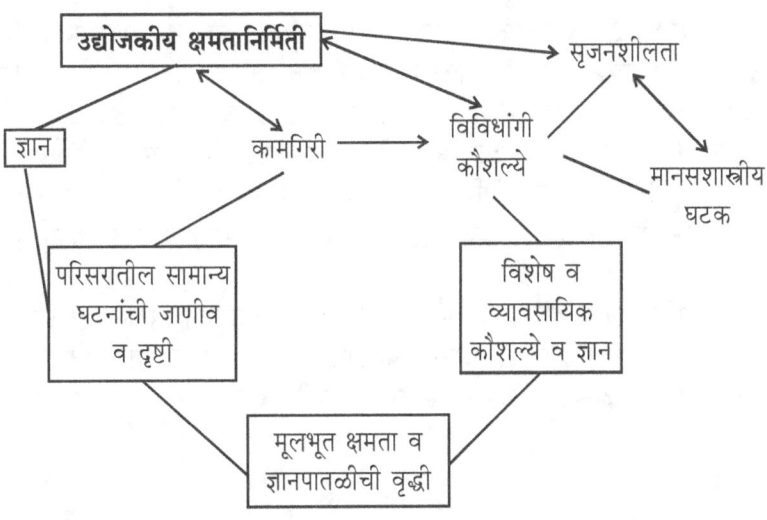

नवीन व अपरिचित क्षेत्रात हळुवारपणे पाऊल टाकणारे आणि नंतर त्यात प्रस्थापित होणारे उद्योजकदेखील लक्षणीय आहेत. पूर्वानुभवाचा अभाव, कार्य पद्धती व पार्श्वभूमीची जाणीव नसणे तरी देखील साहसप्रिय वृत्ती, कल्पकता आणि नवीन व्यावसायिक कल्पना यांच्या साहाय्याने व्यवसाय सुरू करणारे उद्योजक खरोखरच (Rolemodel) आदर्श मानले पाहिजेत. विश्वंभर सरीन हे टाटा स्टील कंपनीत कच्चा माल खरेदी करणाऱ्या विभागात कार्य करीत होते. तेथे ३०-३५ वर्षे काम केल्यानंतर, त्यांना स्वत:चा उद्योग सुरू करण्याची प्रेरणा झाली आणि त्यानंतर त्यांनी 'व्हीसा'

स्टीलची स्थापना केली. त्यांना व्यवसाय सुरू करण्याचा कोणताही पूर्वानुभव नव्हता. परंतु आज व्हीसा स्टील ४०० कोटी रुपयांची यशस्वी कंपनी आहे.

अत्यंत अल्प वयातच व्यवसायाची आवड, काहीतरी लाभदायक कार्य करण्याची प्रेरणा आणि जगावेगळा मार्ग चोखाळण्याची ऊर्मी ह्या कारणांमुळे बालपणीच उद्योजक होणारे काही कमी नाहीत. बिल गेट्स, थॉमस एडिसन यांनी अत्यंत लहान वयातच व्यावसायिक यश प्राप्त केले. तर, सुहास गोपीनाथ या मुलाने वयाच्या १४ व्या वर्षी व्यवसाय सुरू केला. कंपनी स्वरूपात अल्पवयात मुलाला भारतात व्यवसाय सुरू करता येत नाही म्हणून त्याने आपली कंपनी अमेरिकेत स्थापन केली.

अनुभवी आणि परिपक्व झालेल्या व्यक्तींनी उपक्रम सुरू करून त्यात त्या यशस्वी झाल्याची उदाहरणे पण कमी नाहीत. हेन्री फोर्ड किंवा हॅमील्टन यांना वयाच्या तिशीनंतर व्यावसायिक यशाचे दर्शन झाले. नारायण मूर्ती वयाच्या ३५ व्या वर्षी स्वतंत्र कंपनी काढण्यासाठी पुढे आले. आपले कौशल्य, अनुभव आणि अंत:प्रेरणा याचा त्यांनी कल्पकतेने वापर केला.

काही उद्योजक प्रथमत: एक उपक्रम सुरू करतात. त्यानंतर मग दुसरा आणि अशा प्रकारे उपक्रमांची एक मालिकाच सुरू होते. ते विविधता, नावीन्य आणि लाभदायकता यांचा अपूर्व संगम साधतात. त्यांची विकासाची कल्पना तीव्र असते. ते यशाचा ध्यास घेतलेले महत्त्वाकांक्षी उद्योजक असतात. अरुण पुरी यांनी प्रथमत: 'इंडिया टुडे' या पाक्षिकाची निर्मिती केली. त्यानंतर 'म्युझिक टुडे' व त्यानंतर टीव्ही चॅनेल सुरू केले. याशिवाय व्यवस्थापनाची संस्था आणि इतरही उपक्रम त्यांनी सुरु केलेत.

राकेश माथुर या आय. आय. टी. मुंबईच्या विद्यार्थ्याने 'वेबास' हा उपक्रम सुरू केला. त्यानंतर त्याने इतर अनेक व्यवसाय वेबच्या माध्यमातून यशस्वीपणे सुरू केले. आज तो अनेक उपक्रम यशस्वीपणे चालवीत आहे.

□□

: ५ :

अकियो मोरिता : मनोरंजन युगाचा महानायक

सन १९४५, दुसरे महायुद्ध संपले. जगाच्या इतिहासातील भीषण हानी, नुकसान आणि मानवी जीवांच्या लांडगेतोडीचा ताळेबंद मांडण्याचे कार्य सुरू झाले. या भीषण रणसंग्रामात सर्वाधिक नुकसान झाले 'जपान' व 'जर्मनी' या दोन राष्ट्रांचे, 'फिनिक्स' नावाचा एक ग्रीक दंतकथेतील पक्षी आहे. तो आपल्या राखेतून पुनर्जन्म घेतो. तो त्यामुळेच अमर आहे असे मानले जाते. फिनिक्स पक्ष्याची ही अजरामर वृत्ती खरोखरच जर कोणामध्ये असेल तर ती जपानी लोकांमध्ये आहे. स्वाभिमान, देशप्रेम आणि आत्मसन्मान यांचे जिवंत प्रतीक आहे जपान! जपानच्या या अजेयवृत्तीचा जगाला गेल्या एका शतकात अनेक वेळा प्रत्यय आला आणि तसा तो वारंवार येत राहील. मिचमिच्या डोळ्यांचे, पिवळ्या कातडीचे हे बुटके बुद्धिमत्ता, प्रयत्न आणि सातत्य या गुणांच्या साहाय्याने श्वेतवर्णीयांपेक्षा अधिक उंच झाले आहेत.

जपानच्या या उद्यमप्रिय, मेहनती आणि बुद्धिमानी संस्कृतीचा परिचय करून देणाऱ्या अनेक गोष्टी आज सर्वत्र राज्य करीत आहेत. सोनी, होंडा, सुझुकी, मात्सुशिटा, यामाहा, अकाई ही केवळ उत्पादने निर्माण करणाऱ्या कंपन्यांची नावे नाहीत; तर ती जगाला वारंवार थक्क करणाऱ्या, आश्चर्याचे धक्के देणाऱ्या अफाट कर्तबगारीची किमया आहे. या सर्वांमध्ये मानाचे स्थान आहे, सोनी कार्पोरेशनला आणि तिच्या सुप्रसिद्ध अकियो मोरिताला.

'जग जेव्हा दहा मिनिटे पुढचा विचार करते, त्यावेळी जपान दहा वर्षे पुढचा विचार करीत असतो,' हे वाक्य मोरितांचे आणि जपानच्या आधुनिक विचारसरणीचे साररूप आहे. २६ जानेवारी १९२१ रोजी क्याझुमॉन आणि शुको मोरिता या दांपत्यापोटी मोरितांचा जन्म न्याग्योया या शहरात झाला. सेक ही जपानमधील परंपरागत, दर्जेदार व सर्वांत लोकप्रिय दारू गाळणारी कंपनी. त्या कंपनीतील एका श्रीमंत कुटुंबात मोरितांचा जन्म झाला. 'सेक' हे जपानचे राष्ट्रीय पेय आहे. सर्वच धार्मिक, वैवाहिक, राष्ट्रीय आणि सांस्कृतिक कार्यक्रमांत सेकला महत्त्वाचे स्थान आहे.

क्याझुमॉन एक प्रतिष्ठित आणि श्रीमंत व्यक्तिमत्त्व होते. ते स्वत: अत्यंत विद्वान आणि सुसंस्कृत होते. त्यांना साहित्य, कला आणि चित्रकलेत विशेष रुची होती. जपानी व चिनी तत्त्वज्ञानाचा त्यांच्यावर प्रभाव होता; पण त्याचबरोबर ते एक कुशल व्यावसायिकही होते. तीनशे वर्षांपासून सेक बनविणे व विकणे ह्या त्यांच्या परंपरागत व्यवसायाचा त्यांना अभिमान होता. दर्जेदार पेय बनविणारे घराणे म्हणून आपला लौकिक आहे ही त्यांना प्रतिष्ठेची बाब वाटत होती.

त्यांनी आपल्या मुलाचे नाव अकियो (Akio) ठेवले होते, ते अत्यंत विचारपूर्वक. 'उन्नत वृत्तीचा', 'आत्मिक वृत्तीचा विकास' झालेला अशा अर्थाने 'अकियो' ह्या शब्दाचा जपानी व चिनी संस्कृतीत प्रयोग केला जातो. 'असाधारण' या अर्थाने अकियो या शब्दाचा सामान्य जपानी वापर करतो. आपला मुलगा असाधारण व्हावा, जगावेगळा व्हावा म्हणून त्याचे नाव त्यांनी 'अकियो' ठेवले आणि नियतीने ते खरेच केले.

अकियोंच्या घरावर पाश्चिमात्य विचारसरणीचा विशेष पगडा होता. त्याचे काका क्येझो पॅरिसमध्ये राहात होते. तेथून त्यांनी अकियोसाठी विविध प्रकारची इंग्रजी पुस्तके सातत्याने पाठविली. त्यांचे वारंवार वाचन हा अकियोचा बालपणीचा आवडता छंद होता. त्यांचे घर म्हणजे एक टोलेजंग आलिशान वाडाच होता. आपले दोन भाऊ व बहिणी यांच्या सोबत राहताना, त्याला एक स्वतंत्र खोली मिळाली. त्यामध्ये आपल्या आवडत्या कथानायकांचे फोटो लावणे आणि जपानी लोककथा व पुराणातील वीरपुरुषांची चित्रे लावणे त्याला आवडत असे. तो अभ्यासाबाबत एक अत्यंत गंभीर आणि हुशार विद्यार्थी होता. विविध प्रयोग करणे, वैज्ञानिक विषयांवर निबंध वाचणे हे त्याचे सर्वांत आवडते छंद होते.

त्याची आई एक अत्यंत कामसू, बुद्धिमान व धीरोदात्त स्त्री होती. तिने त्याला जपानी व पाश्चात्त्य संगीताची गोडी लावली. त्यांच्याकडे एक जुना 'व्हिक्टोरिया प्लेअर' होता. त्यावर संगीताचे स्वर सतत गुंजत असत. बाख, मोझार्ट, बीथोव्हेन यांचे स्वर मोरितांच्या जीवनाला कायम प्रभावित करून गेले. संगीतामुळेच ते अधिक शांत, विचारी आणि कार्यक्षम झाले. "माझी आई म्हणजे कार्यक्षम, गंभीर वृत्तीची मेहनती स्त्री होती; पण संगीतामुळे तिचे जीवन विचारी व इतरांवर प्रभाव पाडणारे झाले" असे त्याचे आईबद्दलचे उद्गार! त्या काळात एक नवे यंत्र बाजारात आले, विजेवर चालणारे रेकॉर्डप्लेअर अफाट किमतीचे असूनही, त्याच्या वडिलांनी अकियोच्या छंदापायी ते त्याला घेऊन दिले आणि त्या नवीन, मधुर स्वरांनी अकियोच्या कामाची, विचारांची गती वाढली.

त्याची शाळादेखील आधुनिक व नवीनतम शिक्षण देण्यासाठी प्रसिद्ध असणाऱ्या जपानी शाळांपैकी एक होती. गणित, विज्ञान, भौतिकशास्त्र, रसायन या शास्त्रांत

अकियोला विशेष गती होती. त्याचे भौतिकशास्त्रावर तर विशेष प्रेम होते. भौतिकशास्त्राची नवनवीन पुस्तके घेणे व वाचणे हा त्याचा सगळ्यात आवडता छंद झाला. तो नवव्या वर्गात असताना त्याच्यापाशी भौतिकशास्त्राची जेवढी पुस्तके होती, तेवढी त्याच्या शाळेच्या ग्रंथालयातदेखील नव्हती. त्याचे भौतिकशास्त्राचे वेड वाढतच होते. भौतिकशास्त्रावरील सर्व मासिके, विचारप्रवर्तक शास्त्रीय पुस्तिका व उपकरणे यांचा एक मोठा खजिनाच अकियोपाशी वाढत होता. त्याचवेळी त्याची ओळख झाली प्रो. असादा यांच्याशी. प्रो. असादा हे जपानमधील भौतिकशास्त्राचे एक गाढे विद्वान होते. मोरितांसारखा जिज्ञासू आणि गाढ वाचन असणारा विद्यार्थी आपल्या संपर्कात आला याचे असादांना मोठे अप्रूप होते. त्यांना ती अभिमानाची बाब वाटत होती. त्याला भौतिकशास्त्राशिवाय दुसरा विषय वाचणे अवघड जाऊ लागले एवढे त्याचे भौतिकशास्त्राचे आकर्षण वाढले होते. त्याचे वडील मात्र अकियोचे हे भौतिकशास्त्राचे वेड पाहून किंचित खिन्न झाले. त्यांना वाटत होतं की, आपल्या चिरंजीवांनी आपला परंपरागत व्यवसाय करावा, त्याला उपयुक्त विषयाचे अध्ययन करावे परंतु ते आता होणार नाही, याची त्यांना जाणीव झाली आणि त्यांनी एक योग्य निर्णय घेतला. मोरिताला त्याच्या वाटेने जाऊ देण्याचा.

ओसाका विद्यापीठ

वयाच्या १९ व्या वर्षी अकियोने जपानमधील प्रतिष्ठित ओसाका विद्यापीठात प्रवेश घेतला. दुसरे महायुद्ध नुकतेच सुरू झाले होते. प्रा. असादांच्या प्रयोगशाळेत युद्धविषयक उपकरणे, शस्त्रे आणि त्यांबाबत नवीन साधनांचे प्रयोग सुरू होते. जपान एका वेडाने भारावला होता. राष्ट्रप्रेम नावाचे वेड आणि युद्ध नावाचा ज्वर यांनी जपानमधील नागरिक, शासन व वातावरण यांना पछाडले होते. सर्वत्र युद्धच होते. जपानच्या वातावरणात युद्धाचे जीवाणू आता सर्वत्रच होते. त्याला असादा व अकियो दोन्ही अपवाद नव्हते. त्यामुळे त्यांचे विचार, संशोधन आणि कार्य या सर्वांवर जपानी राष्ट्रवादाचा प्रभाव वाढतच होता. त्या वेळीच जपानी नौदलात प्रवेश करावयाचा, की विद्यापीठात / प्रयोगशाळेत काम करावयाचे हा प्रश्न मोरितांना पडला. मोरितांनी निर्णय घेतला प्रयोगशाळा. लष्कराच्या नियंत्रणाखाली सर्वच प्रयोगशाळांत, लष्कराला उपयुक्त प्रयोग सुरू होते आणि त्यामुळे आपसुकच एक आवडता विषय मोरितांना संशोधनासाठी मिळाला. फोटोग्राफी, जपानी विमानांसाठी सुटे भाग तयार करणे या कामापासून त्यांना मुक्ती मिळाली. याच काळात प्रत्यक्ष कारखान्यात कार्य करणे किती कठीण आहे, त्यातील कामगारांच्या अडचणी व समस्या यांची पण त्यांना जाणीव झाली. अकियोंनी या काळात आरमार, नौदल आणि इतरही विविध क्षेत्रांत महत्त्वाचे संशोधन केले. त्याच वेळी त्यांची भेट झाली

एका महत्त्वाकांक्षी व्यक्तीशी! विद्वान, कुशल संशोधक आणि चाणाक्ष दृष्टीचा विवेचक, अभ्यासू इबुकांची भेट होणे ही अकियोसाठी सर्वांत महत्त्वाची घटना होती. जीवनाला कलाटणी देणारी, जीवनाचा प्रवाह बदलविणारी घटना.

व्यवसायाची धुळाक्षरे आणि व्यवस्थापनाचा श्रीगणेशा!

आई-वडिलांचे संस्कार बरेचदा व्यक्तीच्या जीवनावर न पुसला जाणारा ठसा उमटवितात. त्यांचा प्रभाव सहजपणे मिटविता येत नाही आणि त्यातूनच तयार होते एक वैशिष्ट्यपूर्ण व्यक्तिमत्त्व. 'शुद्ध बीजापोटी फळे रसाळ गोमटी' असे म्हणतात त्याचा खरा अर्थ अकियोंच्याबाबत अगदी सहजपणे समजता येईल.

तुझ्या जीवनाचा 'तूच नायक' आहेस. तूच तुझे निर्णय घ्यावयास हवे असे अकियोला त्याच्या वयाच्या ११ व्या वर्षी सांगितले होते आणि ते वाक्य व्यवस्थापनाचे पहिले तत्त्व समजून अकियोने आपल्या सर्वच कार्यांत गिरविले. आपण मोठ्या पदावर असलो की, लोकांना नियंत्रित करू शकतो असे समजू नको. मोठे पद केवळ अधिकार देते, त्यांचा वापर करण्याची क्षमता देत नाही. ही क्षमता आपण आपल्या पात्रतेने आणि कौशल्यानेच मिळवू शकतो. इतरांची जबाबदारी ठरविणे सोपे आहे. कारण त्यात आपले कार्य नियंत्रकाचे असते; पण स्वत: जबाबदारी घेऊन कार्य करणे अधिक कठीण आहे. दायित्वाचा अर्थ 'स्वत:ची जबाबदारी समजून' घेणे हा आहे. अकियो आपल्या वडिलांकडून व्यवसायाची धुळाक्षरे गिरवीत होता. त्याच्या वडिलांनी जेव्हा आपल्या व्यवसायात प्रवेश केला, तेव्हा स्पर्धा तीव्र होती. व्यवसाय डबघाईला आला होता; पण मोठे साहस करून त्यांनी व्यवसायात पुन्हा मोठे नाव कमावले आणि व्यवसायाला, आपल्या घराण्याच्या प्रतिष्ठेला विशेष नावलौकिक मिळवून दिला. कामगार संबंध आणि कार्यपद्धतींवर त्यांनी काही महत्त्वाचे पाठ तिथेच प्राप्त केले. कामगारांवर दोषारोपण करणे सोपे असते. त्यांना किंवा इतर कोणालाही आपल्या पराभवाकरिता दोषी धरणे सोपे आहे, कारण त्यामुळे आपल्यापुरता प्रश्न सुटतो. अर्थात, मूळ समस्या मात्र कायम राहते हे विसरता कामा नये. आपण वाटेल तेवढे स्वार्थी होऊ शकतो, इतरांना वापरून घेऊ शकतो. पण, फक्त एकदाच ! कारण ज्यांना आपण फसवितो, ते दुसऱ्यांदा आपल्याला मानाचे स्थान देत नाहीत; म्हणून आंधळ्या स्वार्थापेक्षा विवेकपूर्ण परमार्थ केव्हाही चांगलाच !

आकियो मोरिता इन जपान

२ सप्टें; १९४५, दुसऱ्या महायुद्धात जपानने शरणागती पत्करली. त्यावेळी जपानमध्ये संतापाची, नैराश्याची आणि वैफल्याची एक लाटच उसळली. आपल्या सबंध इतिहासात एकही युद्ध न हरलेले राष्ट्र आज पराभूत झाले आहे ही कल्पना अनेक तरुणांना सहन झाली नाही. जपान नष्ट होऊ शकते; पराभूत नाही हा विचार

त्यांच्या मनात अगदी बालपणापासून रुजला आहे; अशा युवकांना तर ती एक अशक्यप्राय स्वप्नातीत बाब वाटत होती. काही भावनाप्रधान युवकांनी त्यामुळे टोकियोच्या राजप्रासादापुढे सामूहिक आत्मदहन करून आपल्या वैफल्याच्या भावनेचे जाहीर प्रदर्शन केले; तर काहींना त्यातूनच नवीन प्रेरणा मिळाली. त्यातूनही बाहेर पडता येईल असा दुर्दम्य आशावाद आणि महत्त्वाकांक्षा जन्माला आली.

त्यावेळेला टोकियोमधील संरक्षण उत्पादनाच्या कारखान्यात एक मेरिना नावाचा तरुण संरक्षणविषयक उत्पादने तयार करीत होता. त्याला ही बाब अत्यंत शरमेची वाटत होती. आपल्या पितृभूमीचा पराभव अमेरिकेने करावा ही आपल्यासाठी शरमेची बाब आहे; असे त्याला वारंवार वाटत होते. त्याच्या मित्रांमध्येदेखील अशीच भावना होती. जर अमेरिका अण्वस्त्र बनवू शकते तर आपणही ते करू शकतो व केले पाहिजे असे वारंवार त्यांना वाटत होते. 'व्हॉट मॅन डिड, मॅन कॅन डू.' मग पराभव का स्वीकारावयाचा हा प्रश्न त्यांच्यापुढे पडला. परंतु, त्यांच्यामधील विवेकाने विकारावर मात केली. पराभव अमेरिकेचा करावयाचा आहे; मानवतेचा नाही हे त्यांना पटले आणि मग पर्यायी मार्गांचा शोध सुरू केला. अमेरिकन स्वाभिमान व वैभवाचा पराभव करावयाचा असा त्यांचा निश्चय झाला.

शस्त्र तयार करताना अचूक मारा, भेद करण्याची तीव्र शक्ती आणि प्रभावी सामर्थ्य या बाबींकडे विशेष लक्ष दिले जाते; तसे ते आवश्यक आहेच. याचा त्या युवकांच्या मनावर खोलवर परिणाम झाला. त्यांची मनोवृत्ती त्या शस्त्रापेक्षाही अधिक भेदक, प्रभावी व अचूक मारा करणारी होती. तो युवक म्हणजे जपानचे नवे महाअस्त्र होते, शस्त्राचे स्वरूप बदलले होते; पण मारा मात्र तेवढाच प्रभावी करणारा होता आणि लक्ष्य होते अमेरिका नव्हे, संपूर्ण युरोप आणि अमेरिका, पॅसिफिक विरुद्ध अटलांटिक. या नव्या शस्त्राचे नाव होते 'उद्योग शस्त्र'. ते तयार करण्याच्या कारखान्यातील प्रभाव, अचूकता, सामर्थ्य आणि नेमकेपणा या सर्वच गुणांचा पूर्ण वापर आता होणार होता; पण वेगळ्या प्रकारे.

सोनीचा जन्म

१९४६ साल उजाडले ते नवीन आशाआकांक्षांचा वसंत घेऊनच ! जपानमध्ये बर्फ पडला, पण त्याने 'दुःखा'चे आणि 'संतापा'चे निखारे अधिकच फुलले. अंगाराचा ताप वाढला. एका उद्ध्वस्त झालेल्या दुमजली इमारतीमध्ये दोन माणसे एकत्र आली होती. त्यांच्या सोबत त्यांचे १०-१२ सहकारी थोड्याच वेळात तेथे हजर झाले. मासारु इबुका आणि अकियो मोरिता हे त्या दोन युवकांना पराभवाच्या शल्याने खचविले होते; पण ते अपमानाच्या दलदलीतून जपानला बाहेर काढण्यासाठी कटिबद्ध झाले होते. त्या इमारतीमध्ये सुरू करणार होते; एक नवा उपक्रम, ज्यामुळे

जपानचे वैभव, संपत्ती आणि सामर्थ्य पुन्हा परत येणार होते.

इबुका हे मोरिताचे गुरू होते, शिक्षक होते आणि त्यांचा मोरिताच्या मनोभूमिकेवर विशेष प्रभाव पडला होता. युद्धानंतरच्या जगात नवीन मूल्ये येणार आहेत. जगाचे स्वरूप बदलणार आहे आणि त्या बदलांना समजून घेणारे, त्यानुसार जपानला बदलणारे धोरण आपणास हवे हा इबुकांचा विचार योग्य आहे याची मोरिताला जाणीव झाली. युद्धातील पराभवाचा वचपा काढावयाचा आहे. पण, त्यासाठी तिसरे महायुद्ध लढावयाची गरज नाही; तर त्यापेक्षा व्यापारी तंत्राचा आणि आर्थिक चक्रव्यूहाचा वापर करणे आवश्यक आहे. जपानचा विकास आता उद्योग, अर्थकारण आणि व्यापार यातूनच होणार हे प्राध्यापक इबुकांनी उद्योजक मोरितांना पूर्णपणे समजावून सांगितले. हा नवा चाणक्य एका उद्योगसम्राट चंद्रगुप्ताला घडवीत होता. आता त्याच्यापुढे स्वप्न होते महासामर्थ्यशाली, धनानंदी अमेरिकेला पराभूत करावयाचे. त्यांनी टोक्यो त्सुशिनकोग्यो काबुशिकी - कैशा या नावाची एक कंपनी स्थापन केली. ऑगस्ट १९४६ साली जपानच्या व्यापारी साम्राज्याच्या इतिहासात एक नवे पाऊल पडले.

१९४६ पासूनच जपानमध्ये पुनर्निर्माणाची एक नवीन लाट आली होती. होंडा, मात्सुशिटा, मरुबेनी, मित्सुबिशी यांसारख्या अनेक कंपन्या व्यापारामध्ये नवीन बाजारपेठ, नवी उत्पादने आणण्यासाठी प्रयत्नशील होत्या. सोनी त्यावेळी खऱ्या अर्थाने जन्माला यायची होती. टोक्यो मात्सुशिटाचे कार्यालय अगदी छोटे होते आणि कर्मचारी होते १२. परंतु, दररोज २० तास काम करावयाची तयारी व प्रचंड जिद्द यांमुळे कंपनीचा व्यवसाय वेगाने वाढणार होता. इबुका हे मोरितापेक्षा १४ वर्षांनी मोठे होते. परंतु, त्यांचे संबंध पूर्णपणे मित्रत्वाचे आणि सौहार्दाचे होते. १९४७ पर्यंत कंपनीला हळूहळू यश मिळत होते; पण अत्यंत स्वस्त जुन्यापुराण्या गोदामांमध्ये कंपनीचा व्यवसाय आता स्थलांतरित झाला. कंपनीकरिता ही फार महत्त्वाची कामगिरी होती. उन्नतीचे लक्षण होते. छप्पर अनेक ठिकाणी फुटके व गळके होते. इलेक्ट्रॉनिक उपकरणे, साउंड सिस्टीम, व्होल्टमीटर तयार करणारी ही कंपनी प्रारंभी अगदीच लहान प्रमाणात व्यवसाय करीत होती. कंपनीचा तयार आणि कच्चा माल आणण्यासाठी मात्र वाहनांची गरज हळूहळू भासू लागली. त्याप्रमाणे ट्रक खरेदी करण्याचे ठरले; पण एक गमतीदार गोष्ट लक्षात आली. सर्व कामगारांपैकी केवळ दोनच जण वाहन चालवू शकत होते, 'इबुका' आणि 'मोरिता'. परिणामत: सकाळी कच्चा माल आणण्यासाठी दोन कामगार, ड्रायव्हर व क्लीनर बाजारात जाणार, माल चढविणार आणि दुपारी आपल्या प्रयोगशाळेत व कार्यालयात काम करणार ! सायंकाळी पुन्हा तयार माल अर्थातच बाजारात नेणार. सकाळी कामगार, दुपारी संशोधक व व्यवस्थापक आणि सायंकाळी ड्रायव्हर आणि विक्रेते अशी

बहुविध भूमिका करणाऱ्या या दोन तज्ज्ञांच्या थिटएट कंपनीचे नाव होते टोक्यो तुत्सुशिती; पण एक मात्र खरे की, आता व्यवसायाला वेग येत होता. कंपनीला बरे दिवस येण्याची चिन्हे दिसत होती आणि नफा, विकास, विस्तार, नवी उत्पादने यांच्या स्वप्नांना वास्तवात आणण्याचे सामर्थ्यही कंपनीला प्राप्त होत होते.

वैश्विक विकासात सहभाग

सोनीच्या जागतिक यशाबरोबरच मोरितांचा दृष्टिकोनदेखील व्यापक झाला. त्यांनी विविध प्रकारे या जगाची सेवा करण्याचा संकल्पच सोडला. पर्यावरण व सांस्कृतिक वारशांची जपणूक याकडे त्यांनी विशेष लक्ष देण्यास सुरुवात केली. न्यूयॉर्कचे लिंकन सेंटर, टी. जे. मोर्टेल फाउंडेशन फॉर कॅन्सर अँड एड्स यासारख्या अमेरिकन संस्थांना त्यांनी मोठीच मदत केली. युरोपातील सोनी इटालिया ही संस्था अनेक मध्ययुगीन स्मारके आणि ऐतिहासिक वास्तूंचे संरक्षण व संवर्धन करण्यासाठी पुढाकार घेते. जपानमध्ये वैज्ञानिक शिक्षण लोकप्रिय करण्यासाठी सन १९५९ पासून सोनी फाउंडेशनद्वारे विशेष प्रयत्न होत आहेत. अपंग आणि कोणत्याही शारीरिक व्यंगामुळे कमकुवत झालेल्या युवकांना रोजगार देण्यासाठी जपानमध्ये, सोनी फाउंडेशन प्रयत्न करीत आहे. सोनीचे विविध क्षेत्रांतील योगदान सातत्याने वाढत आहे. ते तसेच वाढत राहणार आहे; कारण सोनी ही एक विकासाची आकांक्षा असणारी कंपनी आहे आणि तिचा प्रेरणास्त्रोत आहे; श्री. अकियो - एक असाधारण पुरुष.

सोनी-नवीन विचार आणि कल्पनांचा पूरस्त्रोत

सर्जकता, नावीन्य, चिंतनीय सवय आणि शोधकवृत्ती यांचा संगम झाला की, नवी कल्पना जन्माला येणारच. नव्या कल्पना माणसांना वेडे करतात. वेडी माणसेच इतिहास घडवितात. नव्या विचारांचे हे वेड सोनीने जोपासले होते व आहे म्हणूनच नवे उत्पादन; नवे उत्पादन, संशोधन व विकास कार्यात सोनी अग्रेसर आहे. याबाबत सोनीच्या वॉकमनची जन्मकथा अगदी चित्तथरारक आहे. ती खरोखरच एक चित्तरकथा आहे.

मुलगी नआको एकदा ट्रीपवरून आली आणि घरात आल्या आल्या तिला एका गाण्याची धून ऐकण्याची ऊर्मी आली. त्याबरोबरच ती आपल्या खोलीकडे पळाली. आपल्या मुलीचे हे संगीतवेड पाहून मोरिता थक्कच झाले आणि त्याबरोबरच त्यांना नव्या पिढीला काय हवे आहे याचा अचूक अंदाज पण आला; आपण तयार करावयास हवी एक नवीन संगीत प्रणाली, जी सोबत नेता येईल. हवे तेव्हा हवे ते गाणे वाजविणारी, धुंद करणारी, मनोरंजक संगीत पद्धती आणि मग त्यांचे सोनीमध्ये संशोधन सुरू झाले एका नव्या यंत्राच्या शोधाचे, नव्या उत्पादनाच्या निर्मितीचे !

मला हवे आहे उत्पादन, जे माझे संगीत असेल, माझी आवड आणि माझ्या मनाचे समाधान. लोकांना खचितच संगीताने त्यांची साथसंगत केलेली आवडेल हा मोरितांचा होरा बरोबर ठरला आणि तयार झाले नवे एकदम नवे उत्पादन! हवे तेथे नेता येणारे संगीत-वॉकमन. ग्राहकांची आवड, मानसशास्त्र आणि बाजारपेठेच्या तंत्राचा खरा विजय-'वॉकमन'. वॉकमन हे नावदेखील विचारपूर्वक ठेवण्यात आले होते. सोबत चालणारे, सोबत देणारे सूर, लय आणि ताल यांना चालावयास लावणारे यंत्र वॉकमन.

वॉकमन हे कार्यक्षमतेचे सोनीच्या नावीन्याच्या आविष्काराचे प्रतीक आहे. सोनीच्या प्रारंभी इबुकांनी आपल्या कंपनीचे प्रॉस्पेक्ट्स लिहिताना एक महत्त्वाचे वाक्य लिहिले आहे. या वाक्यात कंपनीचे संपूर्ण तत्त्वज्ञान व्यक्त झाले आहे. हे वाक्य म्हणजे कंपनीचा उद्देश व मिशन यांचे स्पष्ट रूपच होते. - "We excell very where" आणि वॉकमनच्या यशाने हे सिद्ध केले की, सोनी ही एक आगळी-वेगळी संघटना आहे, तंत्रज्ञान आणि मानवी कल्पना यांचा जगावेगळा संगम साधणारी, आपले ध्येय पूर्णत्वाला नेणारी.

मानवीय भांडवल-सोनीचे सर्वांत महत्त्वाचे शक्तिस्रोत

जपानी कंपन्या आजही आपला व्यवसाय एका विशिष्ट पद्धतीने करताना आढळतात. त्यांची व्यवस्थापनाची शैली इतरांपेक्षा वेगळीच आहे. ज्या गोष्टी लाभाच्या वृद्धीसाठी कारणीभूत ठरतात त्यांचा विकास आधी करावा असा जपानमधील एक दंडकच आहे. परिणामतः सोनीचे कार्यालय इतर विदेशी कंपन्यांच्या तुलनेत साधारण आहे त्याची सजावट भव्यदिव्य नाही, पण सोनीने एक मोठी रक्कम आपल्या कर्मचाऱ्यांच्या विकासावर व प्रशिक्षणावर खर्च केली आहे. कर्मचारी विकास हेच तेथे व्यवसायाचे सूत्र क्रमांक एक आहे.

सन १९८६ मध्ये मोरितांनी आपल्या कर्मचाऱ्यांना एका भाषणात सोनीच्या कर्मचारी धोरणाचा परिचय करून दिला; आपण जेव्हा परीक्षेस बसतो, त्यावेळी अचूक उत्तराकरिता आपणास पूर्ण गुण मिळतात, पण जर आपण काहीच लिहिले नाही तर आपणास काहीच गुण मिळत नाहीत; आपण चुकीचे उत्तर लिहिले तर आपणास उणे गुण मिळतात, तसेच व्यवसायाचे आहे. तुम्ही उत्पन्न वाढविले तरच व्यवसायाचा विस्तार होणार आहे. तुमच्याकडून चुका झाल्या तर विनाश होणार आहे, आपल्या यशाची वजाबाकी होणार आहे. त्यामुळे व्यवसायाच्या आणि आपल्या यशाकरिता प्रयत्न करा. पुढे जा आणि त्यासाठी स्वतःचा आपल्या कौशल्यांचा सातत्याने विकास करा. सोनी ही काही स्वयंसेवकांची फौज नाही. सोनीमध्ये रुजू होण्यासाठी विचार करा, कारण तुमच्या आयुष्यातील विकास व समृद्धीचा सर्वोत्कृष्ट काळ हा सोनीमध्ये आहे.

'दायित्व' हा सोनीमध्ये महत्त्वाचा शब्द आहे. आपली जबाबदारी समजून स्वत: कार्य करणे, पुढाकार घेणे यासारखे दुसरे काहीच तेथे महत्त्वाचे मानले जात नाही. आत्मप्रेरणा, जबाबदारीची जाणीव आणि कोणतेही काम तडफेने करण्याची जिद्द या गुणांचा विकास करण्यासाठी सोनीमध्ये विशेष प्रशिक्षण देण्यात येते.

जपान आणि पाश्चात्त्य देशांत कर्मचारी निवडीची प्रक्रिया भिन्न प्रकारची आहे असे मोरितांना वाटते. याबद्दल ते दगड आणि विटांचे उदाहरण देतात. पाश्चात्त्य कंपन्या विटांप्रमाणे कर्मचाऱ्यांची निवड करतात. सर्व कर्मचारी एकाच पद्धतीचे असावेत असा तेथे आग्रह असतो. ज्याप्रमाणे आपण विटा रचताना ठरावीक आकाराच्या रचनेनुसार नेमक्या आकाराच्या व सर्व बाजूंनी साचेबंद असणाऱ्या विटा रचतो तसेच पाश्चात्त्य देशांत प्रथम कामाचे स्वरूप ठरविण्यात येते. त्यानंतर त्याची संपूर्ण चाचणी करून एकदम ठरावीक लायकीची, विशिष्ट पात्रतेची माणसे निवडण्यात येतात. ही माणसे त्या पदाकरिता पूर्णपणे लायक आहेत किंवा नाही हे विविध परीक्षा व चाचण्या घेऊन ठरविण्यात येते. जपानमध्ये मात्र यापेक्षा वेगळी पद्धत आहे. येथे माणसे निवडण्यात येतात वेगवेगळ्या बुद्धिमत्तेची, पात्रतेची, कुवतीची, सर्वोत्कृष्ट व बुद्धिमान माणसे. मग ह्या माणसांना त्यांच्या लायकीचे व आवडीचे काम दिले जाते. 'कामासाठी माणूस' हा पाश्चात्त्य दृष्टिकोन न स्वीकारता 'माणसासाठी काम' हा विचार सोनीमध्ये आहे.

कामगार आणि व्यवस्थापक किंवा अधिकारी असा भेदभाव करण्याची सोनीमध्ये पद्धत नाही. सर्वांना समान संधी आणि समान वागणूक यावर सोनीचा विशेषत: मोरितांचा भर आहे. आमच्या कंपनीत वॉचमन म्हणून लागलेली व्यक्तीही, पात्रता व महत्त्वाकांक्षा असेल तर सेक्रेटरी किंवा जाहिराततज्ज्ञांच्या पदाकरिता अर्ज करू शकते; कारण 'आम्ही माणसाच्या पात्रतेनुसार त्याला काम देण्यावर विश्वास ठेवतो,' हे मोरितांचे वाक्य अत्यंत महत्त्वाचे आहे.

उंच, उंच आणि पुढे उंचीच्या पलीकडे

मोरितांच्या स्वप्नातील यश, जपानच्या गौरव आणि सन्मान त्यांनी आपल्या हयातीतच जपानला पुनश्च प्राप्त करून दिले. १९९३ सालात, सोनी कंपनीमध्ये १,२६,००० कर्मचारी होते, त्यांपैकी ६०% श्रेष्ठ दर्जाचे कुशल तंत्रज्ञ आहेत. इलेक्ट्रॉनिक्सचा सतत विस्तार होणारच आहे आणि म्हणून सोनीचा पण विस्तार अवश्यमेव आहे. दरवर्षी १००० नवीन उत्पादने बाजारात आणणाऱ्या कुशल तंत्रज्ञांचा चमू हेच सोनीचे खरे बळ आहे, सामर्थ्य आहे असे मोरितांना वाटते. आमच्या तंत्रज्ञांपाशी वेगवेगळ्या कल्पना आहेत. जोपर्यंत कल्पनांचा हा निर्झर आटणार नाही, तोपर्यंत सोनीचा विस्तार आणि विकासही अविरतपणे चालूच राहील.

सोनीची निष्ठा विकासाशी आहे. वृद्धी, सर्जकता, नावीन्य व प्रयोगशीलता ह्या चतु:मार्गावर सोनीचा भविष्यकाळ आधारला आहे.

सोनीचे पहिले उत्पादन

१९४७ मध्ये जपानमधील 'संदेशवहन' आणि 'जनसंपर्क यंत्रणा' कुचकामी झाली होती; तेथील अमेरिकन सैनिकांना, कमांडरला एका नवीन पब्लिक अॅड्रेस सिस्टीमची गरज होती. ही आपल्यासाठी सुवर्णसंधी आहे हे इबुकांनी ओळखले; पण तशी ती संधी प्राप्त करणे अत्यंत कठीण होते. जपानी उत्पादने घेण्यास अमेरिकन सैनिक उत्सुक नसत. त्यांना आपले उत्पादन चांगले आहे हे पटवून देण्यासाठी इबुकांना व मोरिताला विशेष प्रयत्न करावे लागले. त्यांच्या फॅक्टरीची दशा पाहून तो अमेरिकन कमांडर थक्कच झाला; आपण येथे कोंबडी घेण्यासाठी आलो नाहीत हे त्याने इबुकांना सांगून त्यांचा काही गैरसमज तर झाला नाही ना याची खात्री करून घेतली; कारण अशा मजबूत आणि खुराडेवजा जागेत इलेक्ट्रिकल व इलेक्ट्रॉनिक्स वस्तू तयार करण्याची कल्पना त्याला खरोखरच नवीन वाटत होती; पण इबुकांनी अपमानाचे ते सर्व क्षण मनात गिळून टाकले आणि आपण मालपुरवठा करण्याचा करार करू या, असे वारंवार सुचविले; अखेर करार झाला. आपल्या कंपनीत आपण अग्निशामक उपकरणे लावू. तिला नवीन स्वरूप देऊ यासारख्या किरकोळ अटी मान्य करून पहिला करारनामा मंजूर झाला.

अनंताकडे सोनीची झेप

सोनीचे यश तिच्या प्रारंभीच्या काळात मर्यादितच होते. मोरितांच्या स्वप्नातले अजस्र आकाराचे ते महामंडळ अद्यापही जन्मास यावयाचे होते आणि त्यासाठी मोरिता-इबुका या जोडीला बरीच मेहनत करणे आवश्यक होते. नवीन उत्पादने बाजारात आणणे अगत्याचे होते. १९४७-४८ मध्ये मोरिता अमेरिकेच्या दौऱ्यावर प्रथमच गेले. त्यावेळी त्यांनी अमेरिकेच्या औद्योगिक प्रगतीचा, यशाचा काळजीपूर्वक अभ्यास केला. त्यातूनच त्यांना जपानी यशाची गुरुकिल्ली सापडली. अमेरिकेला बाजारपेठेच्या आखाड्यात चित करावयाचे असेल तर आपल्याला अमेरिकेची नक्कल करून चालणार नाही; आपण बुटके व पिवळे अमेरिकन झालो तर या स्पर्धेच्या दुनियेत आपला टिकाव लागणार नाही; याची त्यांना जाणीव झाली. त्यासाठी स्वत:चे स्वतंत्र व नवीन स्थान तयार करणेच आवश्यक आहे हे त्यांना एकदम पटले. परिणामत: यशाच नवा मूलमंत्र तयार झाला. तो पुढील शब्दांत सांगता येईल.

बी बेटर अॅण्ड नॉट बिहाइन्ड, इफ नॉट बेटर, बी डिफरन्ट

नवीन काहीतरी करण्याच्या झपाटलेल्या मनस्थितीने स्वारी जपानला परत

आली. एका अमेरिकन नौसेना अधिकाऱ्याकडे त्यांना त्यांचे स्वप्न सापडले. त्या अधिकाऱ्याने अमेरिकेत नुकताच बाजारात आलेला 'विल कॉक्स गे' नावाचा टेपरेकॉर्डर आणला होता. विलकॉक्सपेक्षा चांगला टेपरेकॉर्डर आपण तयार करावा म्हणजे आपण बाजारात नाव मिळवू शकू अशी कल्पना इबुका आणि मोरितांची होती. त्या अधिकाऱ्याला गळ घालून तो रेकॉर्डर एका दिवसाकरिता कंपनीत नेण्यात आला. त्याचे डिझाइन आणि रचना यांचा अभ्यास करण्यात आला आणि त्यातून सोनीचे नवे मॉडेल एन. एच. के. जन्मास आले; सोनीचा नवा जन्म झाला. बाजारात स्थान मिळवून देणारे पहिले उत्पादन सापडले होते. जपानमध्ये एन. एच. के. पूर्वी कोणी टेपरेकॉर्डरचे नावदेखील ऐकले नव्हते आणि आता सोनीला एक प्रचंड बाजारपेठ सहजगत्या मिळाली. दुहेरी स्वरूपात टेपरेकॉर्डर्स आणि कॅसेट्स अशा दोन प्रकारची बाजारपेठ म्हणजे नफ्याचा महापूर सुरू झाला. सोनीची प्रगतिपथावर कधीही न थांबणारी घोडदौड सुरू झाली.

'सोनी' चे ध्येय इतर सामान्य व्यावसायिक संस्थांपेक्षा वेगळे होते. अगदी प्रारंभापासूनच त्या कंपनीचे तत्त्वज्ञान एका ठरावीक विचारांनी प्रभावित झाले होते. परिणामत: यशाचा, विकासाचा आणि दिग्विजयी पराक्रमाचा ध्यास घेतलेली माणसे जोपासणारी कंपनी म्हणून पुढे येण्यासाठी सोनी कटिबद्ध होती. परंतु, नवे तंत्रज्ञान व नवी उत्पादने यांपेक्षा वेगळे महत्त्वाचे व श्रेष्ठ काही असते याची कल्पना प्रत्यक्षात आपली उत्पादने बाजारात आणल्याशिवाय कंपनीला आली नाही. आपली ही उत्पादने बाजारात लोकप्रिय व्हावीत यासाठी कंपनीने सर्वप्रथम उत्कृष्ट, हुशार व आपल्या कामाशी प्रामाणिक असणाऱ्या विक्रेत्यांचा एक गटच तयार केला; 'जेथे इतर उत्पादने पोहोचत नाहीत; तेथे उपस्थित होतात सोनीचे विक्रेते' अशी त्यांची ख्याती होती आणि त्यामुळे जपानमधील उच्चभ्रू व मध्यम वर्गाची बाजारपेठ लवकरच सोनीच्या ताब्यात आली. विल कॉक्सपेक्षा चांगला वेगळा दर्जेदार टेपरेकॉर्डर नंतर बाजारपेठेत आला. एच. टी. एफ. आय. या नावाने बाजारपेठेत सोनीला पर्याय नव्हता; दर्जाचे नाव होते सोनी आणि म्हणूनच यशाची, प्रगतीची शिडी मोठ्या वेगाने चढून जाणे त्या कंपनीला आता शक्य झाले. 'सक्सेस लाईज इन मार्केट प्लेस' हे मोरितांचे वाक्य एक सुवचनच नव्हते; तर ती एक वास्तविकता पण होती. परंतु, त्या बरोबरच संशोधन व विकासकार्याला मोठी चालना देण्यात आली. त्याला वारंवार उत्तेजन देण्यात आले. नवीन उत्पादने हीच कंपनीची शक्ती आहे हे जाणून ए. सी. बाय सिस्टिम हा नवा प्रयोग टेपरेकॉर्डरच्या क्षेत्रात करण्यात आला. त्यानंतर मोरितांचे लक्ष गेले ट्रांझिस्टरकडे, हा रेडिओचा नवा लहान भाऊ म्हणजे संदेशवहन व मनोरंजनाच्या क्षेत्रातील क्रांती ठरेल हे त्यांनी अचूकपणे ओळखले. १९५३ मध्ये ट्रांझिस्टरचे व्यापारी उत्पादन सोनीने सुरू केले आणि मोरिता व इबुका यांना हवे

असणारे सर्व काही प्राप्त झाले. प्रसिद्धी, पैसा व बाजारपेठ. सोनीचे नाव जपानच्या सीमा ओलांडून आशियाच्या इतर कानाकोपऱ्यांत जाऊन पोहोचले. सोनी आता आंतरराष्ट्रीय कंपनी होणार होती.

जपानमध्ये मिळणारे अपूर्व यश हे काही मोरिताचे अंतिम स्वप्न नव्हते; तर त्यांना हवे होते, जागतिक कीर्तीचे अपूर्व यश. जपानी उद्योगाला नवा दर्जा, स्थान आणि प्रतिष्ठा मिळवून देण्याची त्यांची महत्त्वाकांक्षा होती. त्यातूनच त्यांनी सोनीला वेगळे स्वरूप देण्याचा प्रयत्न केला आणि त्याकरिता कंपनीच्या नावापासून सर्वच बाबतीत जाणीवपूर्वक बदल करण्यात आले. कंपनीचे नाव सर्वांच्या चटकन् लक्षात राहील; सर्वांना आवडेल आणि त्यातून कंपनीची एक स्वतंत्र प्रतिमा तयार होईल याकरिता विशेष प्रयत्न करण्यात आले. कंपनीची उत्पादने दर्जेदार, नवीन, इतरांपेक्षा वेगळी आणि पाहताक्षणीच घ्यावीशी वाटावीत यासाठी सखोल संशोधन करण्यावर भर देण्यात आला. ग्राहकांचे मानसशास्त्र समजून उत्पादनाची निर्मिती व विक्री करण्याची सोनी शैली नंतर इतरांना अनुकरणीय वाटली यात नवल ते काय?

१९५५ पासून सोनी आपली उत्पादने टेपरेकॉर्डर्स व रेडीओ सेट्स अमेरिकेत विकू लागली. त्याचा अपेक्षित परिणाम प्राप्त होण्यासाठी तीन वर्षे वाट पाहावी लागली; पण लवकरच अमेरिकन ग्राहकांना सोनीचे व्यसन लागले. स्वस्त, दर्जेदार आणि त्यांच्या गरजा लक्षात घेऊन तयार होणारे उत्पादन असा सोनीचा लौकिक अमेरिकेत कायम झाला. उत्पादनांची वाढती मागणी लक्षात घेता किंमत व नफ्याचे संतुलन ठेवण्यासाठी एक नवीन प्रयोग सोनीने प्रथमच जगाच्या इतिहासात केला. त्यांनी सोनी यू. एस. ए. या नावाची नवीन कंपनीच अमेरिकेत स्थापन केली. लवकरच सोनी (यू. के.) आणि सोनी (युरोप) या दोन नवीन कंपन्याही युरोपातील बाजारपेठ काबीज करण्यासाठी स्थापन करण्यात आल्यात. सोनी हे नाव त्या काळात एवढे लोकप्रिय झाले की, अनेक कंपन्यांनी नंतर त्याच नावाचा थोडाफार बदल करून वापर करण्याचा प्रयत्न केला.

सोनीला आपले टेपरेकॉर्डर्स, ट्रांझिस्टर्स ही उत्पादने लवकरच कालबाह्य होतील याची जाणीव होती. त्यामुळे कंपनीने आपल्या संशोधन व विकासकार्यावर फार मोठी रक्कम खर्च करण्याची योजना आखली आणि त्यातून कंपनीला प्रत्येक वेळी मोठे यश मिळत गेले. कंपनीने जगात प्रथमच २० सें.मी. ट्रांझिस्टर, बेस्ड टी.व्ही. सेट तयार केला. त्यानंतर आपला टिंट्रॉन हा सर्वाधिक खपाचा टी.व्ही. तयार केला. हा टी. व्ही. संच म्हणजे यशाची फार मोठी झेप होती. अमेरिकन टी.व्ही. उत्पादक कंपन्यांना त्यामुळे आपली बाजारपेठ गमवावी लागली. त्यानंतर कंपनीने प्रथमच वॉकमन आणि डिस्कमन ही दोन नवीन उत्पादने प्रथमच जगासमोर आणली. कंपनी आता इलेक्ट्रॉनिक्स उद्योगात पहिल्या क्रमांकाची झाली; जगातील

सर्वाधिक यशस्वी उद्योगपती म्हणून मोरिता यांचा आदराने उल्लेख होऊ लागला.

विस्ताराच्या योजनांच्या बाबतीत मोरिता आपल्या या यशावर फारसे समाधानी नव्हते. अद्यापही सोनीला अमेरिकन कंपन्यांचा स्पर्धक म्हणून मान्यता नव्हती; त्यांना त्याचे शल्य बोचत होते. अखेर या समस्येचे उत्तर आपल्या प्रदीर्घ चिंतनात त्यांना मिळाले. 'विस्तार हीच यशाची पुढची पायरी होय' (एक्सपान्शन इज द सेकंड स्टेप टू सक्सेस); हे त्यांचे वाक्य याच संदर्भातले होते आणि ते त्यांनी सोनीच्या वाढत्या विस्ताराने खरे केले. त्यांनी सोनीची स्थापना केल्यानंतर स्वत: त्या कंपनीच्या विकासासाठी अमेरिकेला प्रयाण केले. लवकरच सोनी स्पेन, सोनी फ्रान्स अशी मोठी कंपन्यांची साखळीच तयार झाली.

त्याच दरम्यान सी. बी. एस. ही प्रख्यात संगीत कंपनीच सोनीने विकत घेतली. सोनी एंटरटेन्मेंट, सोनी चॅनेल्स, सोनी कम्युनिकेशन्स अशा अनेक नवीन कंपन्यांची स्थापना झाली. त्याचबरोबर अनेक अमेरिकन कंपन्यांना सोनीने चक्क विकत घेतले आणि खऱ्या अर्थाने सोनी एक बहुराष्ट्रीय कंपनी झाली. सोनीच्या यशाला वाढती मागणी प्राप्त व्हावी, याकरिता कंपनीने स्वत:च्या आकर्षक शोरूम तयार केल्यात. 'सोनी ऑल द वे' हे त्याचं घोषवाक्य पॅरिस, लंडन, रोम सर्वच रस्त्यांवर चमकू लागले. सर्वच स्तरांतील ग्राहकांना आकर्षित करता यावे यासाठी सातत्याने नवीन उत्पादने, डिझाइन्स आणि रंगसंगती यांचा कंपनीने पुरस्कार केला. प्रत्येक वयोगटाच्या ग्राहकांना प्रभावित करण्यासाठी 'माय फर्स्ट सोनी' ही अगदी लहान मुलांना टार्गेट करून सुरू केलेली प्रचारयोजना त्यांना फारच उपयुक्त सिद्ध झाली.'

सोनीचे यश : मोरितांचे व्यवस्थापकीय कौशल्य

यशाची चढती कमान वेगाने गाठणाऱ्या सोनीचे यश कशात असेल तर ते अकियो मोरितांच्या असाधारण व्यवस्थापकीय कौशल्यात आहे. मोरितांनी आपल्या कंपनीला यशस्वी करण्यासाठी ज्या व्यवस्थापकीय मूल्यांची जोपासना केली त्यांचा येथे उल्लेख करणे यथोचितच होईल.

- आपल्या कंपनीची सर्वश्रेष्ठ गुंतवणूक ही आपले कर्मचारी आहेत.
- 'संशोधन' व 'विकास' ही यशाची प्राथमिक अट आहे.
- 'विस्तार' आणि 'विकास' ही माणसाप्रमाणेच कंपनीची पण मानसिक गरज आहे.
- चांगले वेतन चांगले काम.
- दर्जा हा प्रथम, दर्जा हाच अंतिम शब्द आहे.
- यश प्रयत्नांचा 'अंतिम क्षण' आहे.

○ ग्राहकांना नावीन्य आवडते.
○ जे दुसरा विकतो, ते आपण विकू शकतो.
○ चांगला विक्रेता हीच कंपनीची खरी चालती फिरती ख्याती आहे.
○ न्याय, समानता व व्यवहारात सचोटी याचा लाभ दीर्घकाळात मिळतो व तो कायम असतो.

मोरिता यांनी आपली व्यवस्थापकीय सूत्रे केवळ लोकांना सांगितली नाहीत; तर ती प्रत्यक्ष व्यवहारात आणलीत आणि म्हणूनच ही कंपनी यशाचे सर्वोच्च शिखर प्राप्त करू शकली; ते सुद्धा एकही संप न होता!

कामगारांमध्ये असंतोष निर्माण न होता, मोरितांचे व्यवस्थापकीय तत्त्वज्ञान अनेकांनी वापरावे, अनुकरण करावे असेच आहे.

सतत जायचे पुढे

सोनीच्या यशात मोरितांचा सिंहाचा वाटा आहे. सतत ४२ वर्षे त्यांनी सोनीचे अध्यक्ष म्हणून कार्य पाहिले व वयाच्या ७४ व्या वर्षी १९९३ मध्ये त्यांनी कंपनीच्या अध्यक्षपदाचा राजीनामा स्वत:च दिला. सोनीच्या संचालक मंडळाने मोठ्या जड अंत:करणाने मोरिता यांना निरोप दिला.

ज्या जपानला अमेरिकेने संपूर्णपणे उद्ध्वस्त केले होते; त्याची पुनर्रचना झाल्याने नवनिर्मिती करण्याचे अफाट कार्य करण्याचा तेथील तरुण पिढीने निश्चय केला होता. त्या तरुण पिढीचे खरे प्रतिनिधी म्हणून मोरितांचा अग्रक्रमाने उल्लेख करावयास हवा. अमेरिकेच्या सर्व सामर्थ्य स्वरूपाचा विचारपूर्वक अभ्यास करून तिचे मर्मस्थल बाजारपेठ आणि ग्राहकोपयोगी उत्पादने यावर घणाघाती हल्ला करण्याचे पहिले अपूर्व साहस मोरिता व त्यांच्या सोनीने दाखविले. त्यांनी जपानच्या दुसऱ्या महायुद्धातील पराभवाचा खऱ्या अर्थाने वचपा काढला. आजदेखील सोनीची पुढे वाटचाल होत आहे. मोरितांचे वारसदार त्यांच्या चिकाटी, धडपड, संशोधन व विकास या सद्‌गुणांची जोपासना करीत आहेत आणि हाच धडा आपणही घ्यावयास हवा.

मनोरंजन युगाचा शेवट

९९ चा ऑक्टोबर उजाडला आणि सोनी कंपनीच्या विशाल परिवारावर शोककळा पसरली. मोरितांनी या नश्वर देहाचा त्याग केला. जपानच्या नवऔद्योगिक साम्राज्याचा निर्माता अखेर आपल्या निजधामास गेला.

ज्या देशात औद्योगिकीरणाचे एकंदर स्वरूप अगदी प्राथमिक होते आणि औद्योगिक प्रगतीचा दर तसा मंदच होता; त्या देशाला औद्योगिक साम्राज्याचा दर्जा मोरिता यांनी मिळवून दिला. पश्चिमेची औद्योगिक श्रेष्ठत्वाची विजयपताका त्यांनी

आपल्या परिश्रमांनी आणि अपूर्व व्यावसायिक कौशल्यांनी हिरावून घेतली. मोरितांनी जपानी युवकांपुढे आणि एकूणच पौर्वात्य समाजापुढे आदर्शाचे नवे मानदंड निर्माण केलेत. महायुद्धाच्या पराभवाने गमावलेला आत्मविश्वास पुन्हा मिळवून दिला. मोरितांचे हे योगदान खचितच स्पृहणीय आहे. राष्ट्रप्रेमाची एक जिवंत ज्योत तेवत ठेवणारा हा उद्योगपती स्वदेश, स्वधर्म आणि स्वाभिमानाचे खरे उदाहरण आहे. केवळ देशप्रेमाचे कोरडे कौतुक करणाऱ्या इतर अनेकांनी त्यापासून बोध घ्यावयास हवा. अमेरिकेतील 'चेसमॅनहटन' परिसरात जपानच्या लाल सूर्याची पताका त्यांनी दिमाखात तळपत ठेवली. मोरिता हे आधुनिक जपानचे खरे आदर्श आहेत.

▢▢

: ६ :

जॉर्ज ईस्टमन : एक इस्टमन कलर कहाणी

कल्पनाविश्वात रममाण होणारा आणि त्या कल्पनांना दृश्य स्वरूपात आणणारा संशोधक म्हणून जॉर्ज ईस्टमनचा अत्यंत गौरवाने उल्लेख करावा लागेल. त्याने जगाला नवी दृष्टी दिली व चित्रमय विश्वाचा निर्माता म्हणूनही त्याला लौकिक प्राप्त झाला. बुद्धिमत्ता, परिश्रम आणि धडपड यांचा संगम झाला की, भाग्यदेवतेची कृपादृष्टी चटकन होते हे खरे. भाग्यदेवता प्रसन्न होण्यासाठी कठोर तपश्चर्या करावी लागते. तिची साधना अखंडपणे व्हावी यासाठी सातत्य व परिश्रम हवेतच व त्या सोबतच हवी - बुद्धिमत्ता व दूरदृष्टी. जॉर्ज ईस्टमनचे वर्णन करताना त्याच्याजवळ वरील सर्व सद्‌गुण होते असे म्हणणे पर्याप्त होणार नाही. ईस्टमनचे कार्यकर्तृत्व असाधारण ठरले ते त्याच्या अंगभूत गुणांमुळेच. त्याच्या व्यावसायिक कौशल्यामुळे.

जॉर्ज ईस्टमन हा एक व्यापाऱ्याचा मुलगा. त्याचा जन्म १२ जुलै १८५४ ला वॉटरव्हीले न्यूयॉर्क येथे झाला. त्याचे वडील जॉर्ज वॉशिंग्टन ईस्टमन एक फुलबागेचा व्यवसाय करणारे गृहस्थ होते. परतुं नर्सरीपेक्षा अधिक लाभदायक व्यवसाय करण्याचे मोठ्या जॉर्जच्या मनात आले आणि संपूर्ण ईस्टमन कुटुंब वॉटरव्हीले सोडून रोंचेस्टर येथे आले. रोचेस्टर येथे त्याने ईस्टमन कमर्शियल कॉलेज काढले. हे कॉलेज चांगला पैसा देणारे संस्थान होते; पण कठोर नियतीला संपन्नतेचा वारसा ईस्टमनला लाभू द्यावयाचा नसावा आणि म्हणूनच की काय, जॉर्ज महोदयांचे निधन झाले. ईस्टमन कुटुंबाची वाताहत झाली. संपन्नतेचा झरा आटला आणि मारिया ईस्टमनला आपल्या कच्च्याबच्च्यांसह अस्तित्वासाठी लढा द्यावा लागला. आपले परंपरागत घर लॉजसाठी वापरून एक खाणावळ चालवून तिने मुलांना मोठे करावयाचे ठरविले. दुर्दैवाचे दशावतार कदाचित येथेच पूर्ण होणार नव्हते. जॉर्जची बहीण पोलियोने आजारी पडली. १४ वर्षीय जॉर्जने आपले शालेय शिक्षण अर्धवटच सोडून दिले. त्याच्या बुद्धिमत्तेचा कोणताही ठसा त्याच्या शालेय जीवनात तो उमटवू शकला नाही. परंतु त्याचा एक चांगला बेसबॉलपटू म्हणून लौकिक मात्र झाला. आपणास पुढे येण्यासाठी कठोर परिश्रम करावे लागणार आहेत या वास्तवाची त्याला

वेळीच जाणीव झाली. जॉर्जच्या व्यावसायिक जीवनाची सुरुवात झाली वयाच्या १४ व्या वर्षी, एक पत्रवाहक शिपाई म्हणून. परंतु त्याचा हा व्यवसाय म्हणजे भावी यशाची नांदी होती. गरज हीच त्याची खरी प्रेरणा होती. तीव्र गरिबी व दैन्यावस्था त्याच्या प्रगतीसाठी धडपडीचे कारण होते. दारिद्र्यातून मिळालेल्या याच प्रेरणेमुळे जॉर्जची वृत्ती आयुष्यभर नम्र, सौजन्यपूर्ण व गरजूंना मदत करण्याची झाली. तो महत्त्वाकांक्षी होता, पण लोभी मात्र कधीच नव्हता. विमा कंपनीत शिपाई म्हणून काम केल्याने आपला भाग्योदय होणार नाही. परंतु दुसऱ्या कोणत्याही कामासाठी, नवीन व्यवसायासाठी भांडवल हवे, साहस आणि कौशल्य हवे, एवढी जाणीव त्याला विमा कंपनीने करून दिली. सतत काटकसर करून जॉर्जने एवढ्या छोट्याशा नोकरीतूनदेखील मोठी बचत केली - ३००० डॉलर्स; कारण त्याला आता बदल हवा होता. पुढे जायचे होते. नव्या वळणावर, हिस्पॉनिओला.

नवा पेशा नवी उमेद

वेळेची कमतरता कधीच नसते, फक्त तिचे व्यवस्थापन मात्र क्वचितच एखाद्याला साधते. ईस्टमनला ते वेळीच साधले. हिस्पॅनिओला आल्यावर त्याने अकाउंटन्सीचे वर्ग लावले. औपचारिक शिक्षणाशिवाय चांगली नोकरी मिळणार नाही म्हणून पदवी हवी म्हणून हा उपक्रम त्याने केला. रात्रीच्या वर्गात लेखाकर्म शिकणे आणि दिवसा नोकरी किंवा रोजगारासाठी भटकंती. ह्या मुशाफिरीतूनच त्याला रोचेस्टर सेव्हिंग्ज बँकेत क्लार्कची नोकरी मिळाली, वयाच्या २० व्या वर्षी. परंतु बँक क्लार्क हे त्याचे अंतिम ध्येय नव्हते, तर तो एक प्रारंभ होता, एका मोठ्या यशाच्या महामार्गाचा. प्रगल्भता, कल्पकता, विचार आणि प्रयत्न यांचा एकत्रित परिणाम म्हणजे नवे विचार किंवा नवे संशोधन होय. ईस्टमन विज्ञानाच्या उदयाच्या शतकात जन्माला आला होता. नवे विचार नव्या उत्पादनात बदलत होते. नव्या कल्पना, नव्या शास्त्रांना जन्म देत होत्या. फोटोग्राफी हे त्यापैकीच एक शास्त्र होते, तंत्र होते, कला होती. जोसेफ निपेसे या फ्रेंच शास्त्रज्ञाने १८६६ मध्ये फोटोग्राफीचा शोध लावला परंतु ह्या चित्तखेचक कलेचा व तंत्राचा विकास होण्यास मात्र ईस्टमनचा या नव्या शास्त्रात प्रवेश व्हावयाचा होता. १८८० पर्यंत फोटोग्राफीचे शास्त्र अगदी बाल्यावस्थेतच होते. निपेस आणि त्याचा सहकारी लुइस डॉग्युरे यांनी या तंत्राचा वापर करण्यासाठी चांदी व तांब्याच्या पत्र्याचा वापर केला; तर दुसरा इंग्रज तंत्रज्ञ विल्यम फॉक्स याने फोटोग्राफिक ड्रॉइंगच्या तंत्राचा वापर केला. पहिली निगेटिव्ह प्रिंट बनवण्याचा मानाचा तुरा त्याच्याच शिरपेचात रोवला गेला. परंतु, त्या काळात फोटोग्राफीचे तंत्र मुख्यत्वेकरून धनिक वणिक बाळांच्या ताब्यात होते; कारण हा फार महागडा शौक होता. उमराव, राजे आणि श्रीमंत खाणमालकांना, हॉटेल मालकांना

परवडणारा स्मरणीय छंद. त्याच काळात फ्रेडरिक स्कॉट आणि मॅडॉक्स यांनी या क्षेत्रात आणखी काही बदल घडवून आणले. ईस्टमनला फोटोग्राफीचा छंद जडण्यापूर्वीच म्हणजेच १८७१ मध्ये मॅडॉक्सने ड्रायप्लेट तंत्र विकसित केले होते. परंतु वेटप्लेट पद्धतीचा त्या काळात वरचष्मा असल्याने या पद्धतीकडे फारसे कोणाचेच लक्ष गेले नाही. परंतु, ईस्टमनला मात्र ड्रायप्लेट फोटोग्राफीचे तंत्र भावले. त्याला त्यातच त्याचा भाग्योदय दिसून येत होता.

ईस्टमनला फोटोग्राफीत रुची निर्माण होण्याचे कारण म्हणजे बँकेच्या खर्डेघाशीसाठी आपला जन्म झाला नाही याची जाणीव प्रकर्षाने होत होती. आपण काहीतरी नवे केले पाहिजे, नवीन मार्ग चोखाळला पाहिजे याची मनस्वी इच्छा त्याला होती. मला आता बदलले पाहिजे, पुढे जाण्याचा मार्ग शोधला पाहिजे या अस्वस्थतेने ईस्टमनचे मन सैरभैर झाले. फोटोग्राफीच्या छंदात त्याचे मन रमले पण अंत:करण उज्ज्वल भविष्याची चित्रे रंगविण्यात व्यस्त होते.

ईस्टमनने मोठ्या परिश्रमाने व कौशल्याने ड्रायप्लेट तंत्रात बरेच बदल घडवून आणले. ईस्टमनची ड्रायप्लेट परंपरागत वेटप्लेट तंत्रापेक्षा अधिक दर्जेदार आणि हाताळण्यास सुलभ होती. ईस्टमनला ह्या ड्रायप्लेटमध्ये त्याचे उज्ज्वल भविष्य दिसू लागले. ताबडतोब त्याने त्याचे पेटंट रजिस्टर केले. इंग्लंड ही त्यावेळी तंत्रज्ञानांची व व्यापाराची सम्राज्ञी होती. ईस्टमनला आपल्या ड्रायप्लेटच्या उपयुक्ततेला व्यावसायिक आकार द्यावयाचा होता आणि म्हणूनच त्याने हे पेटंट इंग्लंड व अमेरिकेत रजिस्टर केले. केवळ चांगला शोध व चांगली कल्पनाच महत्त्वाची नाही, तर तिला व्यावसायिक आकार देणे गरजेचे आहे. म्हणूनच ईस्टमनला आपल्या कल्पनेला व्यापारी रूप देण्यावर भर देणे महत्त्वाचे वाटू लागले. १८७९ मध्ये मॉवसन अँड स्वान या ब्रिटिश कंपनीने ईस्टमनचे ड्रायप्लेट तंत्र आणि ड्रायप्लेट तयार करण्याचे मशीन यांचे अधिकार ईस्टमनकडून विकत घेतले. ईस्टमनने आता फोटोग्राफीच्या व्यवसायात आपले नाव प्रस्थापित केले; त्याला नवा पेशा प्राप्त झाला. जगण्याची, नाव व पैसा कमविण्याची नवी उमेद जागृत झाली.

विस्ताराचा काळ : विकासाचा प्रभाव

ईस्टमनला मॉवसन कंपनीने पैसे कमविण्याचे तंत्र शिकविले आणि तेथूनच त्याची विस्तारवृत्ती फोफावली. 'समाधान' हा शब्द व्यावसायिक यशाकरिता वापरणे त्याने सोडूनच दिले. त्याला दररोज नवीन कल्पना सुचत आणि प्रत्येक वेळी नव्या प्रकल्पाच्या योजना तो तयार करीत होता. परंतु, भांडवलाची कमतरता त्याला प्रश्नचिन्हासारखी भेडसावत होती. त्याच्या श्रीमंत काकांनी त्याचा प्रकल्प स्वप्नाळू म्हणून नाकारला; पण त्याचा एक मित्र हेन्री स्ट्राँग मात्र त्याच्या लाभदायक कल्पनेवर

चांगलाच भाळला. घोडागाडीचे लगाम व चाबूक तयार करणारा हा कलंदर मनुष्य फोटोग्राफीच्या नव्या प्रकल्पात जॉर्जचा पहिला भागीदार व सल्लागार झाला. सन १८८०, जॉर्ज इस्टमन व हेन्री स्ट्रॉंग यांची पहिली कंपनी स्थापन झाली. ईस्टमन ड्रायप्लेट कंपनीचा स्ट्रॉंगचा ईस्टमनच्या तांत्रिक ज्ञानावर, कौशल्यावर पूर्ण विश्वास होता तर स्ट्रॉंगच्या विक्री, व्यवसाय व व्यवस्थापन कौशल्याचा ईस्टमन मनापासून चाहता होता. धंदा करणे म्हणजे केवळ लोकांनी सांगितलेले उत्पादन निर्माण करणे नाही; तर, चांगल्या उत्पादनाच्या माध्यमातून ग्राहकांचे पूर्ण समाधान करणे होय. 'ग्राहक क्वचितच उत्पादन विकत घेतात; प्रत्यक्षात ते समाधानाची खरेदी करतात.' हे ज्ञान जॉर्जने अनुभवातून प्राप्त केले. त्याच वेळी त्याला एक महत्त्वाचा अनुभव पण मिळाला. जॉर्जच्या या ड्रायप्लेटची विक्री तडाख्याने चालू होती, परंतु अचानक ग्राहकांच्या तक्रारी सुरू झाल्या. आपले उत्पादन दर्जेदार नाही हे कळताच त्यातील चुकांचा शोध घेण्यासाठी जॉर्जने ५०० वेगवेगळे प्रयोग केले. परंतु, त्यातील दोष सापडला नाही. इंग्लंडमधील तज्ज्ञांशी त्याने संपर्क साधला. तेव्हा असे कळले की, त्याच्या कच्चा मालातील जिलेटीनचा दर्जा निकृष्ट आहे. जॉर्जने बाजारातील सर्व तयार माल पुन्हा परत घेतला. ग्राहकांना भरपाई पण दिली. त्यात मोठी रक्कम खर्ची पडली; पण जॉर्जला दोन महत्त्वाचे धडे मिळाले. उत्पादनाचा दर्जा कच्च्या मालाच्या प्रतीवर अवलंबून असतो, म्हणून पुरवठादार खात्रीचाच हवा आणि दुसरा धडा म्हणजे ग्राहकांना उत्पादकांपेक्षा दर्जेदार उत्पादने महत्त्वाची वाटतात. 'गुणवत्तेशी तडजोड नाही' हे तेव्हापासून जॉर्जचे प्रमाणवाक्य झाले. जॉर्जला जे नुकसान झाले त्यावर त्याची प्रतिक्रिया फारच बोलकी होती. 'पैसा गमावला पण पत कमावली.' हेच मला आता महत्त्वाचे वाटते आहे.

युग नव्या शोधाचे व उत्पादनाचे

विसाव्या शतकाच्या प्रारंभापूर्वीचा तो एक-दोन दशकांचा काळ फारच चमत्कारिक होता. फार आशादायक होता. परिवर्तनाचा होता. सर्वच क्षेत्रांत वेगाने होणारा बदल हीच त्या शेवटच्या दोन दशकांची खरी ओळख होती. तंत्रज्ञान व विज्ञान हनुमानउडी घेऊन पुढे चालले होते. लोकशाहीची कल्पना लोकमान्य होत होती आणि सर्वांत महत्त्वाचे म्हणजे बाजारपेठेचा विस्तार ही त्या युगाची वास्तविक ओळख झाली होती.

सिनेमा, फोटोग्राफी, ग्रामोफोन ही २१ व्या शतकातील लोकप्रिय उत्पादने प्रकाशात येण्याची वाट पाहात होती. फोटोग्राफी लोकप्रिय करायची असेल तर, फोटोग्राफीचे तंत्र सर्वसामान्य माणसाला समजेल, सहजपणे वापरता येईल एवढे सुलभ होणे आवश्यक आहे हे ईस्टमनच्या लक्षात आले. फोटोग्राफीचे तंत्र सोपे व्हावे यासाठी नवनवीन प्रयोग हा ईस्टमनचा छंद झाला. कागदाचा वापर केल्यास

काचेच्या ड्रायप्लेट्स वापरता येतील हे त्याला प्रयोगाने कळले. १८८४ मध्ये एक महत्त्वाची जाहिरात 'फोटोग्राफी' मासिकात झळकली. '१ जानेवारी ८५ पर्यंत एक नवे तंत्र आम्ही ग्राहकांना सुपूर्द करू, ज्यामुळे फोटोग्राफी करणे स्टुडिओत व स्टुडिओबाहेर अगदी सहजपणे करता येईल.' या फिल्ममध्ये २४ फोटोंचा रोल होता व हा सहजपणे हाताळणे शक्य होते; पण फोटोग्राफर मंडळींना आपले जुनेच तंत्र भावत होते. त्यांना हे नवे कागदी फोटोतंत्र आवडले नाही आणि त्या काळात फोटोग्राफी हा छंद जोपासणारे वेडे लोक जन्माला यावयाचे होते.

जॉर्ज आपले उत्पादन चालले नाही म्हणून हताश झाला नाही. त्याने आपल्या संशोधनाचे कार्य अखंडितपणे चालूच ठेवले. उत्पादनाचा दर्जा योग्य प्रकारचा असावा यासाठी नवी उपकरणे, नवे तंत्र यांचे प्रयोग अधिक जोमाने सुरू ठेवले. ईस्टमनच्या फोटोफिल्मला 'अमेरिकन फिल्म' हे नाव होते. ही फिल्म हाताळणे कठीण होत असे आणि म्हणून फिल्म धुण्याचे तंत्र विकसित करणे त्याला महत्त्वाचे वाटले. त्याने सिल्व्हर पेपरऐवजी ब्रोमाईड पेपर वापरण्याचा प्रयोग केला. हा त्याच्या यशाचा एक मोठा टप्पा होता. ब्रोमाईड पेपरमुळे त्याला फोटो एन्लार्जमेंटची कल्पना व्यवहारात आणता आली. परंतु, त्या संपूर्ण प्रयोगाला व्यावहारिक यश अपेक्षित प्रमाणात लाभले नाही. पण, नावलौकिक मात्र मिळाला. या दरम्यान एका नव्या कंपनीची स्थापना १८८५ मध्ये झाली. 'ईस्टमन ड्रायप्लेट अँड फिल्म कंपनी' कंपनीचा अध्यक्ष होता हेन्री स्ट्राँग आणि खजिनदार जॉर्ज ईस्टमन. प्रत्यक्षात आर्थिक व्यवहाराचा मालक ईस्टमन तर व्यापार व्यवस्थापन व विक्रीचे कार्य स्ट्राँग करीत होता.

जॉर्जचे प्रयोग अविरतपणे चालूच होते. त्याच्या संशोधनात खंड नव्हता. विचार व प्रयोगांची संततधार सुरू होती पण यश मात्र ऊन-पावसाचा खेळ खेळत होते. त्याच वेळी जॉर्जची भेट झाली विल्यम वॉकर या कॅमेरा तयार करणाऱ्या बुद्धिमान तंत्रज्ञाशी. वॉकरच्या कल्पकतेचा पूर्ण वापर करून विविध प्रकारचे सहज हाताळता येतील असे कॅमेरे तयार करण्यावर भर देण्यात येत होता; कारण चांगले उत्पादन नेहमीच ग्राहकांच्या गरजांनुरूप असते, सहज सोपे; हाताळण्यासाठी सुलभ आणि कोठेही नेता येण्यासारखे ईस्टमनचे उत्पादनविषयक हे विचार त्या काळातील बाजारपेठ व्यवस्थापनाच्या पुस्तकात यावयाचे होते; पण, प्रभावी होते, उपयुक्त होते हे मात्र खरे.

१८८८ मध्ये ईस्टमनने एका नव्या शब्दाला जन्म दिला. हा शब्द ईस्टमनच्या डोक्यातून जन्माला आला होता. तो कोणत्याही शब्दकोशात नव्हता किंवा कोणत्याही परकीय भाषेतून घेण्यात आला नव्हता. 'कोडॅक! कोडॅकच का?' याचे उत्तर ईस्टमनने दिले आहे मला 'K' या इंग्रजी मुळाक्षराचे मोठे आकर्षण आहे, K ने सुरू होणारा व

K या मुळाक्षरानेच संपणारा शब्द हवा होता आणि तो नेमका मिळाला. कोडॅक (Kodak) या शब्दाची काही खास वैशिष्ट्ये आहेत. तो उच्चारण्यास सोपा आहे. त्याचे उच्चारण चुकीचे होऊ शकत नाही, तो कोणत्याही कलेशी संबंधित नाही किंवा कोणतीही कला या शब्दाशी संबंधित नाही. परिणामत: कोडॅक म्हणजे कोडॅक हेच खरे. ईस्टमनने हे नाव पटकन् रजिस्टर केले आणि आपली उत्पादने या नावाने बाजारात आणली. लवकरच 'कोडॅक' हे नाव जगप्रसिद्ध होणार होते हे त्याला माहीत होते. त्याचे उत्पादन - कोडॅक प्रायमर - बाजारात आले, त्याची जाहिरात स्वत: ईस्टमनने केली होती. त्याचे डिझाइन पण दर्जेदार होते, आकर्षक होते. ह्या उत्पादनाचे घोषवाक्य होते. 'You press the button, we do the rest' उत्पादनाची लोकप्रियता वायुवेगाने सर्वत्र पसरली. सर्वत्र कोडॅकचे नाव झाले. पण, ईस्टमनने एक काळजी घेतली. कोडॅक सर्वत्र उपलब्ध झाला पाहिजे याची. जनरल स्टोअर्स, कॅमेरा व इतर फॅन्सी वस्तूंची दुकाने सर्वत्र कॅमेरा मागताच उपलब्ध होणे हेच उत्पादनाच्या बक्कळ विक्रीचे तंत्र आहे हे त्याला अवगत झाले होते.

कोडॅकचे यशपर्व

ईस्टमनने कोडॅक नावाची एक संपूर्ण उत्पादन मालिकाच बाजारात आणावयाचे ठरविले. कॅमेरा, फिल्म व इतर सर्वच साहित्य 'Complete system of practical photography' हे त्याचे घोषवाक्य होते. त्याच्या यशाची भरारी उत्तुंग होती. प्रत्येक दिवसाला यशाचे नवे शिखर तो सर करीत होता. १८८९ मध्ये 'ईस्टमन फोटोग्राफिक मटेरियल्स कंपनी' स्थापन झाली. ईस्टमनने फोटोग्राफी लोकप्रिय केली. छंदीफंदी, हौसे-नवसे-गवसे सगळ्यांना एका नव्या शौकाचे, छंदाचे शिकार केले. फोटोग्राफी आता विनासायास करणे शक्य होते. याचा परिणाम, मोठ्या प्रमाणावर फोटोशौकिनांचा पंथ वाढला. अमेरिका या छंदवेड्या देशात ईस्टमनला दैवताचे स्थान प्राप्त झाले. ईस्टमनला कोडॅकच्या रूपात पैशांचे झाडच सापडले. झाड नव्हे पैशांचा वटवृक्ष त्याला सापडला होता.

परंतु ईस्टमनला आणखी पुढे जायचे होते. त्याला त्याच्या कामगिरीमध्ये हवे ते समाधान मिळत नव्हते, लंडनमध्ये 'ईस्टमन फोटोग्राफी मटेरियल्स कंपनी लि.' ची स्थापना १८८९ मध्ये झाली. ऑस्ट्रेलिया, युरोप व इतरत्र आता ईस्टमन लोकप्रिय झाला. कोडॅक SAF आणि कोडॅक G-MB ही उत्पादने सर्वतोमुखी झाली. कोडॅक पार्क लंडनचे आकर्षण झाला. त्याच वेळी कंपनीच्या नावात थोडा बदल झाला, ईस्टमन कोडॅक लिमिटेड आणि आता ईस्टमनचे नाव सर्वाधिक लोकप्रिय झाले. १८९० मध्ये ईस्टमन चाळिशीत होता. परंतु त्याच्या महत्त्वाकांक्षा ऐन यौवनात होत्या. ग्राहकांचा आश्रय मिळावा व बाजारपेठ हस्तगत करता यावी यासाठी

त्याने अनेक नवीन योजना सुरू केल्या. ग्राहकांसाठी, इच्छुकांसाठी फोटोग्राफीचे मोफत प्रात्यक्षिक (डेमॉन्स्ट्रेशन) दाखविण्याची व्यवस्था प्रत्येक कोडॅक विकणाऱ्या दुकानात करण्यात आली. हे प्रात्यक्षिक अत्यंत रोचक असे व लोकांना आपला फावला वेळ घालविण्याचे साधन वाटत असे. त्यामुळे कोडॅकची लोकप्रियता आपोआपच वाढत होती.

जाणली काळाची पावले

ईस्टमनला तंत्रज्ञानाच्या अफाट शक्तीची कल्पना होती. हे वेगाने पुढे जाणारे शास्त्र आपल्या नफ्याचा खरा आधार आहे, मूलस्रोत आहे याची त्याला जाणीव होती आणि म्हणून त्याने, तंत्रज्ञान व विज्ञानाची अद्ययावत माहिती ठेवणे नेहमीच महत्त्वाचे मानले. १८९५ साली रोटेजनने 'क्ष'-किरणांचा शोध लावला. क्ष - किरणांच्या लाभाची महत्ता सांगण्यासाठी भविष्यवेत्त्याची गरज नव्हतीच. त्या प्रकाशमान किरणाची कीर्ती अल्पावधीतच सर्वत्र पसरली. ईस्टमन ने 'X Ray Film' तयार करण्याचे ठरविले व सन १८९६ मध्ये कोडॅक 'X Ray plate' निर्मितीचे कार्य जोमाने सुरू झाले.

ह्याच दशकात कल्पक शोधकांचा जनक थॉमस एडिसन आपल्या ऐन उमेदीत होता. त्याने कायनेटोस्कोप या यंत्राची निर्मिती केली. हा कायनेटोस्कोप म्हणजे आजच्या चित्रपटाचा प्रथम पूर्वज, मनोरंजन घराण्याचा आदिपुरुष. ईस्टमन एडिसनला भेटला. ही भेट म्हणजे व्यापार आणि तंत्रज्ञानाच्या विशाल संगमाची पहिली गाठभेट होती. एडिसनचा कायनेटोस्कोप व्यापारी तत्त्वावर तयार झाल्याबरोबरच कोडॅकची सिने फिल्म बाजारात हजर होती. सिने फिल्मची मागणी वाढत होती. पुरवठा करता येणार नाही एवढ्या मोठ्या प्रमाणात तिचा विस्तार होत होता.

कॅमेऱ्याची नवी डिझाइन्स, रचना तयार करणे, त्यात सुधारणा करणे, त्यांना आकर्षक व सुबकपणा देणे हे एक आव्हानच होते. ईस्टमनला व्यापार सांभाळून हे कार्य करणे शक्य नव्हते. परंतु, तो खरा रत्नपारखी होता. त्याला नररत्न गोळा करण्याचा छंद होता. त्याने एक अमूल्य तंत्रज्ञ व मित्र मिळविला - फ्रँक ब्रॉनवेल. त्याच्या कौशल्याबाबत आपले विचार एका वाक्यात त्यानेच लिहून ठेवले आहेत. 'The greatest camera designer the world has known.'

फ्रँक ब्रॉनवेल ईस्टमनच्या कंपनीचा फक्त तंत्रज्ञच नव्हता; तर कोडॅक कंपनीचा शिल्पकार होता. त्याने कोडॅकला नवे रूप दिले. सतरा वर्षांच्या प्रदीर्घ सेवाकाळात, त्याने ६० विविध प्रकारचे कॅमेरा डिझाइन्स तयार केले, अनेक मॉडेल्स बाजारात आणली. ब्रॉनवेलला तांत्रिक दृष्टी होती व त्याबरोबरच ग्राहकांच्या मनावर त्याची पूर्ण पकड हाती. त्याला ग्राहकांना काय हवे व ते कसे तयार करतात, याचे नेमके ज्ञान होते. त्याच्या प्रत्येक कॅमेऱ्याने जगात आनंदाच्या व कौतुकाच्या सरीवर सरी पडल्या होत्या.

फोटोशौकिनांना कोठेही नेता येईल. आपल्या छंदाने निसर्गाला मित्र करता येईल असा कॅमेरा तयार करण्याचा ब्रॉनवेलला ध्यास लागला. त्या काळात मोठ्या आकाराची, हाताळण्यासाठी दोन माणसांची गरज भासणारा आणि कोठेही न नेता येण्यासारखा डब्बावजा मोठा कॅमेरा उपलब्ध होता. परंतु, ब्रॉनवेलने कॉम्पॅक्ट कोडॅक तयार केला. सोपा, सुटसुटीत व कोठेही नेता येईल असा; विक्री तर जलदगतीने वाढली. एका वर्षात ५ लाख कॅमेरे विकले गेले. दर महिन्याला चारशे मैल लांबीची रिळे तयार होत होती. याच काळात 'कोडॅक पार्क'ची स्थापना झाली. कोडॅकसाठी वापरली जाणारी सर्वच उपकरणे, जुनी मॉडेल्स यांचे तेथे नमुने ठेवण्यात आले.

नवीन कोडॅक कॅमेरे चांगले होते, परंतु, हवे तेवढे सुलभ आहेत असे ब्रॉनवेलला वाटत नव्हते. एक दिवस त्याने आपले ध्येय गाठलेच. सगळ्यात सुलभ आणि आकर्षक कॅमेरा ब्रॉनवेलने तयार केला. ब्रॉउनी हा कॅमेरा नव्हता; तर ते ग्राहकांचे फोटोग्राफरना, शौकिनांना पडलेले एक सुंदर चित्रमय स्वप्न होते. ह्या कॅमेऱ्याने संपूर्ण फोटोग्राफीची बाजारपेठ व्यापून टाकली. ईस्टमनची एका डॉलरला कॅमेरा विकण्याची स्वप्नपूर्ती झाली. ईस्टमनला आता आकाश ठेंगणे झाले होते. परंतु संशोधन विकासाच्या दृष्टीने ही प्रगती म्हणजे एक नवी मर्यादा होती. १९११ मध्ये ईस्टमन जर्मनीला गेला; तेथे त्याने संशोधन व विकास कार्याबाबतच्या नव्या कल्पना, नवे विचार पाहिले, अनुभवले. जर्मन माणसे मूलभूत चिंतन करतात. त्यांच्या प्रयोगशाळा अत्यंत अद्ययावत आहेत याची त्याला जाणीव झाली. अमेरिकेला गेल्याबरोबर नवीन व अद्ययावत प्रयोगशाळा स्थापन करावयाची हे त्याने प्रवासातच ठरविले.

इंग्लंडमधील त्याच्या भेटीत एका मित्राने ईस्टमनची गाठ एका हुशार तंत्रज्ञ व कुशाग्र बुद्धीच्या वैज्ञानिकाशी घालून दिली. डॉ. चार्ल्स् मीज. डी. मीज त्यावेळी स्वत:ची एक फोटो कंपनी चालवीत होते. रॅटन अँड बेनराइट. मीजला अत्यंत गलेलठ्ठ पगार देऊन अमेरिकेत न्यावयाचे ईस्टमनने ठरविले; पण ते एक कठीण कार्य होते; कारण मीजने काही अटी ठेवल्या. रॅटन कंपनी कोडॅकने विकत घेतल्यावरच तो अमेरिकेला येऊ शकतो; ही त्यातील प्रमुख अट होती. मीजच्या बुद्धिमत्तेपुढे ईस्टमनला ही किंमत नगण्य वाटली. त्याने त्याची अट फार विचार न करता मान्य केली.

ईस्टमन माणसांची कदर करणारा दिलदार, राजा माणूस होता. त्याला हे ठामपणे माहीत होते की, चांगल्या माणसांत केलेली गुंतवणूक ही दीर्घकाळात सर्वाधिक फायदेशीर ठरते. रॅटन व बेनराइटच्या सर्वच कर्मचाऱ्यांना त्यांच्या योग्यतेप्रमाणे कोडॅकमध्ये सामावून घेण्यात आले आणि सर्वांनाच संतुष्ट करून ईस्टमन आनंदी झाला. १९१२ मध्ये मीजने कामाला सुरुवात केली. अनेक नवे तंत्रज्ञ व वैज्ञानिक यांच्या

साहाय्याने कोडॅकची प्रयोग व संशोधनशाळा सजली, तयार झाली. ईस्टमनच्या मते त्याची ती खरी भरीव गुंतवणूक होती. तुमचे ध्येय उद्याची फोटोग्राफी कला विकसित करण्याचे आहे असे ईस्टमनने आपल्या सहकाऱ्यांना सांगितले. मीजने 'कोडॅकक्रोम' नावाची त्याची पहिली कामगिरी एक नवीन प्रकारची फिल्म विकसित करून पूर्ण केली आणि संशोधन व विकासाच्या कार्याला खरी गती मिळाली. १९२३ मध्ये कोडॅकने आपला पहिला सिने मूव्ही कॅमेरा-'सिने कोडॅक' तयार केला. ह्या कॅमेऱ्याची उपयोगिता अनेक कार्यप्रसंगी सिद्ध झाली आणि तो फार लोकप्रिय झाला. त्यातूनच कोडॅकच्या नव्या साहसाची सुरुवात झाली ती म्हणजे दि ईस्टमन टीचिंग फिल्मस् कार्पोरेशन! कोडॅक लॅब्स्चे कार्य मीजच्या निगराणीखाली जोरात सुरूच होते. १९२९ साली 'कोडॅक कलर' ही नवी फिल्म तयार झाली.

ह्या फिल्मच्या उद्‌घाटनाचा मोठा समारोह ईस्टमनने रोंचेस्टर येथे घडवून आणला. संपूर्ण अमेरिकन समाजमनाला भरभरून समाधान दिले.

युद्धाची वर्षे आणि लाभाची वर्षे

कोडॅकची प्रगती वेगाने होत होती; पण त्याचबरोबर जगावर युद्धाचे सावट पडत होते. शतकाचे पहिले दशक पूर्ण होताहोताच मोठ्या युद्धाची तयारी जग करीत होते. पहिले महायुद्ध १९१४ साली सुरू झाले. अमेरिकेचे त्यात ओढले जाणे स्वाभाविकच होते. त्याने कोडॅक कंपनीच्या सेवा अमेरिकन सरकारला देऊ करण्याची तत्काळ घोषणा केली. या सेवांची सरकारला खरोखरच गरज पण होती. फोटोग्राफ्स्चा युद्धात प्रभावीपणे वापर होणार होता; तसा तो झाला. ईस्टमनने सरकारला मोठीच मदत केली; पण त्याच वेळी त्याचा चाणाक्ष व्यापारी दृष्टिकोन जागाच होता. त्याने 'सोल्जर्स कोडॅक' नावाचे नवे मॉडेल काढले; ते फार लोकप्रिय पण झाले.

शांतीबरोबर प्रगती व समृद्धी येणे स्वाभाविकच होते. कोडॅकच्या विक्रीत १९१९ नंतर झपाट्याने वाढ झाली. दरवर्षी काही नवीन उत्पादने बाजारात येत होती. कोडॅक विक्रीत होणारी विक्रमी वाढ म्हणजे ही ईस्टमनला निरंतर सुख देणारी घटना होती. त्याने आता फोटोग्राफीसाठी लागणारा कच्चा माल स्वत:च निर्माण करावयाचे ठरविले; त्यातून 'टेनेसी ईस्टमन' कंपनीची स्थापना झाली.

१९०१ पासूनच सिने फिल्म ही लाभाची गंगा सिद्ध झाली होती. चित्रपटाच्या नव्या खेळांनी सर्वांनाच खिळवून ठेवले होते. चंदेरी पडद्यावरच्या बाहुल्या लोकांच्या मनावर राज्य करू लागल्या. तो काळ मूकपटांचा होता; पण लोक त्या कलेबाबत कौतुकाने बोलताना थकत नव्हते. त्याच दरम्यान १९०३ मध्ये 'दि ग्रेट ट्रेन रॉबरी' हा प्रसिद्ध मूकपट पडद्यावर चमकला. १५ मिनिटांच्या ह्या खेळाने जगभर धमाल उडवून दिली. हॉलीवूड ही आता मनोरंजनाची पंढरी झाली आणि 'कोडॅक' ह्या पंढरीचे

खरे बडवे, खरे मानकरी झाले! कारण फिल्मचा पुरवठा केवळ ईस्टमन कोडॅक करीत होते. नफ्याचा महापूर वाहू लागला. १९२० मध्ये कोडॅक व टेक्निकलर कार्पोरेशन ह्यांच्यामध्ये महत्त्वाचा करार झाला. त्यामुळे संपूर्ण हॉलीवूडवर ह्या दोन कंपन्यांचे वर्चस्वच निर्माण झाले. अर्थात, त्याबद्दल सर्वत्र टीका पण झाली. कोडॅक आपला एकाधिकार निर्माण करीत आहे; असा आरोप झाला. परंतु फिल्मी क्षेत्राची दर्जेदार सेवा केल्याबद्दल कोडॅकला विशेष ऑस्कर पुरस्कार १९३१ साली मिळाला. कोडॅकचे लक्ष याच वेळी एका नव्या बाजारपेठेकडे गेले. घरी / कार्यालयात, विविध समारंभांसाठी उपयुक्त मोशन कॅमेरे, कोडॅकस्कोप प्रोजेक्टर तयार करण्याकडे सर्व लक्ष केंद्रित करण्यात आले. हॉस्पिटल्स व विविध महत्त्वाच्या ठिकाणी या कोडॅकस्कोपला मोठाच वाव होता. त्याकाळी सर्व चित्रे कृष्णधवल रंगात तयार होत होती. परंतु, ईस्टमनला तर निर्सगातील सर्वच रंगांचे खरे वास्तव चित्रण हवे होते. रंगदार, ढंगदार विविधांगी चित्रण त्याला हवे होते. तसे ते व्हावे यासाठी ईस्टमन फार उत्सुक होता; आणि मग एक दिवस रंगीत चित्र तयार करणारी फिल्म प्रयोगशाळेत तयार करण्यात कोडॅक लॅबला यश मिळाले; आपण जग जिंकल्याचा आनंद ईस्टमनला झाला. आकाश ठेंगणे झाले. कोडॅक कलर आता बाजारात येण्यासाठी तयार झाला. त्याला असाधारण व्यावसायिक यश मिळाले, अभूतपूर्व प्रतिसाद मिळाला. ईस्टमनचा बोलबाला झाला, तो सिनेजगतात. आता तो अमर होणार होता. 'ईस्टमन कलर' या नावाने आता ईस्टमन सर्वाधिक यशस्वी व श्रीमंत उद्योजक झाला होता.

सहकारातून विकास

'माझ्या उद्योगाचा प्राण माझे कर्मचारी व सहकारी आहेत...' असे ईस्टमनने आपल्या एका मुलाखतीत एका पत्रकाराला सांगितले. तेव्हा तो केवळ काहीतरी तोंडदेखले बोलत नव्हता. तो खरोखरच आपल्या महत्त्वाच्या धोरणांची माहिती देत होता. ईस्टमनने आपले व्यावसायिक धोरण आखताना आपले सहकारी व व्यवस्थापक यांना विश्वासात घेतले; तो गुणांचा चाहता होता. कोणत्याही गुणवान व्यक्तीला, त्याच्या व्यवसायात आणण्यासाठी, त्याच्या बुद्धिमत्तेचा संपूर्ण उपयोग व्हावा व त्याला योग्य मोबदला मिळावा यासाठी ईस्टमन नेहमीच प्रयत्न करीत असे. त्याच्या कारखान्यात, प्रयोगशाळेत, कामगारांना चांगले कार्य करण्यासाठी प्रोत्साहन देणाऱ्या विविध योजना त्याने आखल्या. त्याने 'डिव्ही' नावाची एक अभिनव योजना तयार केली. या योजनेत ईस्टमनने आपल्या नफ्यापैकी एक मोठा हिस्सा कामगारांना दिला. नफ्याचे प्रमाण जसेजसे वाढत गेले, त्याच प्रमाणात डिव्हीची रक्कमपण वाढती राहिली. वरवर पाहता हा एक बोनसच होता; पण त्यात कामगारांना अभिप्रेरित करण्याचे मोठे सामर्थ्य होते. त्याने १९०६ पासून 'सूचनापत्र' योजना सुरू केली.

कामगारांच्या चांगल्या सूचना, योजना व व्यवहार्य कल्पना अमलात आणण्याची त्याची योजना कल्पक तर होतीच त्याबरोबरच कामगारांचा व्यवस्थापनातील सहभाग वाढता राहिला. औद्योगिक संबंध सौहार्दाचे व मैत्रीपूर्ण राहिले. १९०४ पासून त्यांनी पगारी सुट्टीची योजना आखली. कामगारांच्या वेतनातून कोणतीही कपात न करता, त्यांना काही दिवस सुट्टी देण्याचा त्याचा हा विचार त्या काळात अभिनवच होता. १९११ मध्ये त्यांना अपघात सुरक्षा निधी सुरू केला. अपघातापासून कामगारांच्या जीविताला असणारा धोका टाळण्याचा हा खरा प्रयत्न होता.

कामगारांनी कंपनीला स्वत:चे मानण्याचे त्याचे धोरण काळाच्या व तत्कालीन व्यवस्थापकीय संकल्पनांच्या पुढे होते. खरोखरच ईस्टमनने एक मोठी वैचारिक क्रांती घडवून आणली. व्यवस्थापन-कामगार संबंधाचा तो काही अभ्यासक नव्हता. परंतु, त्याला असणारी व्यवस्थापकीय दृष्टी आणि कामगारांचे मानसशास्त्र समजण्याची त्याची वैचारिक क्षमता असाधारण होती. अगदी ईस्टमन कस्ट होती.

प्रसिद्धी आणि जाहिरातीची किमया

चित्रे आणि संगीत यांचे जग मूलत: प्रसिद्धीच्या तालावरच नाचते, लोकप्रियतेच्या छटांवर बदलत जाते हे ईस्टमनला अगदी प्रारंभापासूनच ठाऊक होते. आपले उत्पादन विकण्यापूर्वीपासून तर विक्री झाल्यानंतरही ते प्रसिद्धीच्या चर्चेच्या झोतात राहावे याकरिता ईस्टमन सतत प्रयत्न करीत असे. ईस्टमनची जाहिरातीबाबत स्वत:ची कल्पना होती आणि उत्पादनाची जाहिरात योग्य प्रकारे कशी करता येईल याबाबत तो विशेष परिश्रम घेत असे. जाहिरातीवर एक ठ रावीक रक्कम खर्च करण्याचा त्याचा प्रयत्न राहिला. त्याची पहिली जाहिरात 'Kodak Girl' अत्यंत लोकप्रिय झाली. एका अवखळ, सुंदर व आकर्षक मुलीचा मॉडेल म्हणून अत्यंत कल्पकतेने त्यात वापर करण्यात आला. ही जाहिरात अत्यंत लोकप्रिय ठरली. 'Now is the time to get your kodak' हे त्या चित्राखालील घोषवाक्य एवढे समर्पक होते की, जाहिरातीचा अपेक्षित प्रभाव साधणे सहज शक्य झाले.

आपल्या उत्पादनाची स्वीकारार्हता जाहिरातीच्या माध्यमातून वाढविता येईल असा त्याला विश्वास वाटू लागला; म्हणून विविध विक्रयवृद्धीच्या योजनाही जाहिरातीबरोबरच त्याने सुरू केल्या. 'Take a Kodak with you & win the 1000 daily mail prize' ही जाहिरातदेखील अफाट यश देणारी ठरली.

प्रगतीचे नवे शिखर

प्रगती हा ईस्टमनच्या जीवनाचा मूलमंत्र होता. काहीतरी नवे करण्याची तीव्र इच्छाशक्ती त्याच्या रोमारोमात भरलेली होती. तो केवळ नवे विचार, नवे प्रयोग, नव्या संकल्पना यांचा भोक्ता, चाहता आणि पुरस्कर्ता होता. त्याला सतत पुढे जायचे

होते. सर्वाधिक यशाचा वैज्ञानिक, उद्योगपती व्हावयाचे होते. प्रचंड संपत्तीचा संग्रह त्याने आपल्या आयुष्यात केला. परंतु त्याला आपल्या पूर्वायुष्यातील दारिद्र्याचा विसर मात्र पडत नव्हता. त्याने त्यामुळेच पैशांची उधळण केली नाही. त्याला अकारण पैसा खर्च करणे आवडत नसे, परंतु सत्कारणी दानधर्म करणे मात्र योग्य वाटत असे आणि त्यामुळेच त्याच्या आवडत्या M.I.T. ह्या शिक्षणसंस्थेला त्याने मोठी देणगी वारंवार दिली. त्याने प्रथम या संस्थेला 'स्मिथ' या टोपण नावाने देणगी दिली. त्यावेळी हा गुप्त 'स्मिथ' कोण आहे याविषयी मोठी खळबळ उडाली. परंतु, नंतर स्वत: ईस्टमननेच हा सर्व रहस्यभेद उघड केला. त्याने MIT ला जवळपास ४५ लक्ष डॉलर्सच्या देणग्या १९२३ मध्ये दिल्या. त्याशिवाय रोचेस्टर विद्यापीठाला त्याने वेळोवेळी देणग्या दिल्या. त्याच्या मनात कृष्णवर्णीयांच्याबद्दल विशेष प्रेम होते. त्याने टस्कगी आणि हॅम्पटन या विद्यापीठांना अनेक मोठ्या देणग्या दिल्या.

जंगलांमध्ये भटकणे, नवीन जागा पाहणे हे त्याचे विशेष आवडीचे छंद होते. अभिजात संगीताचा तो खरा शौकीन होता. मासेमारी हा त्याचा शौक होता. घरी फावल्या वेळात ऑर्गन वाजविणे त्याला फार आवडे. १९२३ नंतर त्याला आता ऑफिसमध्ये जाणे व व्यवसाय पाहणे थांबवावे असे वाटत होते; पण नव्या योजना, नवी बाजारपेठ यांचे आव्हान स्वस्थ बसू देत नसे. दूरदेशाच्या नव्या प्रवासात त्याने मन रमविले. शिकारी आणि निसर्गाची फोटोग्राफी यांना आपला विरंगुळा मानला. अभिजात साहित्यामध्ये रुची वाढविली. त्याने रोचेस्टर विद्यापीठात 'ईस्टमन स्कूल ऑफ म्युझिक'ची स्थापना पण केली. एक वैद्यकशाळा व वैद्यकीय महाविद्यालय यांनादेखील मोठी मदत केली; त्याने एक विशेष प्रकारचे दंत महाविद्यालय सुरू करण्यासाठी वित्तीय मदत केली; नंतर तशाच प्रकारची महाविद्यालये, स्टॉकहोम, पॅरिस, ब्रुसेल्स येथे निघाली.

'प्रयत्न केल्यास हवे ते साध्य होते' या तत्त्वावर त्याचा पूर्ण विश्वास होता. १९३० च्या सुमारास त्याला आपल्या जीवनाचा शेवट जवळ आल्याची जाणीव झाली. आता वय झाले आहे, थकवा आणि वार्धक्य यांनी मनावर आणि शरीरावर ताबा मिळविला आहे याची एक अस्पष्ट जाणीव त्याला प्रकर्षाने झाली. आपल्या आयुष्याच्या चित्रातील सर्व रंग मनासारखे भरल्याबद्दल त्याला पूर्ण समाधान होते. आता फायनल शॉट द्यायचा होता. रीळ जवळपास संपली होती आणि एक महत्त्वाचे म्हणजे ह्या चित्रात रीटेक होणार नव्हते. यमराजाने येऊन 'स्माईल प्लीज' म्हटले की, मग शूट आणि सर्व खलास! ईस्टमनला आपल्या ह्या जबरदस्त खेळाच्या शेवटाची कल्पना असल्याने त्याने, १९३० मध्ये कोडॅक साम्राज्याच्या राजपदावरून निवृत्ती घेतली. मार्च १९३२ मध्ये त्याच्या आयुष्याच्या चित्रपटावर नियतीने अखेरचा पडदा ओढला. "माझे कार्य संपले आहे; आता प्रतीक्षा कशाची?" असे त्याच्या

मृत्युशय्येपाशी त्याने लिहून ठेवले होते. ज्या लगबगीने आणि झपाट्याने तो जगला, त्याच वेगाने त्याच्या जीवनाचा शेवट झाला. एका वेगवान चित्रपटाच्या कथेची अखेर जशी थरारक असते; तसेच त्याचे आयुष्य होते. नियंत्रित पण धडाडीचे आणि गतिमानतेचे! त्याच्या जीवनाचे एक वैशिष्ट्य म्हणजे तो महान कल्पक शास्त्रज्ञ होता; पण त्याच वेळी तो यशस्वी आणि उद्यमी व्यवसायी पण होता. त्याच्या कंपनीइतकाच तो पण लोकप्रिय होता. असाधारण होता. एक अजोड व्यक्तिमत्त्व.

ईस्टमननंतरचे कोडॅक

फोटोग्राफीच्या जगात जेव्हा खळबळजनक आणि वेगवान बदल होत होते, त्याच वेळी ईस्टमन हे जग सोडून गेला होता. प्रयोगशाळा व संशोधन संस्थांचे नवे युग आता प्रस्थापित झाले होते. 'कल्पक' व 'हौशी' प्रयोगकर्त्यांची जागा आता विचारी व औपचारिक शिक्षण घेतलेल्या कुशाग्र बुद्धिमत्तेच्या वैज्ञानिकांनी व तंत्रज्ञांनी घेतली होती. कोडॅकने नव्या प्रयोगशाळा स्थापन केल्या. उपकंपन्यांचा फापटपसारा वाढविला. टेनिसी ईस्टमनने प्लास्टिक तयार करणे सुरू केले. त्याचवेळी जनरल मिल्सने मॉलेक्युलर डिस्टिलेशनवरील संशोधन पूर्ण करून ते व्यापारी तत्त्वावर उत्पादित करणे सुरू केले. व्हीटमिल्सचे उत्पादन करणारी ती मोठी कंपनी झाली. मीज आणि त्याच्या साथीदारांनी एक मोठी कामगिरी बजावली. कोडॅकक्रोम आता विविधरंगी फिल्म झाली. तसेच कोडॅक स्लाइड प्रोजेक्टरचीपण निर्मिती होऊ लागली.

१९३९ मध्ये एक जागतिक दर्जाचे अतिविशाल प्रदर्शन कोडॅकने न्यूयॉर्कमध्ये आयोजित केले. ते अत्यंत यशस्वी ठरले. त्याचवेळी युद्धाचे वारे वाहू लागले. कोडॅकने अमेरिकन सरकरला सर्वतोपरी साहाय्य केले. तेथील शास्त्रज्ञ फोटोग्राफीचा युद्धासाठी विविध प्रकारे कसा उपयोग करता येईल यावर विचार करू लागले. नवीन उपकरणांचा व तंत्राचा त्यामुळे झपाट्याने विकास झाला.

युद्ध संपल्याबरोबर 'Snap Happy' नावाचे एक अप्रतिम मॉडेल तयार झाले, ते फार यशस्वी झाले. कोडॅकच्या यशाची सर्वत्र चर्चा होऊ लागली. कोडॅकच्या नव्या प्रयोगशाळा, ऑस्ट्रेलिया, इंग्लंड व फ्रान्समध्ये १९५१ साली स्थापन झाल्या. १९६० मध्ये प्रथमच जपानी व जर्मन कंपन्यांकडून कोडॅकला स्पर्धा जाणवू लागली. त्याला तोंड देण्यासाठी कोडॅकने 'इन्स्टामॅटिक्स' नावाचे नवे कॅमेरे बाजारात आणले व आपले वर्चस्व टिकवून ठेवले. परंतु १९७६ मध्ये कोडॅकला एक मोठा हादरा बसला. त्यांचे इन्सटंट कॅमेरे हे पोलराइड कंपनीच्या कॅमेऱ्याच्या पेटंटची नक्कल आहे असा दावा पोलराइड कंपनीने केला. कोडॅक हा दावा हरली आणि कंपनीला १९९१ मध्ये ९२८ दशलक्ष डॉलर्सची नुकसानभरपाई पोलराइडला द्यावी लागली.

कंपनी याचवेळी वेगवेगळी नवी उत्पादने तयार करण्यात गुंतली होती. केमिकल्स,

सूत, कृत्रिम धागे, तेल व गॅस या सर्व उत्पादन क्षेत्रांत कोडॅक पुढे येऊ लागली. १९८० मध्ये कंपनीला १०० वर्षे झाली. त्याच वर्षी कंपनीने 'ब्लड ॲनालायझर'चा शोध लावला. १९९० मध्ये कंपनीने लेझर प्रिंटर्स व विविध सुविधा उपकरणांचे उत्पादन सुरू केले, त्यात व्हीडिओ टेप्स् व फोटो कॉपिअर्सचा समावेश होता.

भविष्यातील कोडॅक

उद्याचा 'कोडॅक' कसा असेल याचा अंदाज कोडॅक आज कशा प्रकारचे प्रकल्प हाती घेत आहे; यावरून बांधता येतो. मोठ्या व जागतिक आकाराच्या ह्या श्रेष्ठ बहुराष्ट्रीय कंपनीची अजस्त्रता असाधारण आहे. कंपनीने विविध क्षेत्रांत प्रवेश केला आहे. कोडॅकने 'फोटो कॉम्पॅक्ट डिस्क' या नावाचे एक नवीन फोटोग्राफी तंत्र विकसित केले. यात अत्यंत आधुनिक तंत्राचा विकास करण्यात आला आहे. कोडॅकमध्ये तंत्रज्ञानाचा सतत विकास करण्यावर भर दिला जात आहे. आज १५० पेक्षा अधिक देशांत कोडॅक उत्पादने उपलब्ध आहेत. कंपनीने गेल्या काही वर्षांपूर्वी केवळ एकदाच वापरून फेकून देता येतील असे कॅमेरे विकसित केले. हे कॅमेरे वापरून फोटोग्राफी डिलरला परत करता येतात. हे कॅमेरे स्वस्त आणि वापरण्यास सुलभ आहेत. परिणामत: या कॅमेऱ्यांची विक्री तडाख्याने झाली आहे. १०० दशलक्ष कॅमेरे विकून कंपनीने जागतिक विक्रम साधला आहे.

कंपनीने अंतरिक्ष विज्ञान, मनोरंजन, रसायने, सूत व रेशीम, प्लॅस्टिक्स आणि इतरही अनेक क्षेत्रांत प्रवेश केला आहे. ईस्टमनचे तत्त्वज्ञान त्याच्याबरोबरच संपले नाही; तर ते तत्त्वज्ञान कंपनीच्या सिद्धान्तांमध्ये, मिशनमध्ये आणि कार्यपद्धतीत सामावले आहे. ईस्टमन कंपनीच्या विशालतेबरोबरच मोठा झाला; महामानव झाला. तो अजरामर झाला आहे. विकासाची ओढ त्याच्या मनाला होती. प्रगतीला त्याने साद घातली आणि त्याच्या सहकाऱ्यांनी, कर्मचाऱ्यांनी उस्फूर्तपणे प्रतिसाद दिला. त्याचे विचार विकासाभिमुख होते आणि म्हणूनच तो इतरांचा विश्वास मिळवू शकला. तो केवळ थोर उद्योजकच नव्हता तर एक महामानव होता. श्रेष्ठत्वाचा खरा पुतळा होता.

❑❑

: ७ :

जॉन मॉर्गन : वित्तबाजाराचा जादूगार

उद्योजकाची पार्श्वभूमी केवळ दारिद्र्य, कठीण परिश्रम, खडतर आयुष्य आणि अपमानास्पद बालपण यापासून बनत असते हे काही सत्य नाही. श्रीमंत आणि घरंदाज खानदानात जन्माला येऊनदेखील एक उत्तम व प्रतिष्ठित उद्योजक म्हणून पुढे येता येते. अशी अनेक उदाहरणे आपल्या डोळ्यांपुढे आहेत. श्रीमंताच्या घरी जन्माला येणे ही प्रतिकूलता नाही तर संधी आहे आणि तिचे सोने करण्याची संभाव्यता पण टाळता येत नाही.

कणखर मन, कर्तबगार मनोवृत्ती, कसलेले मनगट आणि कार्यक्षमता यांचा संगम झाला तर श्रीमंतीची पार्श्वभूमी उद्योजकाला यशाच्या पायऱ्या जन्मापासूनच उंचावर नेण्यासाठी सुलभता प्रदान करते.

अमेरिकन उद्यम वृत्तींची एक प्रातिनिधिक कहाणी. खडतर बालपण, कष्टमय व आव्हानात्मक तारुण्य आणि प्रतिकूल परिस्थितीवर निर्धाराने मात करणारा साहसी तरुण याची ती कहाणी आहे. पण जॉन पिअरपाँट मॉर्गन मात्र त्याला अपवाद आहे. त्याची कहाणी जगावेगळी असली तरीदेखील तिला कारुण्याची झालर नाही, दु:खाची दुर्दैवी किनार नाही.

१७ एप्रिल १८३७ ला हॉर्टफोर्ड येथे त्याचा जन्म झाला. त्याच्या घराचा परिसर अत्यंत आलिशान होता. त्याचे आजोबा एक सधन शेतकरी होते. नंतर त्यांनी खाणावळीचा व्यवसाय सोबतीला सुरू केला. रेल्वे रूळ बांधणे, जमिनीची खरेदी-विक्री करणे आणि नौकानयनासारखे विविध व्यवसाय त्यांनी त्यासोबतच सुरू केले. त्यानंतर त्यांनी 'एटना इन्शुरन्स कंपनी' हा व्यवसाय सुरू केला. त्याच्या आजोबांचा यशस्वी वारसा मुलाला प्राप्त झाला. जॉनचे वडील ज्युलीअन मॉर्गन यांना वडिलांकडून तीन गोष्टी प्राप्त झाल्या. व्यवसायाची कला, विकासवादी दृष्टिकोन आणि राहते घर. परंतु ज्युलीयन स्वत:च एक कलंदर व्यक्ती होता. त्याने वडिलांच्या व्यवसायाच्या मर्यादा वेळीच ओळखल्या आणि स्वत:चा वेगळा मार्ग चोखाळण्याचे ठरविले. त्याने वेगवेगळ्या बाजारू मालांचा व्यापार करायला सुरुवात केली. त्यानंतर बँकिंग व्यवसायाला

प्रारंभ केला. जे. एस. मॉर्गन कंपनी नावाची बँकिंग कंपनी त्याने स्थापन केली. जरी तो अमेरिकन होता, तरी कंपनीचे मुख्य कार्यालय त्याने लंडनमध्ये स्थापन केले. त्याने अमेरिकन आणि इंग्लिश व्यवसायाला वित्तपुरवठा सुरू केला. त्यातून मोठाच लाभ त्याला झाला.

जॉन एक स्वच्छंदी, स्वैर वृत्तीचा आणि गांभीर्य नसलेला मुलगा होता. आयुष्याच्या कोणत्याही प्रसंगाकडे गंभीरपणे पाहण्याची परिपक्वता त्याच्या स्वभावात यायची होती. बोस्टनच्या अत्यंत प्रथितयश शाळेमध्ये त्याला शिकण्याची संधी मिळाली. तेथे तो लोकप्रिय झाला. त्याच्या मनमिळाऊ आणि मैत्रीपूर्ण स्वभावामुळे अभ्यासात आणि क्रमिक पुस्तकांमध्ये त्याचे मन रमत नव्हते. तेथे देखील तो कामचलाऊ वृत्तीनेच अभ्यास करीत होता. नाचणे, गाणे, वायफळ गप्पा करणे हेच त्याचे आवडते छंद होते.

बुद्धिबळ, धावणे, रेसेस आणि ॲथलेटिक्स त्याचे आवडते छंद होते. मुलांबरोबर फिरायला जाणे, गड चढणे वगैरे साहसी कामात तो पुढे असायचा. त्याची अभ्यासातील गती यथातथाच होती. पण त्याला व्यवसायात मात्र अगदी शालेय जीवनापासूनच गोडी होती. त्याने त्याच्या चुलत भावाला - जीम गुडविनला मदतीला घेऊन एक कंपनी काढली. नाटकाची तिकिटे विकण्यासाठी आणि शाळेतच असताना त्यातून नफा कमविण्याचे तंत्र आत्मसात केले. वयाच्या १३ व्या वर्षी त्याच्या कंपनीची त्याने 'बॅलन्सशिट' तयार केली. 'मॉर्गन ॲंड गुडविनची बॅलन्सशिट एप्रिल १८४९. तो पत्रे लिहितांना देखील जे. पी. मॉर्गन करिता' ''आपला स्नेहशील जॉन मॉर्गन'' असेच लिहीत असे. त्याच्या बालपणापासून त्याला एकच स्वप्न पडत होते. मोठा उद्योगपती होण्याचे. अत्यंत यशस्वी व्यावसायिक होण्याचे. त्याने अगदी शाळकरी जीवनापासून आपल्या जमाखर्चाची नोंदवही अत्यंत काळजीपूर्वक ठेवणे सुरू केले. ती सवय त्याने कायम ठेवली. अगदी कोठेही गेला तरी त्याची जमाकीर्द त्याच्या सोबतच असे. त्यामुळे त्याला व्यवसायाच्या नेमक्या घडामोडींचा अंदाज येत असे.

शालेय शिक्षण पूर्ण करून तो जर्मनीमधील गॉटींगन विद्यापीठात उच्च शिक्षण घेण्यासाठी गेला. खरे तर त्याच्या घराण्याच्या रीतीनुसार त्याने परंपरागत व्यवसायातच प्रवेश करायला हवा होता. पण तसे न करता त्याने बँकिंगचे क्षेत्र निवडणे संयुक्तिक मानले. त्याचा त्याला पुढे खचितच लाभ झाला. त्याला अर्थकारणातल्या खाचाखोचा कळू लागल्या. व्यवहार्य दृष्टिकोनाला विद्येचे कोंदण लाभले होते.

त्यानंतर तो डंकन हॉल्मन आणि कंपनी या बँकिंग व्यवसायात एक अत्यंत कनिष्ठ स्तरावरील (ज्युनिअर अकाउंटंट) म्हणून रुजू झाला. त्याचा उद्देश बँकिंग व्यवसायाचे रहस्य समजून घेणे हा होता. त्याच्या अंगभूत गुणांचा, मेहनत व विचारी

दृष्टीचा कंपनी व्यवस्थापनाला लवकरच अंदाज झाला आणि त्याच्या गुणांची कदर करण्यासाठी लवकरच त्याला शाखाप्रमुख करण्यात आले. त्यावेळी त्याचे वय होते फक्त बावीस.

मॉर्गनच्या आयुष्याविषयीच्या कल्पना अत्यंत स्पष्ट होत्या. त्याला व्यक्तिगत जीवनात अत्यंत मोठा आणि यशस्वी व्यक्ती व्हावयाचे होते. त्यासाठी वाटेल ती मेहनत करण्याची तत्परता आणि तयारी त्याने दाखविली. त्याने आपल्या चुलत भावाला - जिम गुडविनला पत्रात लिहिले आहे. "आपल्या यशाचे खरे रहस्य आपण किती परिश्रम करणार आहोत आणि कोणते व्यावसायिक क्षेत्र निवडणार यावर अवलंबून राहणार आहे. यासाठी आपल्याला आयुष्यात साथ देणाऱ्या आणि आपले ध्येय समजून घेतील अशा जीवन सहचारिणीची गरज आहे." मॉर्गनला त्याच्या कष्टात, दु:खात सहभागी होणारी अर्धांगिनी हवी होती; पण तसे झाले नाही. त्याची पहिली पत्नी सतत आजारी राहिली. एलीया ऊर्फ मिमी लग्नानंतर अल्पावधीतच रुग्ण झाली. त्याने तिची सेवा केली. तिला इंग्लंड व युरोपात हवामान बदलासाठी पण नेले. पण त्याचा फार लाभ झाला नाही. तिचे लवकरच निधन झाले. या घटनेचा मॉर्गनवर फार विपरीत परिणाम झाला. त्याने व्यवसाय सोडून देण्याचे ठरविले. परंतु हळूहळू त्याचे मन पुन: स्थिर झाले आणि तो व्यवसायाकडे वळला. त्याच्या वडिलांना त्याच्या वागण्याबद्दल चिंता वाटत होती. त्यांनी त्याचे मन वळविण्यासाठी बराच प्रयत्न केला आणि अखेर त्यांना यश आले.

अमेरिकन गृहयुद्धाचा दुसरे स्वातंत्र्ययुद्ध म्हणूनच उल्लेख केला जातो. त्या काळात अमेरिकन समाजाच्या व अर्थरचनेच्या संपूर्ण आकृतिबंधालाच हादरे बसत होते. अस्वस्थ जनमानस आणि स्थित्यंतराच्या अवस्थेतील राज्यरचना यामुळे आर्थिक व्यवस्थेवर मोठाच ताण आला होता. स्वातंत्र्य आणि समतेच्या पुनर्स्थापनेसाठी देश गृहयुद्धाच्या आगीत होरपळत होता. त्याचे पडसाद समाजरचनेत सर्वच स्वरूपात उमटत होते. औद्योगिकरीत्या संपन्न उत्तर आणि कृषिप्रधान दक्षिण अशी अमेरिकेची विभागणी अप्रत्यक्षरीत्या झाली होतीच.

मॉर्गनला हा काळ धगधगत्या निखाऱ्यासारखा वाटला. परंतु त्यावरून चालून जाण्याचे साहस दाखविण्याचे त्याच्या मनाने घेतले. त्याने बँकिंग व्यवसायात प्रवेश करावयाचे ठरविले आणि जे. पिअरपॉंट मॉर्गन अँड कंपनीची स्थापना १ सप्टें; १८६२ रोजी झाली. युद्धाने होरपळलेल्या अमेरिकेला जी आर्थिक संजीवनी हवी होती, त्यासाठी मॉर्गनसारख्या कष्टाळू, महत्त्वाकांक्षी आणि उद्यमीवृत्तीच्या युवकांचीच गरज होती. वाहतूक व्यवस्था वाढल्याशिवाय औद्योगिकीकरण होणार नाही यासाठी रेल्वेयंत्रणेला महत्त्वाची भूमिका बजावयाची होती. वाहतूक आणि कोळसा हे दोन महत्त्वाचे उद्योग ठरणार होते. त्यांना यशस्वी होण्यासाठी प्रचंड भांडवल आणि

गुंतवणूक लागणार होती, हे चाणाक्षपणे ओळखणाऱ्या धूर्त व्यावसायिकांत मॉर्गन पहिला होता.

युरोपातून निर्वासितांचे तांडेच्या तांडे अमेरिकेत येत होते. या 'नव्या भूमीत' त्यांना दुधामधाचा प्रदेश सापडेल ही खात्री होती. या नवीन जगात रोटी, रोजगार आणि विसावा मिळावा हा आशा घेऊन येणाऱ्या डच, पोलीश, ब्रिटिश, जर्मन, फ्रेंच आणि नॉर्वेजियन लोकांना रोजगाराबरोबरच आर्थिक हमीपण हवी होती. तिचा आधार एक सुदृढ बँकिंग प्रणाली होती. त्यासाठी मॉर्गनसारखे सावकार आणि बँकर्स आपली यंत्रणा तयार करीतच होते.

मॉर्गनच्या बँकिंग व्यवसायाचे तीन उद्देश त्याने प्रथमत: ठरविले. एक म्हणजे वेगाने होणाऱ्या आर्थिक विस्ताराला वित्तपुरवठा करणारी यंत्रणा म्हणून कार्य करणे. दुसरा, रेल्वे आणि खाणकाम उद्योगाला भांडवल उपलब्ध करून देणारी औद्योगिक वित्तव्यवस्था उभारणे आणि तिसरे नवीन व्यावसायिक, उद्योजक, कारागीर आणि वसाहत करणाऱ्या लोकांना सुरक्षित व हमीने पैसा देणारी बँकिंग प्रणाली तयार करणे.

मॉर्गन चतुर व्यावसायिक होता. या व्यवसायात मोठी संधी आहे. पण जोखीम देखील सर्वाधिक आहे हे त्याला माहीत होते. त्यासाठी त्याचे आपल्या वडिलांच्या साहाय्याने इंग्लिश बँकर्स व गुंतवणूकदारांशी संधान बांधले. अमेरिकेतील विस्तारात मोठा हिस्सा आपणास मिळावा, त्यांच्या लाभात आपण वाटा असावा असे वाटणारा इंग्लिश गुंतवणूकदार वर्ग होताच. त्याला ती सुवर्णसंधीच वाटली. युद्धाच्या काळातील व्यापार ही मॉर्गनला सुवर्णसंधीच वाटली. त्या गृहकलहातदेखील नफा, व्यापार आणि विस्तार ही त्रिसूत्री अमेरिकन व्यापारीवर्ग विसरला नव्हता. शांतता हरविली होती. प्रेम, आस्था आणि बंधुभाव गृहयुद्धाच्या कलहात करपले होते. पण लाभाची प्रेरणा मात्र सतत तेवतच होती.

६५ च्या मेमध्ये गृहयुद्धाचा शेवट झाला. त्या काळात मॉर्गनच्या बँकिंग व विमा व्यवसायाचा चांगलाच विस्तार झाला होता. जम बसला होता. त्याला चांगले नाव, प्रतिष्ठा आणि लौकिक प्राप्त झाला होता. त्याचे वार्षिक उत्पन्न आता 'लाखांच्या गोष्टी' करीत होते. हा काळ त्याला सुवर्णयुगासारखा वाटत होता. तो स्वत:वर खूष होता. त्याला नवीन कल्पना व व्यवसायाची स्वप्ने पडत होती. विस्ताराचे धोरण त्याच्या मनाला आणि कृतिशीलता त्याच्या हाताला शिवत होती. त्याला पुढे जायचे होते आणि त्यासाठी तो आता तयार झाला होता.

त्याच काळात त्याने दुसरा विवाह केला. फॅनी (ट्रेसी) मॉर्गनबरोबर. ती एका सुखवस्तू घराण्यातील मुलगी होती. त्याला हवी तशी त्याची आवडती कल्पना.

त्याला ट्रेसीपासून तीन मुली आणि एक मुलगा झाला. ट्रेसीने त्याच्या

कल्पनांना साकार करणारे मानसिक बळ दिले. त्याच्या संपन्नतेच्या आणि संघर्षाच्या काळात ती त्याच्या सोबत उमेदीने उभी राहिली. त्याला एक कर्तबगार, महत्त्वाकांक्षी आणि धीराने त्याच्या सोबत उभी राहणारी, सखी, सचिव व गृहिणी हवी होती. ट्रेसी तशीच होती.

मॉर्गन जरी श्रीमंत व यशस्वी उद्योजक झाला होता; तरी त्याचा समावेश अमेरिकेच्या बॅरान्समध्ये, श्रीमंत उद्योजक व उद्योगपतींमध्ये होत नव्हता. त्याला अद्यापही श्रेष्ठ व वरच्या क्रमांकाचा उद्योगपती म्हणून मान्यता प्राप्त झाली नव्हती. पण त्याचा प्रवास मात्र त्याच दिशेने चालू होता.

जे. पी. मॉर्गन आणि कंपनीने एक बँकवजा रचना उभारली. त्याने वॉलस्ट्रीट, ब्रॉड स्ट्रीट आणि मॅनहटन स्ट्रीट या प्रतिष्ठित जागी आपली कार्यालये उभारली. हा एक महत्त्वाचा वित्तीय त्रिकोण होता. त्याला अमेरिकन अर्थकारणात महत्त्वाचे स्थान होते. न्यूयॉर्क स्टॉक एक्सचेंज, फेडरल ट्रेझरी आणि फेडरल हॉल या तीन महत्त्वाच्या केंद्रांत मोडणारा हा एक महत्त्वाचा त्रिकोण होता आणि त्यावरच मॉर्गनची नजर खिळलेली होती. त्याचे दोन महत्त्वाचे साथीदार आणि भागीदार होते. हेन्री डेवीडसन आणि थॉमस लॅमांट. त्यांचा त्याने मोठ्या खुबीने वापर करून घेतला. कोणतेही व्यावसायिक धोरण तो स्वत: घोषित करीत नसे; तर त्याची उद्घोषणा ह्या दोन साथीदारांच्या माध्यमातून तो करीत असे.

१८७९ मध्ये मॉर्गनने एक मोठीच कामगिरी केली. त्याने न्यूयॉर्क सेंट्रल रेलरोड कंपनी लिलावात विकत घेतली. ह्या आजारी कंपनीपाशी मोठीच संपत्ती होती. पण तिचा कार्यक्षम वापर करण्याची क्षमता व्यवस्थापनात नव्हती. मॉर्गनला ही सुवर्णसंधी वाटली. त्यासाठी त्याने सर्वच चांगल्या-वाईट तंत्रांचा, जुगारी तंत्राचा कठोरपणे वापर केला. तो न्यूयॉर्क रेल्वेचा मालक झाला. पण त्याच्यावर टीका देखील खूप झाली. त्या कंपनीच्या संचालकाने, व्हॅन वेंडलबिल्टने मॉर्गनच्या आक्रमक आणि कुटिल धोरणांवर कडक टीका केली. त्यापेक्षा त्याने डोळ्यांवर कातडे ओढून हा संपूर्ण व्यवहार निमूटपणे सहन करणाऱ्या अमेरिकन गुंतवणूकदार व नागरिकांवर फार वाईट शब्दात टीकास्त्र सोडले. The public damned' हे त्याचे वाक्य अमेरिकेत व्यावसायिक इतिहासात कायमचे कोरले गेले.

मॉर्गनला आता विस्ताराचा मंत्र कळला होता. "मोठ्या माशाने केवळ लहानच नव्हे तर मोठेपण मासे खायला हवेत." तसे केले तरच व्यावसायिक विस्ताराचे स्वप्न सत्यात येऊ शकते. त्याला नीतिमत्ता आणि व्यावसायिक धोरण यात फरक करणे आवश्यक वाटू लागले. व्यवसायाच्या जिवंतपणाचे एकच लक्षण आहे. ते म्हणजे विस्तार आणि विकास. यापेक्षा वेगळा निकर्ष लावण्याची गरज त्याला वाटत नव्हती आणि या एकाच विचाराने तो भारावला होता. प्रभावित झाला होता. त्याला दुसरे

काहीच सुचत नव्हते. दुसरे काहीच कळत नव्हते. त्याच्या सर्व योजना, कार्यक्रम व धोरणांचा आधार एकच होता. विस्तार - जलद विस्तार.

१८८० च्या दशकात अमेरिकेतील कोळसा व्यवसाय पेनसिल्व्हानिया, टेनेसी, डेलावेअर आणि हडसन या कंपन्यांच्या ताब्यात होता. संपूर्ण कोळसा व्यवसायावर मात्र चार-पाच कंपन्यांचे वर्चस्व होते. या कंपन्यांची कार्यपद्धती ग्राहकविरोधी होती. त्या अफाट नफा कमवित होत्या. वितरण आणि उत्पादनांवरील नियंत्रणामुळे बाजारपेठा त्या कंपन्यांच्या गुलाम झाल्या होत्या. सिनेटस् आणि सरकारी अधिकाऱ्यांना खरेदी करणे आणि त्यांना आपले अंकित करणे त्यांना योग्य वाटत होते. अमेरिकन व्यवसायाची आणि मुक्त व्यापाराची ही काळी बाजू होती.

मॉर्गनला ही परिस्थिती योग्य वाटली नाही. चार-पाच बडे उद्योगधंदे बाजारपेठेला आपल्या मर्जीप्रमाणे वाकवतात. त्याचे हवे तसे हाल करतात हे त्याला योग्य वाटले नाही. पण या रोगावर त्याचे औषध अधिक जालीम आणि विषाक्त होते. त्याने सर्व कोळसा व्यवसाय एकाच छत्राखाली आणण्याचे ठरविले. कोळशाच्या वितरण व किमतीत विवेकीपणा आणण्यासाठी त्याने एकछत्री अंमल आणि एकाधिकारशाही तंत्राचा वापर केला.

त्या काळात अमेरिकेत एकाधिकारशाही विरोधी कायदे नव्हते. परिणामत: मॉर्गनला संपूर्ण कोळसा व्यवसायावर नियंत्रण ठेवणे सहज शक्य झाले. त्याच्या या विस्तारवादी आणि स्वार्थ व लोभाने प्रेरित धोरणावर सर्वत्र टीका झाली. पण त्याने त्याची मुळीच काळजी केली नाही. सरकारलादेखील मॉर्गनचे वागणे योग्य वाटले नाही. याची परिणिती मॉर्गनविरोधी जनमत आणि शासनमत निर्माण होण्यात झाली. मॉर्गन हा अनियंत्रित व स्वार्थी व्यापारव्यवस्थेचा प्रतीक ठरला. मॉर्गनने समाजमताची व मनाची भीडमुर्वत ठेवली नाही.

त्याच्या या आक्रमक व चढाईखोर विस्तारवादी धोरणाने तो वेगाने श्रीमंत होत होता. लहान-मोठ्या रेल्वे कंपन्या व व्यापारी संस्थाने खरेदी करण्याचा त्याने सपाटाच लावला. त्याने न्यूयॉर्क सेंट्रल आणि पेनसिल्व्हानिया रेलरोड या दोन मोठ्या रेल्वे कंपन्यांना एकाच छत्राखाली आणण्याचा चंग बांधला. अमेरिकेच्या व्यावसायिक इतिहासात ही एक मोठी व अत्यंत प्रभावी घटना होती. त्याचा प्रभाव संपूर्ण अर्थविश्वावर होणार होता. अमेरिकन व्यवसायाने आजपर्यंत न पाहिलेल्या एका मोठ्या आर्थिक पर्वाची सुरुवात होणार होती. दोन मोठ्या रेल्वे कंपन्या एकत्र येऊन एक अजस्त्र आणि राक्षसी आकाराची आर्थिक संघटना निर्माण होणार होती.

या सर्व घटनेला या राक्षसी महत्त्वाकांक्षेला अनुकूलता दाखविण्याची तयारी दोन्ही कंपन्यांनी दाखविली. ह्यामध्ये मॉर्गनचे व्यवहारकौशल्य, सौदेबाजीचे चातुर्य आणि व्यापारी दूरदृष्टीच जबाबदार होती. मॉर्गनचे यश आणि व्यवसायाचा विस्तार

असा वाढणारा होता. पण त्याला त्यात समाधान नव्हते. त्याला वॉलस्ट्रीटचा राजा व्हायचे होते. सम्राट मॉर्गन.

अमेरिकन व्यवसायाचा इतिहास हा प्रामाणिक व कार्यक्षम व्यवस्थापनाचा तसेच इमानदार व दूरदृष्टीच्या चतुर उद्योजकांच्या कामगिरीचाच इतिहास आहे असे मानणे बालिशपणाचे होईल. त्याला बदमाशी, कुटिलपणा आणि खुनशी महत्त्वाकांक्षेचे काळे आवरण आहे. सिनेटस् व लोकप्रतिनिधींना अफाट लाच देऊन विकत घेणे, सरकारी अधिकाऱ्यांना आपल्या दावणीस बांधणे, शासकीय धोरणे आपल्या गरजेनुसार फिरविणे ह्या सर्व युक्त्यांचा तेथील व्यावसायिकांनी अयोग्य पद्धतींनी वापर केला. मॉर्गनपण त्याला अपवाद नव्हता.

लाच देणे, पळवापळवी, धमकी, खून पाडणे यांसारख्या गुंड टोळ्यांच्या दबावतंत्राचा वापर करणे या कंपन्यांना गैर वाटत नव्हते. या सर्वच गोष्टींवर उघडपणे आणि दबक्या आवाजात टीका सुरू होती. मॉर्गनने याचा नेमका फायदा उचलला. त्याने या सर्व कंपन्यांना एकाच छत्राखाली आणण्याचे ठरविले. त्याचा हा विचार अमेरिकेत मोठा गोंधळ आणि हाहाकार माजविणारा ठरला. कारण त्यामुळे एक प्रचंड आकाराचे एकाधिकार असणारे महामंडळ निर्माण होणार होते. यातून किमती कमी होतील, वितरण व उत्पादन यात सुलभता येईल असा दावा मॉर्गनने केला. त्याने आपल्या स्वार्थाला जनहिताचा मुलामा दिला. राष्ट्रीय हित आणि आर्थिक विकासाच्या लोकप्रिय आवरणाचा वापर केला. पण लोकांना त्याचा स्वार्थ न कळण्याइतके कोणीच दुधखुळे नव्हते. अमेरिकन वृत्तपत्रांनी आणि व्यवसायातील अनेकांनी त्याच्या विरुद्ध ओरड केली. मोठाच गदारोळ उडवला. पण त्या काळात मनॉपली (एकाधिकारा)विरुद्ध कायदे नव्हते. 'शेरमन अँटीट्रस्ट' सारखे कायदे नव्हते. याचा लाभ मॉर्गनला झाला. कारण तो कायद्याच्या भाषेत योग्यच करीत होता. त्याच्या वागण्यात, धोरणात विसंगती किंवा अवैधानिक काहीच नव्हते.

त्यानंतर एकाधिकारशाहीविरोधी कायदा पारित झाला. पण मॉर्गन्ने तिकडे लक्ष देखील दिले नाही. त्याच्यालेखी असल्या कायद्याचे महत्त्व नव्हते.

१८९० चे दशक अमेरिकन व्यवसायासाठी अत्यंत वाईट ठरले. संप, मंदी, उद्योगांचे आजारीपण आणि व्यावसायिक मंदी यांनी तो काळ हताश आणि निराशेचे वातावरण निर्माण करीत होता. होमस्टीडचा प्रसिद्ध व प्रदीर्घ संप, शिकागोतील पुलमनचा १८९४ चा संप ह्या दुर्दैवी घटना घडल्यात. बँका बंद पडत होत्या. उद्योगांची घसरण सुरूच होती. टाळेबंदी, कामगार कपात, व्यवसायाला नादार घोषित करणे हे सर्वच सामान्य होते. अमेरिकेच्या अर्थव्यवस्थेत अस्थिरता आणि अशांतता होती. समाजवादी विचारसरणीचे भूत अमेरिकत भांडवलशाहीच्या थडग्यावर नाचणार असे लोकांना वाटत होते.

क्लीव्हलँड हे त्यावेळी अमेरिकेचे अध्यक्ष होते. त्यांच्या पुढे अमेरिकेच्या अर्थव्यवस्थेला सावरण्याचे असाध्य आव्हान होते. 'वॉलस्ट्रीट'चा रस्ता निसरडा आणि अवघड झाला होता. 'सोन्याचा कोश' संपत आला होता. मंदीचे सावट गडद होत होते. आंतरराष्ट्रीय बाजारात अमेरिकेची पत घसरत होती.

त्या आव्हानाला तोंड देण्यासाठी त्यांनी आर्थिक आणीबाणीची घोषणा केली. देशाला व अर्थव्यवस्थेला वाचविण्यासाठी आपण काय करणार असा सल्ला त्यांनी सर्वांना मागितला. "The preservation of our national pride" ह्या त्यांच्या आवाहनावर एका व्यक्तीने स्वत: पुढे येऊन मदतीचा हात पुढे केला. ६० दशलक्ष डॉलरचे सोन्याचे बाँड खरेदी करण्याची तयारी मॉर्गन यांनी दाखविली. अमेरिकन व्यवस्थेचा तारणहार आणि संकटाच्या काळातील हीरो अशी त्याची प्रतिमा निर्माण झाली. क्लीव्हलँड यांनी त्याचा मोठा गौरव केला, एक 'आत्मप्रतिष्ठेचा मान असणारा, निग्रही आणि कठोर व्यावसायिक चातुर्य असणारा उद्योजक' असा त्याचा सन्मान करण्यात आला.

मॉर्गनची व्यावसायिक घोडदौड अधिकच वेगाने सुरू झाली. त्याला त्याच्याच पद्धतीने कार्य करायला आवडत होते. त्याची महत्त्वाकांक्षा आणि विस्तारवादी धोरण वेगाने पुढे जात होते. त्याने वॉलस्ट्रीटवर आपले निर्विवाद वर्चस्व स्थापन केले. रेल्वे कंपन्यांवर त्याचे संपूर्ण नियंत्रण होते. स्टील, कोळसा आणि बँकिंग क्षेत्रात तो प्रथम क्रमांकावर होता. Do not get in my way असा वॉलस्ट्रीमधील दलाल, कंपन्यांचे प्रतिनिधी, उद्योगपती सर्वांनाच त्याचा इशारा स्पष्ट आणि खणखणीत होता. "माझा मार्ग मोठा असू द्या. राजरस्त्यावरून जाणाऱ्या या विस्तारवादी गजराजाला अडवू नका." अमेरिकन इतिहासातील तो सर्वश्रेष्ठ उद्योजक आणि सर्वात मोठा उद्योगपती ठरला. त्याने फोर्ड आणि रॉकफेलरच्या कंपन्यांनादेखील खरेदी करण्याचा सपाटा सुरू केला.

अमेरिकन गुंतवणूकदार मॉर्गनच्या प्रगतीवर संतुष्ट होता. त्याच्या कोणत्याही उपक्रमात, कंपनीत पैसे गुंतविणे ही केवळ कामाची आणि विकासाची संधीच होती. प्रत्येक अमेरिकन माणसाला मॉर्गनच्या ट्रस्टमध्ये पैसे गुंतविण्याची कामना होती. मोठा लाभ, प्रचंड लाभांश हेच मॉर्गनचे सूत्र होते. मॉर्गनला अधिक यश मिळावे, त्याला पुष्कळ धन, संपत्ती आणि विजय मिळावा अशी प्रार्थना अमेरिकन नागरिक प्रभुचरणी करू लागला. परंतु सुखाचे दिवस अखेर चारच असतात हे मॉर्गनच्याबाबत पण खरे ठरले.

अमेरिकन अध्यक्ष मॅक किनले यांची १९०१ साली भयानक हत्या झाली. त्यांच्या जागी थिओडोर रुझवेल्ट यांची नियुक्ती झाली. रुझवेल्ट यांचे मॉर्गनबद्दलचे मत फारसे चांगले नव्हते. त्यांना त्याचे विस्तारवादी धोरण मनापासून आवडत

नव्हते. अध्यक्ष झाल्याबरोबर त्यांचा पहिला आणि एक कलमी कार्यक्रम एकच होता. मॉर्गनच्या मुसक्या आवळणे.

मॉर्गनला एका मध्यरात्री फोन आला. त्याच्या पत्रकार मित्राचा. मॉर्गनच्या व्यावसायिक धोरणाविरुद्ध अधिकारशाहीविरोधी धोरणाच्या शेरमन कायद्याअंतर्गत खटला सुरू होणार. रुझवेल्ट यांनी पूर्ण तयारीनिशी मॉर्गनच्या व्यवसायावर आक्रमण सुरू केले. मॉर्गनला वाटले, असल्या खटल्यातून काहीच निष्पन्न होणार नाही. अमेरिकन शासन व्यवसायाचे हित जोपासणारे असल्याने आपण खटल्यातून सहज सुटून जाऊ असा त्यांचा होरा होता. तो त्या खात्याला 'ट्रेड मॅटर' समजत होता. त्याला वाटले, आपण असल्या कायदेशीर लढाईत सहज जिंकू; पण परिस्थिती वेगळीच होती. त्याला फार उशिरा शहाणपण सुचले.

१९०३ पर्यंत परिस्थिती फार वेगळी होती. त्याच्या ट्रस्टविरोधी कारवाई तीव्र झाली. अमेरिकन अध्यक्षांनी त्याच्याशी संपर्कपण साधला नाही याचे त्याला फार वाईट वाटले. तो अत्यंत व्यथित झाला. अध्यक्षांनी त्याला भेटपण नाकारली. जे काही होत आहे ते कायद्याच्या चौकटीत आहे, ते तसेच व्हावे असे त्यांनी मत व्यक्त केले.

मॉर्गनला हा अपमान असह्य झाला. पण रुझवेल्ट आपल्या भूमिकेवर ठाम होते. मॉर्गनच्या ज्या गोष्टी, व्यवसाय कायद्याच्या चौकटीत बसत नाहीत; त्यांच्यावरच आपण कारवाई करीत आहोत, आपला मॉर्गनवर कोणताही राग नाही, अमेरिकेत कायदा सर्वश्रेष्ठ आहे, त्याला त्याच्या पद्धतीने काम करू द्या अशी मखलाशी करायला पण रुझवेल्ट यांनी मागेपुढे पाहिले नाही.

रुझवेल्ट आणि मॉर्गन यांच्यामधील वाद हा दोन सत्तांमधील वादाचे प्रातिनिधिक स्वरूप झाला. रुझवेल्ट हे राज्य आणि शासनाचे प्रतिनिधी होते. त्यांना अर्थकारण व व्यवसायावर शासनाचे वास्तविक नियंत्रण असावे, व्यवसायाला असणारे मुक्त स्वातंत्र्य आणि व्यापाराची संधी यांच्या मर्यादा व्यावसायिकांनी ओळखल्या पाहिजेत. कारण स्वतंत्र आणि मुक्त व्यापाराचे तत्त्व जरी अमेरिकेने स्वीकारले असेल तरीदेखील, व्यवसायाला अमर्याद सत्तासाधने आणि आर्थिक विकासाची संधी नाही. एकाधिकार स्थापन करणे हे जनहितविरोधी आणि शासनविरोधी आहे. स्वातंत्र्य म्हणजे गैरव्यवहार नाही हे रुझवेल्ट यांचे स्पष्ट आणि स्वच्छ मत होते.

मॉगर्न यांना मुक्त व्यापार आणि स्वतंत्र अर्थरचनेचे स्वप्न पडत होते. आर्थिक व्यवहारात विकास आणि विस्तार हे अत्यंत महत्त्वाचे घटक आहेत. त्यासाठी कुशल आणि व्यवहारचतुर धोरणांचा वापर करून व्यवसायाचा विस्तार करणे गैर नाही. एकाचा विस्तार हा दुसऱ्याचा संकोच असतोच. विस्तार ही व्यवसायाची नैसर्गिक भूक आहे हे आपण समजून घेतले पाहिजे. विकास, विस्तार, महत्त्वाकांक्षा आणि

सतत पुढे जाण्याची वृत्ती हेच खऱ्या उद्योजकाचे गुण आहेत. नियंत्रित आणि मुक्त व्यापार एकत्र नांदू शकत नाही. जर व्यवसायाला आपण नियोजन आणि विस्ताराचे स्वातंत्र्य देणार नसाल तर श्रेष्ठ, मजबूत आणि विकासवादी अर्थरचनेची कामना करू नका. मॉर्गनचे विचार हे रुझवेल्ट यांना सरळ आणि उघड आव्हान होते.

१९०० च्या दशकात उद्योग विरुद्ध सरकार असे दोन गट पडले. मॉर्गन आणि रुझवेल्ट या दोन गटांचे प्रतिनिधी झालेत. व्यापारी स्वातंत्र्याचा मॉर्गन तर शासन आणि समाज यांचा प्रतिनिधी रुझवेल्ट, आर्थिक जगतातील उलाढाली आणि उलथापालथीवर मोठाच विपरीत प्रभाव झाला.

मॉर्गनचा आत्मविश्वास आणि मगरुरी कायम होती. त्याचा विस्तारवादी दृष्टिकोन बदलला नाही. त्याच्या धोरणात रुझवेल्टच्या या नियंत्रण व कायद्याच्या बडग्यांना फारसे स्थान नव्हते. त्याने इंटरनेशनल हार्वेस्टर ही कंपनी १९०२ साली ताब्यात घेतली. मॅकमीनिक हॉर्वेस्टिंग मशीन आणि डिअरिंग कंपनी तसेच तीन इतर कंपन्यांवर त्याचा ताबा झाला. त्याच वर्षी त्याने इंटरनॅशनल मर्केंटाइल मरिनची स्थापना केली. त्यात अमेरिकन व ब्रिटिश नाविक कंपन्यांचे समामेलन ठरण्यात आले होते. तो आता भूमी आणि पाण्यावरील विविध व्यवसायांचा प्रचंड आकाराचा उद्योगपती झाला होता. त्याच्या साम्राज्याला अटलांटिकच्या मर्यादा थांबवित नव्हत्या. अडवित नव्हत्या.

परंतु १९०३ मध्ये मात्र सर्वच खेळ्या उलट्या पडायला लागल्यात. मॉर्गनचे आर्थिक मनोरे मंदी, व्यापारचक्र, शासनाचे आडमुठे धोरण यांच्या थपडांचा मार खाऊ लागले. रुझवेल्ट यांनी अधिक कठोर धोरण स्वीकारले. शेअरबाजारात अनिश्चितता आणि अस्थिरतेचे सावट गडद होत होते. त्याचा भार मॉर्गनच्या विविध उपक्रमांवर पडत होता. तो सावरण्यासाठी अनेक प्रकार करीत होता. परंतु त्यातून बाहेर पडण्याचा त्याला मार्ग सापडत नव्हता.

मॉर्गनवरील उद्योजक, वितरक, गुंतवणूकदार, भागधारक व त्याच्या सहकाऱ्यांचा विश्वास घसरू लागला. कालपर्यंतचा 'वित्तीय जगाचा सम्राट' आता 'शेअरबाजारातील लुटारू झाला.' त्याच्या बदनामीचे आणि निंदेचे मोठे पर्वच सुरू झाले. त्याच्या कोणत्या चुका झाल्या आणि त्याचे कसे चुकले याचे विश्लेषण दररोज वृत्तपत्रांतून छापून येऊ लागले. मॉर्गनला हे सर्व असह्य झाले. कालचा देव आजचा राक्षस झाला होता. कालपर्यंतचे शेअरबाजारातले आराध्य दैवत आज सर्व प्रकारच्या दोषांचे व गुन्हेगारीचे प्रतीक झाले. मॉर्गनच्या वित्तीय, अधिकोषीय आणि इतर उद्योगांच्या सत्तेला तडे जाऊ लागले. त्याच्या प्रतिमेला आणि साम्राज्याला खोलवर तडे जाऊ लागले. आता मॉर्गन संपला असेच सर्वांना वाटू लागले. रुझवेल्टचा एक प्रकारे विजयच झाला. समाजमत रुझवेल्टच्या बाजूचे होते. त्याचा त्यांना फार मोठा फायदा

झाला. १९०४ च्या राष्ट्रपतीच्या निवडणुकीत रुझवेल्ट अत्यंत मताधिक्याने निवडून आले. त्यांचा विजय हा त्यांच्या निग्रही वृत्तीचा, कठोर राजकीय इच्छाशक्तीचा आणि कणखर नेतृत्वाचा होता.

रुझवेल्ट यांनी नव्याने नियुक्त झाल्यावर आपल्या धोरणात अधिक कठोर आणि तीव्र स्वरूपाचे बदल केले. ते पूर्णत: एकाधिकारशाही आणि अनियंत्रित धोरणाचे विरोधक झाले. त्यांच्या विरोधाची धार फार तीव्र होती, मॉर्गनवर सपासप वार केले. मॉर्गनचे प्रतिमाभंजन सुरूच होते. त्याने तो खचला पण त्याने देखील धीर सोडला नाही. त्यातच २० व्या शतकाच्या नव्या व वेगवान परिवर्तनाचा त्याला अंदाजपण येईनासा झाला.

१९०४ च्या सुप्रिमकोर्टाच्या निर्णयाने मॉर्गनला अखेरचा धक्का दिला. तो पूर्णत: पराभूत झाला. एकाधिकार विरोधी कायद्याचे धोरण सुप्रिमकोर्टाने योग्य ठरविले. रुझवेल्टच्या धोरणाचा तो मोठा विजय होता. एकाधिकार विरोधी ७३ खटले मॉर्गनविरोधात भरण्यात आलेत. रुझवेल्ट हे 'ट्रस्ट' आणि एकाधिकारवादी उद्योग यंत्रणेचे प्रतिमामंजक ठरले. त्यांना जनतेचा पूर्ण पाठिंबा मिळाला. ते जनतेचे नायक ठरले. उद्योगपतींना बडगा दाखविणारा पराक्रमी शासक ही त्यांची भूमिका यशस्वी ठरली. श्रीमंतांविरोधी कोणतेही धोरण चालवून जनमानसाची नस पकडण्यात यशस्वी होता येते याचा हा पुरावा. कारण श्रीमंती हा नेहमीच द्वेषाचा आणि ईर्षेचा विषय आहे.

या काळातच सुप्रीम कोर्टाने मॉर्गन हिल कार्पोरेशनच्या विलयनाचा निर्णय दिला, तो एका मोठाच धक्का मॉर्गनला बसला. त्याच्यावर टीकेची झोड उठू लागली. परंतु व्यावसायिक धूर्तपणा, संकटात न डगमगता शांतपणे विचार करण्याची आणि योग्य संधीची वाट पाहण्याची त्याची मानसिकता व निग्रहीपणा त्याच्या कामी आला. तो त्या सर्व वावटळीने न डगमगणारा अविचल वृत्तीचा उद्योजक होता.

त्यानंतर १९०७ साल आले. अमेरिकन इतिहासातील एक महामंदीचा दौर सुरू झाला. बँका बंद होत होत्या. व्यवसायाच्या नफ्याचा आलेख खाली खूप खाली येत होता. तोट्याचे प्रमाण वाढत होते. उद्योग आणि कंपन्या बंद पडत होत्या. सर्वत्र अनिश्चितता आणि निराशेचे सावट होते. त्यातच रुझवेल्ट यांच्या आर्थिक धोरणातील त्रुटी व मर्यादा लक्षात येऊ लागल्या. अर्थव्यवस्थेला तिचा स्वत:चाच भार सहन होत नव्हता. अमेरिकन मुक्त व्यापारव्यवस्था पराभूत होणार याची निश्चित लक्षणे दिसत होती.

यावेळी मॉर्गन काय करीत होता? तर आत्यंतिक टीका व मनस्ताप यांनी व्यथित झालेला हा पुरुष युरोपातील चर्चच्या धार्मिक कार्यात व्यस्त होता. त्याला त्याच्या पारमार्थिक हिताची आता अधिक चिंता लागली होती. स्वार्थ आणि नफ्याचे

गणित मांडणारी ही व्यक्ती लोककल्याण आणि पापपुण्याच्या हिशेबाची चोपडी उघडून बसली होती. अमेरिकेला पुन्हा मॉर्गनची गरज होती. त्याला ती परत येण्याची साद देत होती पण त्याने मात्र यावेळी या निवेदनाकडे पूर्ण दुर्लक्ष केले. तो पूर्णत: तटस्थ आणि निरपेक्षपणेच या गोष्टीकडे पाहात होता.

रुझवेल्ट यांच्या खासगी सचिवांनी त्याच्याशी दूरध्वनीवर संपर्क केला. त्याला पुन्हा परत येण्याची विनंती केली. अमेरिकेने मॉर्गनला विनंती केली. 'अमेरिकेला मॉर्गनची' गरज आहे हे वाक्य त्याच्या हृदयाला भिडले. कर्तव्य आणि लाभापेक्षा भावनिक आवाहनच अधिक प्रभावी ठरले. तो परत आला. न्यूयॉर्क स्टॉक फाउंडेशन बंद करण्याची सूचना आर्थिक सल्लागार देत होते. आता पुन्हा शेअरबाजार वर येणार नाही ही भावना सर्वत्र असताना मॉर्गनची दमदार आणि विचारी योजना कार्यरत झाली. त्याचे पुन्हा एकदा हिमतीने आणि आर्थिक पाठबळाच्या पूर्ण सामर्थ्याने अमेरिकन अर्थव्यवस्थेच्या पाठीशी उभे रहायचे ठरविले. त्याच्या योजनेला सर्वच बँकर्स आणि उद्योगपतींचा पाठिंबा मिळाला.

अमेरिकेतील आर्थिक मंदीचे अरिष्ट मॉर्गनने दुसऱ्यांदा परतविले. प्रेसिडेंट रुझवेल्ट यांनी मॉर्गन आणि त्याच्या सहकारी उद्योगपतींचे मनापासून आभार मानले. मॉर्गनने एकट्याने अमेरिकेच्या केंद्रीय अधिकोषाची भूमिका बजावली. अखेरचा साहाय्यक (Lender of last resort) हे केंद्रीय अधिकोषाचे महत्त्वाचे कार्य त्याच्या एकट्याच्या अथक आणि कृतिशील मदतीने पूर्ण झाले. अमेरिकेच्या अर्थव्यवस्थेचा तारणहार म्हणून त्याची प्रतिमा उजळून निघाली.

१९०८ मध्ये विल्यम टॅफ्ट अमेरिकेचे राष्ट्राध्यक्ष झाले. त्यांनी पण रुझवेल्टचेच लोकप्रिय धोरण पुढे नेले. त्याचा वाईट परिणाम मॉर्गन आणि अमेरिकन उद्योग दोघांवर झाला. मॉर्गनला टॅफ्ट यांच्या धोरणाचे वैषम्य वाटले. त्याला अमेरिकन शासनाने आपला विश्वासघात केला असे वाटत होते. परंतु लोकप्रियतेचं वेड आणि जनरंजनाची धोरणे राबविणारे सरकार मॉर्गनच्या मागण्यांकडे लक्ष द्यायला तयार नव्हते. अमेरिकेतील नव्या अर्थव्यवस्थेचे व बदलांचे स्वरूप मॉर्गनला कळण्यात वेळ लागत होता, पण बदलांची गती अत्यंत जास्त होती. परिणामत: मॉर्गनला आपण काळाच्या मागे पडत असल्याची जाणीव होत होती.

पाहता पाहता १९१२ वे साल आले. टॅफ्ट साहेबांची कारकीर्द संपली आणि वुड्रो विल्सन अध्यक्ष झाले. अमेरिकेतील आर्थिक स्थैर्य आणि समृद्धीचे वातावरण विल्सन साहेबांना प्रसन्न करीत होते. त्यांनी त्याच काळात पुन्हा एकदा एकाधिकारशाही, उद्योग, ट्रस्ट आणि महामंडळाविरुद्ध कायद्याचा बडगा उगारला. मॉर्गन आता पंचाहत्तर वर्षांचा झाला होता. तो बराच थकला होता; आजारी, वृद्ध आणि क्लांत झाला होता. परंतु विल्सन साहेबांच्या धोरणाचा बडगा त्याच्या बँकांना आणि व्यवसायाला चांगलाच

तडाख्याचा बसला. मॉर्गन आणि त्याच्यासारख्या ट्रस्ट असणाऱ्या महामंडळांविरुद्ध प्युजो कमिटीचे चौकशी सत्र सुरू झाले. मॉर्गनने प्युजो कमिटीपुढे आपले निवेदन सादर केले. 'मी स्पर्धा आणि समामेलनाचा पुरस्कर्ता आहे' त्याने खंबीर आणि स्पष्ट आवाजात सांगितले. 'थोडी स्पर्धा योग्यच पण समामेलन हे आर्थिक विकासाचे चक्र आहे.' तो पुढे म्हणाला.

प्युजो कमिटीपुढील सवाल-जवाब अत्यंत प्रक्षोभक झाले. मॉर्गनला कमिटीने अनेक प्रश्न विचारले. पण त्याने धीरोदात्तपणे त्याची उतरे दिली. त्याच्या आवाजातील शांत व गंभीरपणा, त्याचा मोकळेपणा आणि स्पष्टवक्तेपणा यामुळे तो वॉलस्ट्रीटवरच नव्हे; तर सर्वसामान्यांमध्ये पण लोकप्रियच झाला. प्युजो कमिटीच्या सवाल-जवाबांचे वृत्तान्त रकाने भरून वृत्तपत्रात येत होते. पण त्याचा मोर्गनची प्रतिमा उजळण्यासाठीच लाभ झाला.

प्युजो कमिटीचा अहवाल १९१२ मध्ये पूर्ण झाला. त्यांनी मॉर्गनला दोषी ठरविले. त्याच्या ट्रस्ट आणि एकाधिकारशाही व्यवसायतंत्राचे, औद्योगिक संमेलनाचे सर्व कार्य बेकायदेशीर ठरविण्यात आले. कायद्यांत, विकास अधिनियमांत आणि बँकिंग कार्यप्रणालीत अनेक बदल झाले. मॉर्गनला आणि इतर बड्या उद्योगांना हा फार मोठा धक्का होता.

मॉर्गन हे सर्व पाहून थकला होता. त्याला आता शासनाशी झुंजण्याचा आणि व्यूहरचनात्मक डावपेचांचा कंटाळा आला होता. त्याला आता विस्तार हवा होता, पण त्यासाठी शासनाशी आणि स्पर्धकांशी दोन हात करण्याचा त्याला कंटाळा आला होता. त्याला विकास हवा होता, पण त्यासाठी बुद्धिचातुर्याचे आणि कुटिल डावपेचांचे दोन-चार हात खेळायची त्याची मानसिकता नव्हती.

१९१३ साली तो युरोपच्या सफरीवर गेला. त्याच्यासोबत दोन मुली आणि जावई लुइस आणि हर्बर्ट होते. त्यांनी युरोपच्या सफरीवर अनेकविध संगीताचे जलसे आणि मनोरंजनाच्या कार्यक्रमांना हजेरी लावली. मोठे प्रासाद आणि भव्य कॅथेड्रलला भेटी दिल्या. चित्रांच्या आणि स्थापत्यांच्या विविध नमुन्यांची खरेदी केली.

त्यानंतर तो इजिप्तमध्ये गेला. तेथील पिरॅमिड्स आणि स्पिंक्सची शिल्पे पाहताना कदाचित तो हरवून गेला. स्पिंक्ससारखीच काही कोडी त्याला पण पडली होती. लाभ हा व्यवसायाचा प्राण असेल, तर लाभ कमविण्याच्या तंत्रावर मर्यादा काय? विस्तार हा विकासाचा मूलमंत्र असेल, तर विस्तारवादी धोरण व्यवसायाने का राबवू नये? तो मोठा कोड्यात पडला. त्याला व्यवसायाच्या नवीन धोरणांची आखणी करायची होती. नवीन तंत्राचा वापर करून पुन्हा अधिक आक्रमक चढाईचे धोरण स्वीकारायचे होते.

युरोप आणि इजिप्तमधील प्रवास आणि करमणुकीने त्याचा उत्साह पुन्हा

परत आला. त्याला एक चैतन्याची, नवीन विचारांची आणि योजनांची उभारी आली. तो आपल्या मुलीला म्हणाला, 'बस. आता अमेरिकेला गेलो की पुन्हा काहीतरी नवीन व्यवसायात हात टाकायचा.' त्याचे मन स्वप्न, कल्पना आणि योजनांत रमून गेले होते. त्याला एक गोष्ट कधीच साधली नाही. मागे वळून पाहणे. तो पश्चात्ताप करणारा आणि हार मानणारा कच्चा खिलाडी नव्हता, तर आव्हानाचा प्रत्येक चक्रव्यूह भेदून जाणारा सव्यसाची होता.

इजिप्तवरून अमेरिकेला जाण्यापूर्वी तो रोमला परत आला. कॅथेड्रलमध्ये प्रार्थना करताना त्याला खूप बरे वाटले. अत्यंत प्रसन्नपणे तो प्रभुचरणी नतमस्तक झाला. त्याने आशीर्वाद मागितला विकास, विस्तार आणि लाभाचा. त्याची त्यावेळी शक्ती कायम होती असेच त्याला वाटले. तो इस्टरचा दिवस होता. येशू प्रभूच्या पुनरुत्थानाने त्याला पण बळ मिळाले असेच त्याला वाटले. आपण पुन्हा पूर्ण क्षमतेनिशी परत जाणार हीच स्वप्ने तो पाहात होता.

पण त्याच्या नशिबी पुनरुत्थान नव्हते, तर त्या सर्वशक्तिमान, जगन्नियंत्याने त्याला आता स्वर्गाचा विस्तार करण्यासाठी आणि तेथील उपक्रमाचे समामेलन करण्यासाठी आमंत्रित केले असावे. ३१ मार्च १९१३ रोजी मॉर्गन स्वर्गवासी झाला. त्याच्या आदल्या दिवशी तो आपल्या मुलीला म्हणाला, 'मला खूप उंच वर चढायचे आहे. पर्वतांवर आरोहण करायचे आहे.' (I have got to go the hill) मॉर्गनचे पर्व संपले. मॉर्गनच्या विस्तारवादी एकाधिकारवृत्तीच्या युगाचा शेवट त्याच्याबरोबरच झाला. तो निजधामाला गेला, ते एका व्यावसायिक तंत्राला, एका विचारसरणीला आणि व्यापाराच्या तत्त्वज्ञानाला घेऊनच.

◻◻

: ८ :

जॉन रॉकफेलर : जिगरबाज उद्योगपती

जॉन रॉकफेलर हे औद्योगिक जगातील एक अत्यंत वरच्या श्रेणीतील नाव आहे. स्वतंत्र कृतीचा आणि सर्वार्थाने यश, प्रतिमा व साहसवादी वृत्तीचा प्रतिनिधी, एका वेगळ्या पण उद्यमी वृतीचा अमेरिकन नायक म्हणून रॉकफेलरचा उल्लेख करणे योग्य होईल. त्याच्याइतका वादग्रस्त आणि संघर्षशील व्यक्ती विरळाच. स्वत:चे संरक्षण आणि समर्थन करण्यासाठी अनेक तंत्रांचा, युक्त्यांचा आणि बऱ्यावाईट प्रचारमाध्यमांचा वापर करणारा दुसरा आढळणार नाही.

रॉकफेलरचे चरित्र म्हणजे अमेरिकन व्यवसाय, व्यापार आणि व्यवस्थापन क्षेत्रांतील विविध बदलांचे चढ-उतार आणि प्रगतीच्या टप्प्यांचे चरित्र आहे. चांगले-वाईट, अवघड आणि आव्हानात्मक विषय, कल्पक आणि कुटिल गोष्टींचे कडबोळे म्हणजे रॉकफेलर यांचे जीवनस्वरूप होते.

अमेरिकन औद्योगिक साम्राज्याच्या निर्मितीचा काळ, रॉकफेलरच्या स्टँडर्ड ऑइल कंपनीच्या उल्लेखाशिवाय पूर्ण होणार नाही. परंतु एवढा मोठा उद्योग निर्माण करणारा हा जगावेगळा उद्योगपती अत्यंत सामान्य आणि काटकसरीचे जीवन जगत होता. त्याच्या प्रचंड संपत्तीचा वापर करताना तो विलक्षण विवेक आणि व्यवहारी वृत्तीचा वापर करीत होता ही बाब लक्षात घेतली पाहिजे.

अत्यंत सामान्य परिस्थितीतून जगणे आणि पुढे जाणे म्हणजेच प्रगती हे सूत्र घेऊन जगणाऱ्या एका प्रयत्नशील युवकाची ही प्रेरणादायी कहाणी आहे.

जॉन डेव्हीडसन 'रॉकफेलर' हे त्याचे नाव. त्याचा जन्म ८ जुलै १८३९ रोजी रिचफोर्ड येथे (न्यूयॉर्क शहराजवळ) झाला. त्याचे वडील औषधी आणि इतर किरकोळ सामान विकणारे लहानसे दुकानदार होते. वडील इंग्लिश-जर्मन वंशाचे; तर आई जन्माने स्कॉट होती. व्यवसायातील यथातथा यश आणि चांगल्या भविष्याची मर्यादित संधी यांमुळे विल्यम रॉकफेलर यांनी रिचफोर्ड येथील व्यवसाय बंद केला आणि क्लीव्हलँड येथे बस्तान बांधले. तेथेच रॉकफेलरचे शालेय शिक्षण झाले. ओहीयो हेच त्याचे नंतरच्या जीवनाचे व कर्मभूमीचे स्थान झाले. शालेय शिक्षण पूर्ण

करीत असतानाच त्याने व्यापाराचे धडे घेण्यास प्रारंभ केला. कॉलेजमध्ये शिकताना त्याने बुक किपिंग - लेखाकार्याचा अभ्यास केला.

कौटुंबिक परिस्थिती फारशी समाधानकारक नव्हती. किफायत, बचत आणि काटकसर हे त्यांच्या घरच्या जगण्याचे महत्त्वाचे अंग होते. रॉकफेलरवर या गोष्टींचा फार परिणाम झाला. तो आयुष्यभर काटकसर करणारा, अपव्यय टाळणारा आणि उधळपट्टीचा कठोर टीकाकार राहिला. त्याच्या काळात स्वत:ची 'रेल कार' असणे हे प्रतिष्ठेचे लक्षण होते. अनेक श्रीमंत आपली प्रतिष्ठा आणि श्रीमंतीचे प्रतीक म्हणून अशी रेल कार विकत घेत. ज्यांची ऐपत नाही त्यांनी तिच्या किमतीची पण चौकशी करू नये असा उद्दाम विचार एका उद्योगपतीने जाहीरपणे मांडला. पण रॉकफेलरची ऐपत त्याच्यापेक्षा अधिक असूनदेखील त्याने रेल कारची खरेदी केली नाही. श्रीमंतीचे प्रदर्शन करणे त्याला अमान्य होते. तो स्वत: अत्यंत साधे पण कर्तव्यनिष्ठ जीवन जगण्यावर विश्वास ठेवत होता.

त्याच्या वडिलांनी त्याला जगण्याच्या सर्वसामान्य आणि महत्त्वाच्या गोष्टींचे योग्य प्रशिक्षण दिले. त्याचे जीवन सुखकर व्हावे यासाठी व्यवहाराचे आणि सामान्य नीतीचे योग्य ते धडे दिले. पैसा हे अत्यंत महत्त्वाचे साधन आहे ही बाब त्याच्या मनावर बिंबविण्यात ते यशस्वी झाले. त्याचा परिणाम हिशेब ठेवणे, पैशांचे योग्य व्यवस्थापन आणि विनियोग यांवर त्याने आयुष्यभर विशेष भर दिला. त्याच्या लहानपणापासून प्रत्येक खर्चाची आणि जमेची नोंद ठेवण्यास सुरुवात केली. त्यासाठी त्याने एक पुस्तिका ठेवली. त्याचे नाव होते 'लेजर ए', त्याने आयुष्यभर आपल्या प्रत्येक कमाईची नोंद 'लेजर ए'मध्ये केली.

वयाच्या १६ व्या वर्षांपासूनच त्याने नोकरीची धडपड सुरू केली. आई-वडिलांच्या कमाईवर जगणे त्याला मान्य नव्हते आणि तशी त्यांची ऐपत नाही हे त्याला कळत होतेच. परंतु दररोज वेगवेगळ्या कार्यालयाचे खेटे घालूनसुद्धा त्याच्या हातात नोकरीचे पत्र पडत नव्हते.

नकारघंटा आणि नन्नाचा पाढा वाचणाऱ्या मालकांशी आणि व्यवस्थापकांशी त्याचा चांगलाच परिचय झाला. अखेर त्याला एका जहाजराणी व वखार कंपनीत लेखापालाची नोकरी मिळाली. क्लीव्हलँड डॉक्सवरील ही त्याची पहिली नोकरी, त्याच्या व्यवहारज्ञानाच्या पाठशाळेची सुरुवात होती. व्यवहार, व्यवस्थापन आणि पहिली धुळाक्षरे त्याने येथेच गिरविली. त्याच्या मालकाचे नाव टटा असे होते. टटा त्याच्या कामगिरीवर खूश होते. त्याच्या पहिल्या तीन महिन्यांच्या कामावरून त्यांनी त्याचे योग्य मूल्यमापन केले.

रॉकफेलर अत्यंत मनमिळाऊ होता तसेच त्याची चौकसबुद्धी आणि कार्यतत्परता वाखाणण्यासारखी होती. त्याची कामावरील निष्ठा, कार्यक्षमता आणि कामातील

नीटनेटकेपणामुळे त्याला तात्पुरत्या लेखापालाच्या पदावरून बढती मिळाली. तो ऑडिट क्लार्क, सुपरवायझर, भाडे गोळा करणारा आणि लोकांच्या हिशेबांचे तपासणी करणारा महत्त्वाचा कर्मचारी झाला. ती त्याच्या भावी आयुष्याची नांदी होती. त्याच्या प्रामाणिकपणा, निष्ठा आणि व्यवहार्य धूर्तपणाची ओळख येथेच झाली. येथे यश मिळाले तरच पुढे जाता येईल हा त्याचा विश्वास आणि विचार खरा ठरला. त्याच्या वेतनात वाढ झाली. व्यावसायिक वर्तुळात त्याच्या कार्यक्षम आणि प्रामाणिकपणाची चर्चा होऊ लागली.

रॉकफेलरला मात्र ह्या कौतुकाचे विशेष महत्त्व वाटत नव्हते. तो आपले काम मनापासून करीत होता. पण त्याचबरोबर पैसे वाचविणे पण त्याने सुरू ठेवले. त्याला त्याच्या एक परिचिताबरोबर स्वत:चा व्यवसाय सुरू करावयाचा होता. एम. बी. क्लार्क या व्यावसायिकाला भागीदार हवा होता. रॉकफेलरला पण त्याच्याशी भागीदारी साधावयाची होती पण त्याच्यापाशी फक्त ५०० डॉलर्स होते.

त्याला कसेही करून भांडवल उभारावयाचे होते. पण त्यात त्याला यश येत नव्हते. अशा बिकट प्रसंगी त्याच्या वडिलांनी मदतीचा हात पुढे केला. त्याला १००० डॉलर्स दिले. त्याने ती रक्कम आनंदाने स्वीकारली पण कर्ज म्हणून. दहा टक्के व्याजावर. तो त्याचा कर्जदार म्हणून पहिला अनुभव होता. कर्ज काढणे सोपे असते पण त्याची परतफेड सोपी नाही, ह्याची त्याला जाणीव त्याच दिवशी झाली आणि तो समजुतदारपणे वागू लागला. प्रत्येक पैशाचा काळजीपूर्वक विनियोग हेच त्याचे ध्येयवाक्य झाले. तो कर्ज घेत होता पण कर्जात राहणे त्याला मान्य नव्हते. त्याची परतफेड योग्यवेळी आणि नियमित व्हावी यासाठी तो विशेष प्रयत्नशील राहिला. त्यातूनच क्लार्क आणि रॉकफेलर कमिशन एजंट या संस्थेची स्थापना १८६० साली झाली.

क्लार्क आणि रॉकफेलर यांचा व्यवसाय अत्यंत उत्तमप्रकारे सुरू झाला. त्याला चांगली गती मिळाली. नियोजन, दूरदृष्टी, निर्णयतत्परता आणि उचित नियंत्रण ही त्यांच्या यशाची चतु:सूत्री होती. त्याचा व्यवसाय सातत्याने वाढत होता. दररोज नवीन ग्राहक, विक्रीचे नवीन विक्रम ते साध्य करीत होते. त्यांना व्यवसायाच्या विकासाची, औद्योगिक यशाची नेमकी नस सापडली होती.

विस्ताराबरोबरच भांडवल अपुरे पडू लागले. विस्तार हा केवळ बाजारपेठेत दिसतो तेवढाच नसतो, तर त्यासोबतच त्याची न दिसणारी अंतर्गत बाजू म्हणजे वाढते भांडवल, चढता नफा आणि कार्यक्षम कर्मचाऱ्यांच्या संख्येत पण वाढ होय. अवघ्या दोन वर्षांत आणखी नवीन कर्मचाऱ्यांची आणि भांडवलाची गरज भासू लागल्याने रॉकफेलर कर्जमागणीसाठी बँकेकडे गेला. त्याच्या व्यावसायिक यशाची कीर्ती त्याच्या अगोदर बाजारपेठेत आणि वित्तबाजारात पसरली होती. सर्वच संस्था

त्याला आर्थिक मदत देण्यासाठी, कर्ज देण्यासाठी उत्सुक होत्या. रॉकफेलर क्लीव्हलँड बँकेकडे आपला वित्तीय मागणीचा प्रस्ताव घेऊन गेला, बँकेचे व्यवस्थापक टी. पी. हँडी यांनी त्याला केवळ कर्जपुरवठा केला नाही, तर इतरही मदत व वित्तीय सहकार्य देण्याचे मान्य केले.

रॉकफेलरला आता विस्तार आणि नवीन व्यवसायात प्रवेशाची जोमदार स्वप्ने पडत होती. त्याला संभाव्य लाभाच्या आणि विकासाला पूरक संधींचा शोध घेणे आवश्यक वाटत होते. त्याला वर्तमानात मोठा लाभ देणाऱ्या अल्पकालीन व तत्कालीन व्यवसायाचा विचार करणे योग्य वाटत नव्हते. कारण अशा व्यवसायात तीव्र स्पर्धा, आणि विक्रीत होणारी घट या समस्या टाळता येत नाही. याउलट, भविष्यात फार मोठी लाभाची संधी देणारा, दीर्घकाळ आयुष्य असणारा, आपला व्यवसाय स्थापन करणे त्याला महत्त्वाचे वाटत होते. त्याची शोधक नजर आणि संधीचा नेमका अंदाज घेण्याची कृती त्याला अत्यंत उपयोगी पडली.

एडविन ड्रेक ऊर्फ कर्नल हा एक सेवानिवृत्त रेलरोड कंडक्टर होता. त्याने आपल्या आयुष्याची सारी पुंजी खर्च करून पेनसिल्व्हानिया प्रांतातील थॉमस व्हिले या गावात एक तेलाची विहीर खोदली. 'ड्रेक फॉली' या नावाने प्रसिद्ध असणारी त्याची ही विहीर त्या ओसाड गावाला भाग्याचा नवा झरा मिळवून देणार होती. भाग्यलक्ष्मीची नजर पेनसिल्व्हानिया प्रांताचे भविष्य बदलणार होती. त्याला आता सोन्याचे दिवस आले. 'काळे सोने' म्हणून प्रसिद्ध असणारे तेल आता पेनसिल्व्हानिया प्रांतात नवे युग आणणार होते.

ड्रेकच्या विहिरीतून कच्चे तेल निघू लागले. त्याचा वापर केरोसीन निर्मितीसाठी होणार होता. ही विहीर म्हणजे नफ्याचा उपसा करणारा जिवंत झराच होती. 'केरोसीन' हा एकोणिसाव्या शतकासाठी एक अमूल्य व जीवनदायी पर्याय होता. इंधनाचे ते सर्वांत स्वस्त आणि आवश्यक साधन होते. हजारो गरिबांच्या जीवनातील अंधार मिटविणारा तो मिणमिणता पण तेजस्वी प्रकाश होता. शिक्षण, वाचन, अध्ययनासाठी केरोसीनचा दिवा प्रत्येक घरी हवाच होता. स्वयंपाक आणि इंधनाच्या गरजासाठी केरोसीन हवेच होते. रात्रीचा अंधार दूर करण्यासाठी, दूर घनदाट अंधाराचा प्रवास सुखकर करण्यासाठी, तेजस्वी विकासाची कास धरण्यासाठी एकच मार्ग होता - केरोसीन. शेकडो उद्योगांचे भाग्य, हजारो व्यापार व व्यवसायांचे क्षेत्र केवळ एकाच गोष्टीने उजळून निघणार होते ते म्हणजे केरोसीन आणि द्रव इंधन.

रॉकफेलरला या गोष्टीचा नेमका अंदाज आला. त्याला तेलाचा व्यवसाय म्हणजे भविष्यातील श्रेष्ठ लाभाची संधी वाटत होती. त्याला त्यात उद्याच्या यशाची, विकासाची मुहूर्तमेढ दिसत होती. त्यासाठी तो स्वत: क्लीव्हलँडला गेला. त्याने तेथील तेलविहिरींच्या खणनकार्याचे अत्यंत काळजीपूर्वक अध्ययन केले. त्या संपूर्ण

व्यवसायातील जोखीम, खर्च आणि अंदाधुंद स्वरूपाची कार्यपद्धती अयोग्य वाटत होती. अशा प्रकारचा व्यवसाय लाभदायक असला तरी देखील सोईस्कर आणि व्यवहार्य नाही असे त्याला वाटले. विहीर खणण्यासाठी आयुष्यभराची संपूर्ण कमाई, कष्टाची पुंजी आणि आशेची साथ लावून प्रयत्न करणारे शेकडो होते. परंतु त्यातून फक्त बोटांवर मोजण्याइतकेच यशस्वी होत होते. अनेकांची पुंजी काळ्या तेलाच्या शोधासाठी खणलेल्या विहिरीत गडप होत असे. त्या खोल निरुपयोगी विहिरीत त्यांचे भांडवल व नशीब हरवत होते. त्या संपूर्ण उत्पादनप्रक्रियेचे स्वरूप अत्यंत बेंगरुळ आणि गोंधळाचे होते. तेल उत्पादन करणे हा शहाण्या माणसाचा व्यवसाय नाही असा त्यामुळे रॉकफेलरचा ग्रह झाला. या व्यवसायात दोनच शक्यता होत्या. 'मेजवानी नाही तर फाकामस्ती.' (Feast or Famine) या वेळी उत्पादनाचे प्रमाण प्रचंड वाढत होते त्यावेळी किमती कागदाच्या पत्त्यांच्या बंगल्याप्रमाणे धडाधड कोसळत, तर कधी तेलाचा पुरवठा अत्यंत अपुरा असे. त्याचा फटकादेखील तेवढ्याच तीव्रतेने व्यवसायाला बसत होता. त्याने रिफायनरीचा व्यवसाय करायचे ठरविले. तेल उद्योगापेक्षा तो शुद्धीकरण करणे आणि त्याची वितरण व विक्रयव्यवस्था योग्य प्रकारे करणे हा त्याला योग्य व्यवसाय मार्ग वाटला. हा त्याचा एक अत्यंत योग्य व दूरदृष्टीपूर्ण निर्णय होता.

८ सप्टें; १८६४ रोजी रॉकफेलरचा विवाह लॉरा सेलेस्टीयाबरोबर झाला. लॉरा एक अत्यंत धर्मनिष्ठ व पापभीरू स्त्री होती. तिचा धर्ममतावर, रूढी आणि परंपरावादी विचारसरणीवर विशेष विश्वास होता. तिला जॉन एक योग्य तरुण वाटला कारण त्याचादेखील धर्माकडे कल होता. लॉरा हार्वे स्पेलमनची मुलगी होती. हार्वे हा क्लीव्हलँडमधील एक यशस्वी आणि नावलौकिक असणारा उद्योजक होता. तो गुलामगिरीचा कट्टर विरोधक आणि 'एब' लिंकनचा समर्थक होता. रेल्वे व्यवसायातील गुलामांना स्वतंत्र करण्याचा त्याचा प्रयत्न त्याला बरेचदा धोकादायक व जीवघेणा वाटत होता. पण त्याने त्याची तमा बाळगली नाही. त्याची बायको लॉराची आई, एक समाजसुधारक आणि स्त्रियांच्या विकासासाठी कार्य करणारी स्त्री होती.

लॉरा एका शाळेत शिक्षिका होती. तिला सुधारणा आणि शिक्षणप्रसाराच्या कार्याची आवड होती. तिने चर्चच्या कामासाठी आपले आयुष्य सत्कारणी लावायचे ठरविले होते.

रॉकफेलर आणि लॉराचे लग्न झाले. ते एक सुखी आणि आनंदी कुटुंब होते. लॉराने जॉनला त्याच्या व्यावसायिक कार्यात धीर आणि उत्साहाने साथ दिली. त्याला जॉन (ज्युनिअर) आणि तीन मुली झाल्या. एकंदरीतच तत्कालीन अमेरिकन सुखी कुटुंबाचे ते एक मान्यताप्राप्त प्रातिनिधिक रूप होते. रॉकफेलरचा व्यवसाय नियमितपणे विकास व विस्तार करीत होता. त्याला हवे तसेच घडत होते.

परंतु नशिबाचे चक्र नेहमीच सुलटे फिरत नाही. त्याची गती आणि दिशा ठरविणारी नियती वेगळेच निर्णय घेत असते. रॉकफेलर यांनी चालविण्यासाठी घेतलेली रिफायनरी आणि गोदाम यांना आग लागली. सर्वच आगीच्या भक्ष्यस्थानी पडले. संपूर्ण पुंजी आणि श्रम यांची राख झाली. जरी त्या संपूर्ण रिफायनरीचा विमा काढला होता तरी त्यातून पुरेशी भरपाई मिळण्याची शक्यता नव्हती. त्याच धक्क्याने निराश झालेला जॉन स्टिफन हार्कनेस या एका धनिकाकडे मदतीची याचना करण्यासाठी गेला. त्याने मोठ्या आनंदाने त्याला रक्कम कर्जाऊ दिली. त्याचे नुकसान भरून पूर्ण होऊन त्याला पुन्हा व्यवसाय सुरू करण्याइतके भांडवल प्राप्त झाले. त्याला प्रत्येक विस्ताराच्या क्षणी, नवीन व्यवसायाच्या स्थापनेसाठी पैसा हवा होता. तो त्याने कर्जाऊ रकमेतूनच उभारला. कधी वडिलांकडून, कधी मित्र, तर कधी बँकेकडून, "I have always been great borrower" हे त्याचे वाक्य त्याच्या व्यावसायिक धोरणाचे प्रतीकवाक्य ठरले.

रॉकफेलरचे व्यावसायिक धोरण, वित्तव्यवस्थापनाच्या अत्यंत साध्या परंतु सदैव सत्य ठरणाऱ्या तत्त्वांवर आधारित होते. गुंतवणूक करा, नफा प्राप्त करा आणि पुनर्गुंतवणूक करा. कोणत्याही कारणासाठी, व्यवसायाची गुंतवणूकक्षमता कमी होऊ देऊ नका. नफ्याच्या पुनर्गुंतवणुकीचे कार्य एकाच क्रमाने चालू ठेवा. त्याचा हा व्यावसायिक सिद्धान्त त्याला फारच महत्त्वाचा व लाभदायक सिद्ध झाला.

१८६७ साली फ्लॅगर या एका प्रसिद्ध आणि प्रथितयश उद्योजकाबरोबर त्याने भागीदारीचा करार केला. फ्लॅगर हा हार्कनेसचा नातेवाईक होता. त्यांनी रॉकफेलर, अँड्र्युज, फ्लॅगर या नावाची कंपनी स्थापन केली. रॉकफेलरला ह्या कंपनीच्या लाभदायकतेची पूर्ण खात्री होती. त्याला पुढे येणाऱ्या वेगवान विस्ताराची कल्पना आली होती. पण विकास आणि विस्तारासाठी भांडवल हवे, पैसा हवा. स्वस्त दराचे भांडवल हेही मुद्राबाजारातील सर्वात दुर्मिळ चित्र आहे. त्यामुळेच त्याने बँक आणि धनकोकडे फार पैसा मागायचा नाही असे मनाशी पक्के ठरविले. या उलट, त्याने स्वतःचे व व्यवसायाचेच भांडवल वाढविण्यावर भर दिला. व्यवसायाच्या लाभातून खर्चासाठी पैसा काढायचा नाही, तर त्याचे सतत पुनर्नियोजन व गुंतवणूक करायची हा त्याचा यशोमंत्र झाला.

त्याने आपल्या भागीदारांना व सहकाऱ्यांना दिलेला सल्ला लक्षात घेण्यासारखा आहे. या काळात पैसा व्यवसायातून काढू नका. त्याची गुंतवणूक करा. पुनर्गुंतवणूक करा. प्रत्येक पैसा गुंतवा. तुमच्या पत्नीला नवे कपडे व दागदागिने वर्षभर घेऊन देऊ नका. नवी घरे, घोडे आणि चैनीच्या वस्तू घेऊ नका. पैसा मिळविण्याची प्रत्येक संधी प्राप्त करा. पुढे चला आणि गुंतवा. ही सुवर्णसंधी पुन्हा येणार नाही.

१८७० मध्ये रॉकफेलरची कंपनी मोठ्या दिमाखात स्थापन झाली. तिचे नाव

होते स्टँडर्ड ऑईल. अमेरिकेच्या औद्योगिक इतिहासाचे सुवर्णपान आता लिहिले जाणार होते, पण त्यासाठी थोडा वेळ होता. कारण स्टँडर्ड ऑईल अजूनही बाल्यावस्थेतच होती.

१९ व्या शतकाच्या शेवटी केरोसीन, गॅसोलीन आणि पेट्रोल यांची मागणी वेगाने वाढत होती. हे नवे इंधन म्हणजे केवळ उद्योगांची गरज आणि विजेचे दिवे जाळण्यासाठी आवश्यक नव्हते, तर प्रगतीचे आणि विकासाचे चक्र गतिमान करणारी ती सर्वांत महत्त्वाची गमकशक्ती होती. रॉकफेलरला ह्या तीव्र शक्तीच्या औद्योगिक साधनाची योग्य कल्पना आली होती. त्याला आता नफा मिळविणारे इंधन सापडले होते. तो आता खाणीतून कच्चे तेल नाही तर पूर्ण पिकलेल्या नफ्याची निर्मिती करणार होता. तेलाच्या खाणी हा पेनसिल्व्हानिया प्रांताचा एक महत्त्वाचा निसर्गदत्त साठा होता. त्या बंजर आणि ओसाड जमिनीचे भाग्य बदलले होते. तेलविहिरी खणणारे आणि त्यासाठी गुंतवणूक करणारे अनेक हौसे, गवसे आणि नवसे त्या प्रांताकडे धाव घेत होते.

रॉकफेलरने रिफायनरीच्या धंद्याकडे लक्ष केंद्रित केले. कच्चे काळे तेल निर्माण व उत्पादन करण्यावर भर देणाऱ्या मोठ्या उद्योजकांकडे आणि त्यांच्या भाऊगर्दीकडे त्याने दुर्लक्षच करायचे ठरविले. त्याने तेलाचे शुद्धीकरण करणाऱ्या कारखान्यांची निर्मिती करण्यावर भर दिला. त्यासाठी नवीन तंत्रे, नवीन कार्यप्रणाली आणि सुधारित यंत्रे यांचा विकास करण्यावर त्याने विशेष भर दिला. कच्चे तेल जोपर्यंत योग्य प्रकारे प्रक्रियान्वित होत नाही तोपर्यंत ते निरुपयोगी असते हे त्याने ओळखले होते. त्याच्या लेखी 'रिफायनरी' हाच तेलउद्योगांचा प्राण होता. तेलाचे शुद्धीकरण, वितरण व बाजारपेठ यांवर त्याने नियंत्रण ठेवण्यास सुरुवात केली.

ऑईल फिल्ड्सचा विकास व खरेदीपेक्षा, रिफायनरीज उभारणे, कच्च्या तेलापासून स्वस्त दरात तेल शुद्ध करणे, त्याचा वितरण खर्च कमी करणे ह्या तंत्रांवर त्याने भर दिला. त्यासोबतच यातून विविध उत्पादने, ल्युब्रिकंट्स, वैद्यकीय द्रव्ये, सिग्नल ऑइल तयार करण्यावर त्याने भर दिला.

नफ्याचे प्रमाण स्थिर नव्हते. उत्पादन, विक्री, आणि निर्मितीव्यवस्थेत गोंधळ होता. त्याचे कारण लहानमोठ्या रिफायनरीज्ची मोठी संख्या, तेलांच्या विहिरींची अमर्याद वाढ आणि त्यांचे विकेंद्रित नियंत्रण हे होते. किमतीतील चढ-उतार, पुरवठ्यामधील असंतुलन, वितरणव्यवस्थेवर येणारा ताण, मागणीपुरवठा यांचे गुंतागुंतीचे अर्थशास्त्र यांवर विचार करणे त्याला अगत्याचे वाटत होते.

रॉकफेलर याने त्यावर एक वेगळाच आणि प्रभावी उपाय शोधून काढला. तो त्याला साखर उद्योगाच्या क्षेत्रात यशस्वी होताना दिसत होता - एकाधिकार आणि संयोग. त्याने साखर उद्योगाच्या यशाचे स्वरूप बघितले होते. विविध आकाराचे साखर कारखाने निर्माण झाले. मत्स्य न्यायाने लहान माशांना मोठ्या माशांनी खाऊन

टाकले होते. लहान उद्योगांना मोठ्या उद्योगांनी संपविले होते. याचा परिणाम उद्योगातील स्पर्धेचे स्वरूप मर्यादित झाले होते. साधनांचा कार्यक्षम वापर वाढला होता. उत्पादन वाढून खर्च कमी झाला होता. मोठ्या प्रमाणावरील उत्पादनाचे (Economy of Scale) फायदे दिसायला लागले होते. विक्रीकिंमत न वाढविता नफा वाढत होता. उत्पादन, वितरण आणि मागणी यात समतोल साधता येत होता. हेच रॉकफेलरला अपेक्षित होते.

अर्थात त्यासाठी त्याने जो मार्ग पत्करला तो वेगळा होता. त्याने लहान-मोठ्या तेल रिफायनरी विकत घेणे सुरू केले. त्यामुळे स्टँडर्ड ऑईलचा बाजारातील हिस्सा वाढत होता. त्यासोबतच वितरणव्यवस्थेवर त्याची मजबूत पकड निर्माण होत होती. त्याने दोन तंत्रे प्रच्छन्नपणे वापरली.

(i) संपूर्ण तेल शुद्धीकरण कार्यावर, उद्योगावर तेलाच्या वितरण व्यवस्थेवर एकाधिकार प्रस्थापित करणे.
(ii) तेल शुद्धीकरणाच्या व्यवसायाला नवे व्यावसायिक रूप देणे.

तेल शुद्धीकरणाच्या उद्योगाचे आधुनिकीकरण करतानाच, विविध प्रयोगशाळा, शुद्धीकरण प्रयोगशाळांबरोबरच संशोधनकार्यासाठी नवीन तंत्रज्ञान विकास, संस्था यांची पण त्याने स्थापना केली. नवीन सहउत्पादने, जोडउत्पादने आणि इतर उत्पादनांतून खर्च उत्पन्न करणे व नफा वाढविणे हा त्याच्या धोरणाचा महत्त्वाचा भाग झाला. त्याचे हे धोरण त्या काळाच्या पुढे होते. त्याचा नफा तर त्यातूनच वाढला पण प्रतिमानिर्मिती आणि उद्योगाला भरीव पाया प्राप्त करून देणे त्याला शक्य झाले. तो केवळ तेलांच्या शुद्धीकरण व्यवसायाचाच नव्हे तर, तो इतर रासायनिक व्यवसायांत फार पुढे गेला.

रिफायनरी उद्योगात चढ-उतार नित्याचे होते, पण त्याचा आपल्या व्यवसायावर प्रभाव न पडू देणारे मूल्य धैर्य धोरण तयार करण्यावर त्याने भर दिला. वायदा बाजारातील भविष्याचे सौदे तो मोठ्या प्रमाणात व वेगवेगळ्या दरात आधीच करीत होता. त्यामुळे त्याला खर्चावर नियंत्रण ठेवता येत होते, कच्च्या मालाचा नियमित पुरवठा होत होता. त्याच्या उत्पादनतंत्रात सुरळीतपणा होता.

त्याच्या रिफायनरी खरेदीच्या तडाखेबंद कार्यक्रमामुळे त्याचे स्पर्धक धास्तावले. त्यांना रॉकफेलर ही एक मोठी अडचण वाटत होती. त्यावर नियंत्रण ठेवणे, रॉकफेलरच्या मुसक्या बांधणे आवश्यक वाटत होते. स्पर्धेचे हे रूप जीवघेणे आणि अनैतिक होण्यास वेळ लागत नाही. त्यातून अनेक बऱ्यावाईट समस्या निर्माण झाल्यात. रॉकफेलर याला व्यवसायातून खरेदी, कच्चा मालाचा पुरवठा न होऊ देणे, त्याला व्यावसायिक वर्तुळात बदनाम करणे ही सर्वच कार्ये त्यांनी सुरू केली. परंतु रॉकफेलर त्या सर्वांना पुरून उरला. त्यानेदेखील त्याच तंत्राचा, चढाई आणि आक्रमण

तंत्राचा अत्यंत वेगवान पद्धतीने व तडफेने वापर केला. सर्व लहानलहान कारखाने खरेदी करण्यासाठी त्याने अवाढव्य किमती देणे सुरू केले.

जेथे स्पर्धेला जीवघेणे रूप प्राप्त होते तेथे दयामाया दाखविता येत नाही. याचा अनुभव अमेरिकेतील सर्वांनाच त्या काळात आला. कारण या गळेकापू स्पर्धेत टिकण्यासाठी राक्षसी महत्त्वाकांक्षा असणाऱ्या रॉकफेलरने सर्वच बऱ्यावाईट युक्त्यांचा, तंत्रांचा बेछूट वापर केला. त्याने वारेमाप किंमत देऊन काही रिफायनरीज् विकत घेतल्याने. काहींना धमक्या, धाकदपटशा दाखवून तर अनेकांना फसवून सुद्धा त्याने आपले ईप्सित साध्य केले. त्याच्या व्यवसायवाढीसाठी त्याने नीतिमत्ता व प्रामाणिकपणा या व्यवसायाचा आत्मा असणाऱ्या दोन प्रमुख तत्त्वांना पूर्णपणे हरताळ फासला. विरोधकांना चिरडून टाकणे, विरोधी आवाज आणि स्पर्धा यांना मुळापासून बाद करणे हे त्याने आपले ब्रीद ठरविले. आपल्या व्यवसायाच्या एकाधिकार स्थापनेचे त्याचे हे तंत्र अत्यंत आक्रमक आणि भयावह होते. त्याला त्याची मुळीच तमा वाटत नव्हती. याउलट, त्याला तो व्यावसायिक अपरिहार्यता मानत होता.

तो आपल्या विकास व नियोजन कार्यासाठी कटिबद्ध होता. त्याने त्यासाठी विस्तारांच्या वेगवेगळ्या योजना सुरू केल्या. संपूर्ण रिफायनरी उद्योगावर स्टँडर्ड ऑईलचे एकछत्री साम्राज्य स्थापन करण्यात त्याला यश आले. आसुरी महत्त्वाकांक्षेचा तो विजय होता. परंतु त्याचा जगन्नाथाचा रथ अद्यापही बेछूटपणे पुढे जातच होता.

रॉकफेलर आणि स्टँडर्ड ऑईल हे नाव या काळात सर्वत्र झाले होते. त्याच्या चढाईखोर वृत्तीमुळे आक्रमक आणि एकाधिकार धोरणाने वॉलस्ट्रीट हादरलाच होता. परंतु सर्वसामान्य व्यापारी वर्ग व व्यावसायिकसुद्धा रॉकफेलरचे उद्योगधोरण काय राहील, याविषयी चर्चा करीत असे. अमेरिकन नागरिकांना तो एखाद्या अपराजित आणि पराक्रमी रोमन सम्राटासारखा वाटत होता. सतत विजयी होणारा, पुढे जाणारा, दयामाया न दाखविता वेगाने चढाई करणारा व पुढे जाणारा. त्याच्या मार्गात त्याला अडथळा नको होता, विरोधक आणि प्रतिरोध यांचा क्रूर आणि कठोरपणे नि:पात करणारा अ‍ॅलेक्झांडर किंवा सीझरचा वारस महान उद्योगपती.

परंतु स्टँडर्ड ऑईलचे हे जग त्याला अपुरे वाटू लागले. त्याच्या विस्ताराची क्षेत्रे पुढे न्यावीत असे त्याला मनापासून वाटत होते. परिणामत: तेल व्यवसाय केवळ पेनसिल्व्हानियापुरता सीमित न ठेवता अमेरिकेच्या पश्चिम विजयानंतर पूर्व भाग व्यापू लागला. तो विस्ताराच्या भुताने पछाडलेला होता. त्याला स्वस्थ बसवत नव्हते. संधीचा शोध हा त्याचा छंद, ध्यास होता. त्याला वाट पाहणे शक्य होते. परंतु संधी सोडून देणे मान्य नव्हते. मिस टार्बल हे त्याच्या प्रत्यक्ष संपर्कात आलेल्या एक पत्रकार बाईचे त्याच्याबाबतचे निरीक्षण लक्षात घेण्यासारखे आहे.

रॉकफेलरने उद्योगात आपला जम बसविल्यावर त्याचा रोख स्टील व्यवसायाकडे

वळवला. त्याला आता तेलाप्रमाणेच लोखंड व पोलाद क्षेत्राचा शहेनशहा व्हायचे होते. त्याने त्यासाठी मोठी तयारी चालविली. लोखंडाच्या खाणी, मिल्स आणि कारखाने खरेदी करण्याचा त्याचा सपाटा जबरदस्त होता. लहानमोठे उद्योजक त्याची मागणी मान्य करीत. त्यात विलंब लावीत नसत. कारण तो जे काही करायचे ठरवीत होता, तेच करीत होता, मग त्याच्याशी भांडणे, संघर्ष करणे किंवा त्याला आव्हान देणे फारसे उपयुक्त नव्हते. डोके दगडावर आपटणे किंवा दगड डोक्यावर आपटणे एकसारखेच वाईट होते.

उद्योजकांचा, व्यावसायिकांचा आणि तेल रिफायनरी मालकांचा एक समूह त्याच्या विरोधात जाण्याची तयारी करीत होता. त्याला प्रखर विरोध करणे, त्याला पराभूत करण्यासाठी एकसंध होणे हा त्यांचा पक्का निश्चय होता. परंतु पेट्रोलियम प्रोड्युसर उद्योजकांचा हा प्रयास सपशेल फसला. ते अपयशी ठरले. त्यांना रॉकफेलर विरुद्ध लढणे शक्य झाले नाही.

रॉकफेलरने आपल्या सर्वच स्पर्धकांशी उघड युद्ध केले नाही. तो एक कसलेला व्यूहरचनाकार होता. त्याने कमकुवत आणि लहानशा स्पर्धकांना चांगली किंमत देऊन त्यांचे व्यवसाय विकत घेतले. काहींना किमतीच्या स्पर्धेत नामोहरम केले. त्यांची लाभदायकता घटवली, त्यांना वितरण करण्यासाठी योग्य यंत्रणा मिळू दिली नाही. काही उद्योगकांना आमिषे दाखविली, तर काहींसाठी धमकी, धाकदपटशा आणि इतर कठोर तंत्राचा वापर केला. त्याचे स्पर्धक त्याला वचकून होते. रॉकफेलरशी उघड संघर्ष नको हाच त्यांचा स्वत:ला वाचविण्याचा मार्ग होता, हेच त्यांचे अस्तित्व टिकविण्याचे तंत्र होते.

स्टँडर्ड ऑईलची शेअरबाजारातील किंमत वाढत होती. तिचे मूल्य वाढत होते. संपत्ती आणि साधनांची संख्या वेगाने वाढत होती. एक अजस्त्र आकाराचा उद्योग, एक प्रचंड औद्योगिक साम्राज्य झपाट्याने पुढे येत होते. शेअरबाजारात वाढणाऱ्या पतीमुळे गुंतवणूकदार, बँका आणि वितरक, यांची स्टँडर्डकडे रीघ लागली होती. यशस्वी उद्योगाची हमी म्हणजे स्टँडर्ड हे समीकरण रूढ झाले होते. रॉकफेलर हा शेअरबाजाराचा देव झाला होता. "Wealth beyond dream" हे त्याने आपल्या भागधारकांना जणूकाही अभिवचनच दिले होते.

मानवी मनाच्या क्षमतेवर आणि कौशल्यावर त्याचा असाधारण विश्वास होता. व्यवसायाची सर्वांत मोठी संपत्ती मानवी संपदा आहे याचा त्याला संपूर्ण विश्वास होता. त्याने आपल्या अनुभवातून हा विश्वास संपादन केला होता. मानवी संपदेबद्दलचे कार्यक्षम व लायक सहकाऱ्यांबद्दलचे त्याचे मत लक्षात घेण्यासारखे आहे.

" I wanted able men with me. I tried to make fortune with these men. I admitted their ability & the value of their enterprise."

आपल्या व्यवसायाच्या यशासाठी सर्व काही योग्य आहे हे त्याने सर्वांत

महत्त्वाचे सूत्र मानले. त्यासाठी वितरणव्यवस्था अत्यंत कार्यक्षम करण्यावर त्याने भर दिला. प्रत्येक रिफायनरीमधील तेल विशिष्ट अंतरावरील गोदामांमध्ये व तेथून थेट वितरक व ग्राहकांपर्यंत पोहोचण्याची त्याने अत्यंत कमी खर्चाची, श्रमाची व वेळ घेणारी पद्धत शोधून काढली. त्याच्या या जलद वितरण पद्धतीला ठोक विक्रेत्यांनी फार विरोध केला; पण त्याने तो मोडून काढला.

रिफायनरीवर नियंत्रण आणि कार्यक्षम वितरण हेच त्याच्या प्रचंड नफ्याचे रहस्य होते. तो एक महान व्यूहरचनाकार होता. काय करावयाचे आहे आणि ते कसे साध्य करावयाचे आहे ह्याचे त्याला नेमके ज्ञान होते. त्याचे यश केवळ प्रचंड विक्री आणि अफाट नफ्यात नव्हते, तर त्याच्या व्यवसायाची एक आगळीवेगळी प्रतिमा निर्माण करण्यात होते. अपूर्व निर्णयक्षमता, अफाट कार्यक्षमता आणि विलक्षण दूरदृष्टी यांतूनच त्याने अनेक साहसी व धाडसी निर्णय घेतले. त्याच्या या साहसवादामुळे त्याचे स्पर्धक त्याला वचकून होते. तो स्वत: इतर अनेक व्यावसायिकांना व्यूहरचनेचे धडे देणारी चालताबोलती पाठशाळा होता.

संपत्तीत होणारी वाढ वैभवाचे प्रदर्शन करण्याचा मोह निर्माण करतेच. तसा मोह रॉकफेलरला होणे स्वभाविकच होते. त्याने एक प्रचंड प्रासादतुल्य घर घेतले. आलिशान व्हीला आणि आकर्षक रचना असणारे घर त्याच्या वाढत्या वैभवाची साक्ष होते.

रॉकफेलरने त्या नंतर आपला मोर्चा रेल रोड उद्योगाकडे वळविला. लहानमोठ्या उद्योगांना काबीज करीत, त्यांच्या रचनेला तुडवत आपल्या ताब्यात घेत होता. त्याचा हा वरंवटा हा त्यानंतर स्टील उद्योगाकडे पण त्याच वेगाने वळला. त्याच्या नावाभोवती अविजित आणि अप्रमेय पराक्रमाचे वलय निर्माण झाले.

अमेरिकन व्यावसायिक इतिहासाचा हा संपूर्ण कालखंडच मोठ्या उलथापालथीचा आणि प्रचंड बदलांचा होता. त्यात अनेक चांगल्यावाईट घटना एकाच वेळी होत होत्या. त्या संपूर्ण काळाचे वर्णन केवळ तीन शब्दांत 'गळेकापू स्पर्धा, विस्तार आणि विनाश' असा करता येईल. सातत्यपूर्ण गळेकापू स्पर्धा, मोठे औद्योगिक साम्राज्य स्थापनेच्या महत्त्वाकांक्षेतून विस्ताराची प्रचंड हाव आणि त्यामुळे लहान लहान उद्योगांचा अयोग्य विस्तार हेच त्या काळाच्या औद्योगिक रचनेचे स्वरूप होते.

रॉकफेलर याला संपत्तीचा आत्यंतिक मोह होता. त्याला प्राप्त होणाऱ्या पैशांच्या प्रचंड ओघावर देखील तो संतुष्ट नव्हता. त्याला साम्राज्यनिर्मितीची आकांक्षा होती. एक कधीच पूर्ण न होणारी महत्त्वाकांक्षा. आगीत तूप टाकल्यावर तिचे समाधान होत नाही; तर ती अधिकच प्रज्वलित होते. तेच स्वरूप त्या मोहाचे होते. एखाद्या खेळात लहान मुलगा जसा स्वत:चे स्वतंत्र भावविश्व निर्माण करतो आणि त्यात जसा रममाण होतो, तीच अवस्था रॉकफेलरची होती. त्यातूनच त्याचा साहसवाद उफाळून वर येत होता. चाचेगिरी आणि साहसवादाचे जे नाते होते, तेच नाते रॉकफेलरच्या औद्योगिक विकास, विस्तार आणि साहसात होते. फर्डिनांड मेगेलेन,

फ्रांन्सीस ड्रेक आणि मॉर्गन यांच्यामध्ये नवी आणि नवीन भूमी शोधण्याचे, त्यातून स्वत:चे साम्राज्य निर्माण करण्याचे वेड होते, त्यांचे ते जीवित स्वप्नच होते. तीच अवस्था रॉकफेलर यांची होती. अमेरिकन लिन्सीड ऑइल, नॅशनल सिटी बँक, डेलवेअर, वेस्टर्न रेल रोड मॅनहटन रोश, मिसुरी पॅसिफिक रेल्वे यांसारख्या अनेक कंपन्या त्याने विकत घेतल्या. त्याने त्याची साम्राज्यतृष्णा अधिकच वाढली. महत्त्वाकांक्षा ही जीवनाला चालना देणारे इंधन आहे. परंतु तिचा अतिरेक जीवनाला भस्मीभूत करू शकतो हे रॉकफेलर विसरला. त्याच्या आक्रमक आणि राक्षसी महत्त्वाकांक्षेने पीडलेल्या, पीचलेल्या आणि शोषण झालेल्या लोकांचा जनक्षोभ अत्यंत तीव्र होता. त्यांची नोंद घेणे भाग पडले. अमेरिकेचे राष्ट्राध्यक्ष रुझवेल्ट यांनी रॉकफेलर याच्या व्यावसायिक धोरणांच्या व कार्यपद्धतीच्या चौकशीचे आदेश दिले. एकाधिकार वृत्ती, संपतीचे अतिरिक्त एकत्रीकरण आणि अनुचित व्यापार पद्धतींचा वापर याकरिता रॉकफेलर दोषी आहे असे वरकरणी स्पष्टपणे दिसत होते. रॉकफेलर, मॉर्गन आणि त्यांच्यासारख्या उद्योगपतींविरुद्ध विचारवंतांनी आणि अर्थतज्ज्ञांनी टीकेची झोड उठविली.

'वेल्थ अगेन्स्ट कॉमनवेल्थ', या पुस्तकात लॉइड यांनी या श्रीमंत धनानंदाची काळी कृत्ये उजेडात आणण्यावर विशेष भर दिला. मॅथ्यु जोसेफसन यांनी 'द रॉबर बॅरान' या पुस्तकात अनेक अनुचित व्यापारपद्धतींचा दाखला देऊन या नवश्रीमंत, आणि धनलोभी कार्पोरेट्सच्या अयोग्य कृत्यांची चांगलीच खबर घेतली. 'मॅकक्लेअर मॅगझिन' या मासिकात तर एक लांबलचक लेख प्रसिद्ध करून रॉकफेलर याची चांगलीच कानउघाडणी केली. अमेरिकन सिनेटस् समिती त्याच्या गैरप्रकाराचा समाचार व शोध घेण्यासाठी व्यापक करण्यात आली. त्याच्या विरुद्ध कमिशन बसले. शेरमन अँटी ईस्ट कायद्याचा मंत्र केल्याचा आरोप त्याच्यावर ठेवण्यात आला होता. त्यांची कंपनी अनुचित व्यापार पद्धतीचा वापर करते हे सिद्ध झाले. त्याला २९ दशलक्ष डॉलर्सचा दंड झाला.

२० व्या शतकाच्या प्रारंभापासूनच त्याच्या मागे कायम चौकशी आणि समित्यांचे शुक्लकाष्ठ लागले होते. तो वारंवार कोर्टाची पायरी चढत होता. वृत्तपत्रे, पत्रकार आणि समाजातील विविध वर्गातील त्याचे विरोधक रक्तपिसासू उपाशी शिकारी कुत्र्याप्रमाणे त्याची शिकार करण्यासाठी त्याच्या मागे लागले होते. 'God gave me money' या त्याच्या एका वाक्याचा बराच विपर्यस्त आणि गोंधळ घालणारा अर्थ लावण्यात आला. त्याच्यावर टीकेची प्रचंड झोड उठविण्यात आली. त्याला नको ते अपशब्द वापरण्यात आले. सर्वांना वाटले की तो चिडेल, तोंडावर शिव्याशाप देईल. परंतु रॉकफेलर मात्र आपल्या मनाचा तोल ढळू न देणारा अत्यंत शांत व्यक्ती होता. खोल समुद्रात होणारी वादळे ज्याप्रमाणे बरेचदा त्याच्या पृष्ठभागावर साधे तरंगसुद्धा निर्माण करीत नाहीत, तसे त्याचे स्वभाववैशिष्ट्य होते. तो टीकेला त्वरित प्रत्युत्तर देण्यावर, अकारण आदळआपट आणि संघर्षाचे वातावरण निर्माण

करण्यावर विश्वास न ठेवणारा अत्यंत परिपक्व व्यक्ती होता. अशा वादळांचे आयुष्य फार छोटे असते ह्याची त्याला चांगली जाणीव होती. त्याने टीकाकार आणि त्यांच्या झोंबणाऱ्या तिखट टीकेवर शांतपणाचे थंड आइसक्रीम टाकले. त्याचे हे वागणे योग्य होते हे कालांतराने सिद्ध झाले.

त्याचा मुलगा जॅक त्याच्यासारखाच धोरणी आणि मेहनती होता. त्याला बापाकडून व्यवसायाचा; तर आईकडून विवेकाचा वारसा मिळाला होता. जॅकसुद्धा मोठ्या व्यवसायाचे चढाईचे धोरण राबवित होता. परंतु १८९३ मध्ये एक दुदैवी घटना घडली. 'एडले मॅसाकर' या नावाने त्या घटनेचा उल्लेख करण्यात येतो. कोऍरॅडो या रॉकफेलरच्या नियंत्रणाखाली असणाऱ्या कंपनीत संप झाला. कामगारांनी संपाचा हा लढा अत्यंत त्वेषाने आणि जिद्दीने लढविला, त्यात ते मागे हटण्यास तयार नव्हते. ह्यामुळे त्या खाणीमध्ये पोलीस बोलाविण्यात आले. कामगार आणि पोलिसांमध्ये रक्तरंजित संघर्ष झाला. परिणामी बरेचसे कामगार मारले गेले. कंपनीचे त्यात बरेच नुकसान झाले. प्रचंड बदनामी, मनस्ताप आणि मानहानी यांमुळे रॉकफेलर याची प्रतिष्ठा लयाला गेली. त्यातून सावरण्यासाठी जॅकला आणि त्याच्या बापाला थोरल्या रॉकफेलरवर विलक्षण परिश्रम घ्यावे लागले. पण तो काळ अखेर संपला. हळूहळू वातावरण निवले. रॉकफेलरची पण आक्रमक व चढाईची धोरणे थोडी शिथिल झाली.

जॅकने कारभार सांभाळावा आणि त्याने आपल्या धोरणांना विस्तारासोबतच मानवी चेहरा देण्यावर भर दिला. तो अधिक विचारी होता. नफा कमविणे गैर नाही हे समजून घेणारा, पण त्यासोबतच समाजहिताचा आणि व्यवसायाशी संबंधित घटक, भागीदाराचे जाणीवपूर्वक हित जोपासणारा तो विवेकी व्यवस्थापक होता. त्याने मोठे व्यावसायिक यश संपादन केले. पण त्यासोबतच विलक्षण लोकभावना मान्यता व प्रतिमा पण प्राप्त केली. विकसित आणि प्रगत मनोवृत्तीचा उद्योगपती अशी त्याची ख्याती झाली. रॉकफेलरचा उद्योग चहुबाजूंनी विस्तारला, पुढारला आणि अमेरिकन अर्थव्यवस्थेचा एक महत्त्वाचा मानदंड झाला.

रॉकफेलरला जसे संपत्तीचे वेड होते, तसेच लोककल्याणाची ओढदेखील होती. परंतु लोककल्याणाचा त्याचा दृष्टिकोन केवळ भूतदयावादी नव्हता. त्याच्या विविध जनकल्याण आणि समाजोपयोगी कार्यांमध्ये एक व्यावसायिक चाणाक्षपणा होता. पैशांचा योग्य विनियोग आणि महत्तम उपयोगिता यांवर भर देणारे धोरण पण होते. 'दान करणे' म्हणजे व्यर्थ उधळपट्टी किंवा अकारण खर्च नाही हे समजून वागण्याची त्याची विचारणसरणी खरोखरच स्तुत्य होती. काही ठरावीक व्यक्तींचे किरकोळ कल्याण करणारा किंवा चर्चच्या दारावर पैशांची थाळी घेऊन मूठभर नाणी याचकांच्या पदरी घालणारा दानी तो नव्हता, त्याने रॉकफेलर फाउंडेशनची स्थापना करून कल्याणाच्या आपल्या भूमिकेस व्यापक आणि भरीव पाया तसेच वैचारिक

बैठक प्राप्त करून दिली. कल्याण व लोकोपयोगी कार्याची बैठक एका शास्त्रशुद्ध पायावर बसविण्यावर त्याने भर दिला. त्याच्या फाउंडेशनच्या चार्टरमध्ये त्याने आपले ध्येय पुढील शब्दात व्यक्त केले,

"To promote the well being of men throughout the world" त्याने आपल्या आयुष्याच्या शेवटच्या दशकांमध्ये स्वत:ची भूमिका विश्वस्ताची आहे असे मानले. आपण संसाधने व आर्थिक मालमत्तेचे विश्वस्त आहोत, मालक नाहीत असे त्याला वाटत होते. त्याने स्वत: या विचारसरणीचा जोरदार पुरस्कार केला. त्याने मोठ्या प्रमाणात जनकल्याण कार्यासाठी निधी उपलब्ध करून दिला. या पैशातून विविध दर्जेदार व समाजहिताच्या कार्यांना त्याने गती दिली. अनेक उत्तम व परिपूर्ण संग्रहालये (Museums), ग्रंथालये स्थापन करण्यावर भर दिला. उत्तम दर्जाची वैद्यकीय सेवा, शिक्षण लोकांना मिळावे यासाठी अनुदान दिले. अनेक मोठ्या विद्यापीठांमध्ये अध्यासने स्थापन केली व संशोधन, तत्त्वज्ञान व विविध विचारसरणींचा अभ्यास करण्याच्या कार्याला प्रोत्साहन दिले. १९३७ पर्यंत त्याने या सर्व कार्यासाठी ५० दशलक्ष डॉलर एवढी राशी स्वत:च्या उत्पन्नातून दान केली होती.

८ सप्टेंबर १९१४ रोजी या जॉन आणि लॉरा यांच्या विवाहाच्या ५० व्या वाढदिवसाचा देखणा समारंभ साजरा झाला. 'पिकॅडीली हिल्स' या त्याच्या आवडत्या निवासस्थानी मित्र, हितचिंतक, मुले, नातवंडे आणि हजारो चाहत्यांनी हजेरी लावली. तो आपल्या जीवनातील सर्वांत आनंदाचा क्षण आहे असे त्याला वाटले. त्याचे मन आनंदाने भरून आले. जीवनात कृतकृत्य झाल्याचे समाधान त्याला लाभले. पण ते अल्प काळच टिकले. कारण १२ एप्रिल १९१५ रोजी लॉरा रॉकफेलर ख्रिस्ताच्या सेवेसाठी सेंटपिटरचा दरवाजा उघडून आनंदाच्या नंदनवनात निघून गेली. त्याला एकटेपणा जाणवू लागला होता. अस्वस्थता आणि पोरकेपणाने त्याचे मन भरून जात होते. त्याने रॉकफेलर फाउंडेशनच्या कामात स्वत:ला झोकून दिले. व्यावसायिक कार्यातून एक प्रकारची सक्तीची निवृत्ती घेतली. मन रमविण्यासाठी तो जनसेवेच्या कार्यात रममाण झाला.

त्याचे अखेरचे दिवस त्याने दि केसमेंट या पिकॅडीली हिल्स या आपल्या प्रचंड बंगल्यात व्यतीत केले. फ्लोरिडामधील त्याचे हे निवासस्थान त्याला अत्यंत प्रिय होते. येथेच गोल्फ लिंकस्वर किंवा आपल्या आवडत्या कुत्र्यांबरोबर किंवा लहान मुलांबरोबर खेळताना तो दिसत असे.

१९३७ च्या मे महिन्यात २३ तारखेला त्याला जगन्नियंत्याचे बोलावणे आले. सर्व पृथ्वीवर ज्याचा एकाधिकार चालतो, त्या सर्वश्रेष्ठ व्यवस्थापकाने अखेर रॉकफेलरला आपल्या दरबारी स्थान दिले आणि काही उद्योगांवर काही काळ एकाधिकार गाजविणारा हा उद्योगपती जग सोडून गेला.

□□

: ९ :

हेन्री फोर्ड : त्याने जगास चाकावर उचलले

सप्टेंबर १९०८ - एक जाहिरात त्या वर्तमानपत्रात आली - 'उपलब्ध आहे. नवीन वेगवान, आकर्षक आणि सशक्त मोटार, उत्कृष्ट दिसणारी ही मोटार कार, इतर अनेक उपयुक्त सुविधांनी परिपूर्ण आहे आणि इतर कोणत्याही वाहनांपेक्षा शेकडो डॉलर्सनी किमतीत कमी आहे. किंमत केवळ ८५० डॉलर्स!'

संपूर्ण अमेरिका त्या जाहिरातीने चकित झाली! आनंदी झाली! सर्वत्र त्या कारबद्दल उत्सुकता होती; कुतूहल होते. काहींना ही कल्पना अशक्य आणि अतर्क्य वाटली. काहींना हे नेहमीप्रमाणे जाहिरातदाराचे पोकळ दावे वाटले. एवढ्या स्वस्तात एक दर्जेदार कार हे केवळ अशक्य होते. परंतु, काहींनी स्वस्त कारचा हा दावा तपासून पाहण्याचे ठरविले. त्या काळात कार हे श्रीमंत, उमरावांचे, धनिक कारखानदारांचे चैनीचे खेळणे होते. सर्वसामान्य माणसांना घोडागाडीशिवाय पर्याय नव्हता.

या नव्या मोटार कारने दोन प्रमुख बदल घडवून आणले. पहिला बदल संपूर्ण जगाच्या जीवनपद्धतीत झाला; जग आता पायांऐवजी चाकावर चालू लागले. दुसरा बदल मात्र अदृश्य होता; पण सर्वांत महत्त्वाचा होता. उद्योगांच्या उत्पादनपद्धतीत आणि निर्मितीतंत्रात आमूलाग्र बदल झाला. मोठ्या प्रमाणावर उत्पादन करणारी 'असेंब्ली लाइन' पद्धत त्यातूनच पुढे आली. 'फोर्ड फोर सिलिंडर', 'विस हॉर्स पॉवर' आणि 'फाइव्ह पॅसेंजर कार' लवकरच अमेरिकेत आणि युरोपमध्ये सर्व रस्त्यावर धावू लागल्या; जग आता त्याने चाकावर उचलले होते.

मॉडेल टी

तो एक महत्त्वाकांक्षी तरुण मेकॅनिक होता. काहीतरी नवीन करण्याची, वेगळे करण्याची जिद्द त्याच्या मनात होती. जगावेगळे करण्याची, प्रसिद्ध होण्याची जबरदस्त महत्त्वाकांक्षा. त्याचे हृदय म्हणजे आत्मविश्वास आणि तडफ यांचे मिश्रण होते. त्याचे स्वप्न त्या काळातील अमेरिकन युवकाचे प्रातिनिधिक स्वप्न होते. देशातील सर्वाधिक श्रीमंत व्यक्ती होण्याचे, प्रसिद्ध होण्याचे स्वप्न!

फोर्ड केवळ स्वप्नरंजन करणारा सामान्य तरुण नव्हता, तर प्रचंड मेहनत करणारा, तंत्राचे विशेष ज्ञान असणारा असाधारण तंत्रज्ञ होता. त्याचे 'मॉडेल टी' म्हणजे अनेक गुणवैशिष्ट्यांचा समुच्चय होता. ती मजबूत मोटार होती; पण आकर्षक नव्हती. ती वेगवान होती; पण चार घोड्यांच्या घोडागाडीपेक्षा ती दिसण्यात कमी डौलदार होती. उमराव व जहागीरदारांच्या कॅबच्या तुलनेत त्यात डौलदारपणाचे ऐटबाज डिझाइन नव्हतेच. ती सामान्य माणसाची वेगवान सवारी होती. फोर्डच्या शब्दात - 'ए ग्रेट मल्टिट्यूड' मोठी कामगिरी करणारे वाहन.

मॉडेल टी केवळ मोटार कार म्हणूनच महत्त्वाची नव्हती; तर विसाव्या शतकात कोणते बदल होणार आहेत याचे धावते स्वरूप स्पष्ट करणारी श्रेष्ठतम यंत्रणा ठरली. आता जग गतिमान होणार आहे. तंत्रज्ञानाची गती वेगवान होणार आहे. जीवनात संथपणा, मंदपणा, शांतपणा, संपुष्टात आला आहे हे सांगणारा तो पहिला इशारा होता. सतत दहा वर्षे अथक प्रयत्न करून तयार केलेले हे 'मॉडेल टी' म्हणजे फोर्डचे प्रदीर्घ स्वप्न होते! त्याची पूर्तता म्हणजे एक अतिविशाल उद्योगाच्या निर्मितीची भक्कम व मजबूत पायाभरणी होती.

जुलैमधील ते दोन दिवस

३० जुलै १८६३ ला हेन्रीचा जन्म झाला. डिअर बॉर्न मिशिगन येथे त्या सहा मुलांच्या मोठ्या कुटुंबातील हे सर्वांत मोठे अपत्य. आयर्लंडमधून अमेरिकेला निर्वासित म्हणून आलेल्या त्या जोडप्याला फोर्डचा जन्म मोठा आनंदाचा क्षण वाटला होता; कारण आता वंश पुढे चालू राहणार होता. परंतु, हा कुलदीपक जगात बदल घडवून आणेल असे त्याच्या वयाच्या १५ व्या वर्षांपर्यंत वाटणे अशक्यच होते.

विल्यम फोर्ड, हेन्री फोर्डचे वडील हे मिशिगनमधील एक सामान्य शेतकरी होते. शेतीचे कष्टप्रद काम करणारा, एक सुस्थितीतील शेतकरी असा नावलौकिक त्यांनी कमविला होता. परंतु हेन्रीचा जन्म त्यांना एक मोठे संकटच वाटले; कारण त्याच महिन्यात अमेरिकेत गृहयुद्ध सुरू झाले. उत्तर-दक्षिण या संघर्षात अमेरिकेचा नकाशा टराटरा फाटला होता. अमेरिकेत या गृहयुद्धाने अनेक बदल घडवून आणले. युद्धात पाच लाखांपेक्षा अधिक माणसे मारली गेली; पण त्यापेक्षा महत्त्वाचे म्हणजे अमेरिकन समाजाला गतीचे महत्त्व कळले. युद्धाचे साहित्य वेगाने हलविणे गरजेचे होते. एका ठिकाणाहून दुसऱ्या ठिकाणी तत्परतेने जाणे म्हणजे युद्ध जिंकणे हे त्यांना कळले. त्यातून आगगाडीच्या रेल्वे रुळांचा विकास झपाट्याने झाला.

एक नवीन पिढी उदयास आली. तिला यंत्राचे, गतीचे आणि वेगाचे वेड होते आणि फोर्ड हा या पिढीचा सर्वांत महत्त्वपूर्ण प्रतिनिधी होता. त्याच्या वडिलांची इच्छा

होती की, त्याने सधन शेतकरी व्हावे, आपला फार्म वाढवावा; पण फोर्डला वेड होते यंत्राचे, घड्याळांचे आणि चाकांचे! त्याचे वडील त्याच्या या वेडापायी वैतागले होते. फोर्ड पंधरा वर्षांचा झाला त्याच वेळी त्याचे हे यंत्रवेड आणि वडिलांचा संताप दोन्हीही विकोपास गेले. याच काळात त्याचा विवाह क्लारा ब्रायन्टबरोबर झाला, पण वैवाहिक जीवनात त्याचे मन रमत नव्हते. अखेर वडिलांना आता पोरगा बदलणार नाही; त्याची इच्छा शेतकरी होण्याची नाही हे कळून चुकले होते.

फोर्डला शेतीचा मनापासून तिटकारा होता. अनियमित पाऊस, नुकसान व नफ्याचे न समजणारे गणित आणि घोर मेहनतीच्या प्रमाणात अल्प लाभ हे त्याला अमान्य होते. त्याला हवा होता खूप नफा आणि तो हिरव्या चादरीच्या शेतीतून पिकणार नाही; तर वेगवेगळ्या चाकांच्या शक्तिमान यंत्राच्या फिरण्यातूनच प्राप्त होणार आहे असे त्याला वाटत होते. घड्याळातील पेंडुलम, चाक आणि यंत्राकृती आता त्याला आव्हान देत होती; नवीन यंत्र तयार करण्यासाठी.

नवी सुरुवात

१८७७ मध्ये एकदा हेन्री आपल्या वडिलांसोबत डेट्रॉइटला गेला. तेथे त्याने पहिल्यांदा रेल्वे इंजीन पाहिले. तो आश्चर्याने थक्कच झाला. त्याचे वडील आणि तो घोडागाडीवर होते आणि ती वेगवान आगगाडी सुर्रकन् तिथून निघून गेली. आपण असेच यंत्र तयार करावे असे त्याच्या मनाने ठामपणे ठरविले. वडिलांचे व त्याचे बिनसलेच! आणि त्याचवेळी त्याच्या आईचा बाळंतपणात मृत्यू झाला होता. त्याला आपल्या आईसारखा दुसरा दोस्तच नव्हता; घर खायला उठले होते. फोर्डने घर सोडून डेट्राइट येथे जायचे ठरविले, एक नवीन सुरुवात करण्यासाठी. तो काळ हेन्रीच्या उमेदवारीचा काळ होता. सकाळी इंजीन वर्कशॉपमध्ये काम करणे व रात्री घड्याळजीकडे घड्याळ दुरुस्तीचे काम करणे असे दुहेरी काम तो करीत होता. डेट्राइट हे त्यावेळी इंजीनचे व वर्कशॉपचे गाव होते. त्यानंतर त्याने स्वत:चे घड्याळांचे दुकान टाकले; पण हा व्यवसाय आपल्याला फार मोठा उद्योगपती बनवेल; असे त्याला वाटत नव्हते. लोकांना आवडेल, त्यांची महत्त्वाची गरज असेल, त्यांच्या प्रतिष्ठेचे प्रतीक असेल, त्यांना योग्य वाटेल आणि घ्यावेसे वाटेल असे उत्पादन आपण तयार करावयास हवे असे त्याला वाटत होते. अशा उत्पादनाच्या शोधार्थ त्याच्या विचारशक्तीने तीन वर्षे मोठी मेहनत केली. प्रयत्नांची पराकाष्ठा केली. अखेर त्याला साधले, त्याला हवे ते सापडले होते. लोकांना आवडेल असे जगाला चकित करणारे सर्वश्रेष्ठ उत्पादन मोटार कार!

अपयश, अपयश आणि प्रयत्नांचे चक्र

आपण मोटार कार तयार करावी असे त्याला वाटले; पण ते त्याचे दिवास्वप्न

ठरले! त्याच्या सर्वच उपक्रमात त्याला अपयश येत होते. तो कंटाळला. १८८४ मध्ये हेन्रीचे वय होते २४. त्याच्या बापाने अखेर प्रेमाने परत बोलाविल्याने हेन्री त्यांच्याकडे गेला पण, त्याला वारसाहक्काने ४० हेक्टर जमीन मिळाली. त्यावर तो शेतकाम व लाकूड कटाईचे काम करीत होता! त्याचा विवाह पण त्याच काळात झाला, क्लारा ब्रायन्टबरोबर पण त्याचे मन तेथे रमत नव्हते. फावल्या वेळात तो आणि क्लारा तंत्रशास्त्राचे प्रयोग करीत. घराच्या मागे आउटहाउसमध्ये त्याने स्वत:चे वर्कशॉप थाटले. इंजिनिअरिंगचा अभ्यास सुरू केला. त्याच वेळी एका अमेरिकन वकिलाने - जॉर्ज सेडनने एक कार तयार केली. ती कार हेन्रीने पाहिली होती. त्या कारला इंधनावर चालविताना त्याला बऱ्याच अडचणी येत होत्या. हेन्रीला हे सर्व कळले. त्याला आपले कार तयार करण्याचे स्वप्न पूर्ण करता येईल असा विश्वास वाटत होता. त्याला आपले शेतीवरचे नीरस जीवन टाकून पुन्हा डेट्रॉइटला जाण्याची स्वप्ने पडू लागली. क्लाराने त्याला योग्य साथ दिली आणि अखेर ते डेट्रॉइटला आले. हेन्रीने डेट्रॉईट इलेक्ट्रिसिटी कंपनीत इंजिनिअर म्हणून कार्य सुरू केले. तो काळ अमेरिकन उद्योगाच्या निर्मितीचा होता. सर्वत्र उद्योगांचे जाळे पसरत होते. कुशल तंत्रज्ञांची निकड होती. कल्पक व हुशार तंत्रज्ञ ही नवीन अमेरिकेची खरी गरज होती. वीज आणि यंत्राच्या त्या सत्रात हेन्रीच्या भाग्याचे चक्र वेगाने फिरू लागले. हेन्री स्वत:ची कार तयार करण्यासाठी अहोरात्र प्रयत्न करू लागला. प्रत्येक भाग आणि मशीन तो स्वत: तयार करीत होता. त्याचा साथीदार जिम बिशॉप व तो रोज १८-२० तास काम करीत होते. दोन वर्षे अथक प्रयत्न केल्यानंतर त्यांना पहिले यश आले. एक कामचलाऊ कार तयार झाली; पण ती कार सायकलसारखी दिसत होती आणि तिचे रूप अगदी बेंगरूळ होते. तिला नाव देण्यात आले, 'क्वाड्री सायकल' कारण तिचे रूप सायकलला अधिक जवळचे होते; पण ते प्रयत्नाचे पहिले यश होते आणि आता हा यशाचा प्रवास अधिकच वेगाने पुढे जाणार होता.

ते कठीण निर्णय

हेन्री फोर्ड या कर्मचाऱ्याने तयार केलेली एक कार दोनशे डॉलर्सला विकली आणि तो दुसरी तयार करीत आहे हे डेट्रॉइट एडिसनच्या मालकांना कळले. हेन्रीला हे सर्व करण्यासाठी वेळ कसा मिळतो; त्यांना प्रश्न पडला. हेन्रीला अधिक चांगल्या कामात गुंतविले तर तो कंपनीचा फायदा करेल आणि कार तयार करण्याचे वेडही तो विसरेल असे त्यांना वाटले. हेन्रीचे फॅक्टरी मॅनेजर म्हणून प्रमोशन झाले! पण हेन्री मनातून संतुष्ट नव्हता; याच रात्री तो अशांत राहिला. त्याला झोप पण येत नव्हती. अखेर आपण नोकरी सोडून स्वत:चा नवा कारखाना तयार करण्याचा कठीण निर्णय त्याने घ्यावयाचे ठरविले आणि डेट्रॉइट एडिसनचा त्याने राजीनामा दिला. डेट्रॉइटमधील

काही लहान-मोठ्या लाकूड व्यापारी आणि मित्रांना सोबतीला घेऊन त्याने १८९९ मध्ये 'डेट्रॉइट ऑटोमोबाईल' कंपनीची स्थापना केली. त्या वेळी फोर्डचे वय होते ३६ वर्षे. त्यावेळी फोर्डने आपल्या नव्या कंपनीचा चीफ इंजिनिअर म्हणून काम करावयाचे ठरविले; पण त्याचा पगार मात्र त्याच्या पहिल्या कंपनीचा पगार उत्पन्नाच्या अर्धा होता.

डेट्रॉइटमधील कारचे वादळ

फोर्ड हा वृत्तीने अत्यंत अहंमन्य आणि जिद्दी होता. त्याला एका शब्दाचा अर्थ बहुतेक माहीत नसावा - तडजोड. व्यावसायिक यश हे समन्वय, समझोता आणि संतुलन यांतून येते हे समजण्याएवढा व्यावसायिक दृष्टिकोन फोर्डमध्ये यावयाचा होता. परंतु, 'आत्मविश्वास' नावाचा एक असाधारण व दैवी सद्गुण त्याला परमेश्वरी देणगी म्हणूनच प्राप्त होता. तो अत्यंत व्यक्तित्ववादी होता. त्याला पुरेसे समाजशील मन नसावे; इतरांबरोबर मिळून मिसळून काम करण्याची चतुर व्यावसायिक वृत्ती त्याला लाभली नव्हती. गणितीय प्रमाणाने विचार केल्यास त्याच्या व्यावसायिक दोषांचे प्रमाण व्यावसायिक सद्गुणांशी, कौशल्यांशी व्यस्त स्वरूपातच होते आणि म्हणूनच अनेक चांगले, यशस्वी होऊ शकणारे त्याचे उपक्रम प्रारंभी सपशेल अयशस्वी झाले. दूरदृष्टी, बुद्धिमत्ता, व्यावसायिक धूर्तपणा व निश्चय या सर्वांचा चतुराईने वापर करणे व आपले उद्दिष्ट अपेक्षित वेळात ठरावीक पद्धतीने सफल करणे हे फोर्डला कठीण वाटत असे. त्याला आपले म्हणणे खरे करावयाची वाईट खोड होती. इतरांनी एखादा चांगला मुद्दा मांडला तर त्याकडे दुर्लक्ष करणे, त्याचा विचारच न करणे किंवा तो पूर्णपणे धुडकावून लावणे ही फोर्डची प्रारंभीची व्यावसायिक नीती होती. परिणामत: फोर्डचा पहिला कार उद्योग असफल झाला. मोटारींची विक्री जवळपास ठप्प झाली. डायरेक्टर्सनी कंपनी बंद करण्याचा निर्णय घेतला. अर्थातच, फोर्ड त्या निर्णयाशी सहमत नव्हता. तो त्या बैठकीलाच गेला नाही, 'त्यांना (डायरेक्टर्सला) सांगा, मी काही कामानिमित्त बाहेर जाणार आहे, त्यामुळे आजच्या बैठकीला येऊ शकणार नाही' असा उद्दाम निरोप त्याने पाठविला. अर्थातच या निर्णयाने फोर्ड दु:खी झाला. त्याच्या मनावर व शरीरावर विपरीत परिणाम झाला. तो खचलाच. क्लाराला आता मात्र चिंता वाटत होती त्याच्या चरितार्थाची आणि परिवाराची पण!

परंतु फोर्ड खचला असला तरी संपलेला नव्हता. त्याला त्याच्या व्यावसायिक यशासाठी पुनश्च प्रयत्न करावयाचे होते. त्याचे नशीब बलवत्तर होते. त्याला रेसिंग कार तयार करण्यासाठी एका कंपनीची स्थापना करण्याची संधी मिळाली. कंपनी वर्ष दीडवर्षे चालली पण ती फोर्डच्या भांडकुदळ वृत्तीने संपली! संचालकांनी फोर्डला काढून टाकले आणि नवीन कंपनी व नवे उत्पादन चालू ठेवले - कॅडीलॅक फोर्डने

पण दुसरा घरठाव केला. टॉम कुपर या मोटारसायकल स्पर्धा जिंकणाऱ्या व्यक्तीबरोबर भागीदारी केली; पण त्यांचे मुळीच पटले नाही! अखेर हा धंदा पण मोडकळीस आला. फोर्डच्या कपाळावर एक शिक्का डेट्रॉइटमधील सर्व उद्योजकांनी व गुंतवणूकदारांनी मारला - कमनशिबी - भांडकुदळ आणि माणूसघाण्या. डेट्रॉइटमध्ये वादळ येता येता थांबले होते. मोटार कार्सची तुफान धावपळ पाहण्यासाठी डेट्रॉइटचे रस्ते आसुसले होते. परंतु, त्यांचा निर्माता फोर्ड मात्र अद्यापही यशाची वाट शोधत होता.

फोर्डचे अपयश त्याचा पाठलाग करीत होते आणि फोर्ड नवीन मार्गाचा, नवीन कंपन्यांचा व नवीन कार मॉडेल्सचा. त्या काळात कार खरेदी करणे हा श्रीमंत मंडळींचा शौक होता. जर ह्या श्रीमंती छंदाला सामान्य माणसांचे उपयुक्त वाहन केले तर आपण नफा कमवू शकू. ज्याप्रमाणे दुकानामध्ये जाऊन ब्रेड खरेदी करणे सहज शक्य आहे तसेच कार खरेदी करणे शक्य का होऊ नये? १९०३ पर्यंत त्याला आपल्या कल्पनांचा नेमका अंदाज आला. त्यांना व्यवहार्य व मूर्त स्वरूप देणे शक्य आहे, याची जाणीव झाली. फोर्डच्या कल्पना चांगल्या होत्या; पण त्यांना यश येण्याची शक्यता मात्र मर्यादित होती; कोणीही सूज्ञ व्यावसायिक डेट्रॉइटमध्ये त्याचा भागीदार होण्यास तयार नव्हता. फोर्डने पूर्वीच तीन बँकर्सना आपल्या धंद्याला टाळे ठोकण्यास मदत केली होती.

परंतु आव्हानात्मक वाटणाऱ्या या कठीण समयी त्याच्या मदतीला एक उद्योगपती आला - अलेक्झांडर माल्कमसन. एक कोळसा खाणीचा मालक. फोर्डबाबत सर्वांनाच संशय वाटत होता पण माल्कमसन मात्र त्याच्या यशाबाबत खात्री बाळगून होता. त्यांनी १९०३ मध्ये नवीन कंपनी काढली, 'दी फोर्ड मोटर कंपनी' पण कंपनीचा अध्यक्ष होता माल्कमसन व फोर्डचे शेअर्स होते केवळ २२ डॉलर्सचे. फोर्ड अर्थातच कंपनीचा उपाध्यक्ष होता आणि सोबतच माल्कमसनचा सहकारी व विश्वासू मित्र जेम्स कुझॉन होता कंपनीचा लेखापाल. कंपनी स्थापन झाल्याबरोबर दुसऱ्याच दिवशी फोर्ड व माल्कमसनमध्ये कारनिर्मितीच्या पद्धतीवरून भांडण झाले; पण ते चहाच्या पेल्यातील वादळ ठरले. पण त्यातून फोर्डने एक धडा घेतला. समजूतदारपणा स्वीकारणे हा व्यवसायाचा प्राथमिक गुण आहे.

डेट्रॉइटमध्ये कारची कारखानदारी चांगली चालेल असे फोर्डला खात्रीलायकपणे माहीत होते. त्याने कारच्या निर्मितितंत्राचा अभ्यास सखोलपणे करण्याचे ठरविले. बेन्झ आणि डेमलर यांनी वीस वर्षांपूर्वी सुरू केलेले कार-तंत्र अगदी मर्यादित, उपयोगाचे व खर्चीक होते आणि मोठ्या प्रमाणावरील स्वस्त कार निर्माण करणे ह्या तंत्राने शक्य नव्हते. फोर्डने आपले प्रत्येक मॉडेल नवीन नावाने व सुधारणा करून आणण्याचे ठरविले. त्याने आपल्या मॉडेलला A, B याप्रमाणे मुळाक्षरांची नावे देण्यास सुरुवात केली. त्यापैकी A, B, C, F, K, H, R ही मॉडेल्स रस्त्यावरून

धावली. ती व्यापारीदृष्ट्या अयशस्वी ठरली. कंपनी कारचे उत्पादन करताना सुट्या भागांचे व जुळवणीचे कार्य मंदगतीने करते, त्यात समन्वय नाही व हे अत्यंत अशास्त्रीय पद्धतीने होत आहे हे त्याच्या लक्षात आले. सुट्या भागाची एकत्र जुळवणी केल्यास आपण मोठ्या प्रमाणावर व स्वस्त कार तयार करण्याचे आपले स्वप्न साकार करू शकतो हे त्याला समजले आणि मग जन्माला आली जगप्रसिद्ध नवीन व क्रांतिकारी उत्पादन पद्धती! या पद्धतीने औद्योगिक जगाचे स्वरूप बदलले. नवे तंत्र व नवे तंत्रज्ञान उदयास आले. विसाव्या शतकाचा येथूनच खरा प्रारंभ झाला.

असेम्ब्ली लाईन पद्धतीने कारचे उत्पादन आता वेगाने मोठ्या प्रमाणावर होणार होते. फोर्ड हे नाव रस्त्यावर धावणार होते. अवघ्या काही महिन्यांतच फोर्ड कार हे नाव अमेरिकेतील सर्व प्रमुख रस्त्यांवर दिसू लागले. 'फोर्ड' म्हणजे 'कार' हे सर्वांना आता न सांगताही सर्वतोमुखी झाले. फोर्ड कारची निर्यात सुरू झाली कॅनडा व ऑस्ट्रेलियामध्ये. कॅनडात १९०४ मध्येच फोर्डचा कारखाना सुरू झाला. डेट्रॉइटमधील वादळाला आता कारची गती आली होती व त्याने प्रत्येक अमेरिकन रस्त्याला आपल्या कवेत घेतले होते. आता ते सर्व जगाला आपल्या चाकाखाली तुडवणार होते. सर्वत्र दिसणार होते, धावणार होते.

उद्याचे स्वप्न-यशाचे स्वप्न

फोर्डला आता यशाचे गगन दोन बोटांवर होते. आकाश ठेंगणे वाटत होते. आता हवे ते करता येईल हा आत्मविश्वास होता. आत्मविश्वास हीच त्याची नैसर्गिक शक्ती होती. अर्थातच, तो काही औपचारिक शिक्षण घेऊन इंजिनिअर झाला नव्हता. त्याला या तंत्रशास्त्राचे कोणतेही पुस्तकी ज्ञान नव्हते; तो आपली नैसर्गिक बुद्धिमत्ता व अनुभव यांच्या आधारेच नवे डिझाइन तयार करीत असे. त्यामुळे त्याला मोठे अपयश येत असे. त्याचे काम किचकट व खर्चीक होत असे; पण त्यामुळे तो हार मानण्यास तयार नव्हता. त्याचे प्रयोग व प्रयत्न चालूच होते. त्याला तयार करावयाची होती एक छोटी कार. स्वस्त आणि एका कुटुंबाला पुरेशी असणारी, आर्थिकदृष्ट्या किफायतशीर व चालविण्यासाठी सोपी. त्यातील तंत्रज्ञान किचकट नसावे व कोणालाही ती सहज चालविता यावी, दुरुस्त करता यावी. अमेरिकन कुटुंबाची अमेरिकन ओळख असेल 'फोर्ड कार.' अगदी आपल्या किमान पगारात प्रत्येक अमेरिकन 'चलती का नाम गाडी' खरेदी करू शकेल अशी गाडी. त्याचे हे स्वप्न प्रत्येक अमेरिकन माणसाला त्या काळात पडत होते. चाकावर चालण्याची मजा काही औरच असते हे त्या हौशी व चैनी समाजाने ओळखले आणि फोर्डला त्या समाजाचे मन वाचता आले होते. अवघ्या ४०० डॉलर्सला कार देऊ अशी त्याने घोषणा केली त्यावेळी संपूर्ण फोर्ड मोटार कंपनी हादरलीच! मॅल्कमसन

व त्याच्या मित्रांनी फोर्डच्या या घोषणेचा तीव्र निषेध केला; पण फोर्डने ५८% शेअर्स आधीच खरेदी केले होते. त्यामुळे त्याने मॅल्कमसन व इतर संचालकांना घरी पाठविले. केवळ कुझान मात्र कंपनीत राहिला. फोर्ड कार ४०० डॉलर्सला विकता येणार नाही असे जरी त्यांना वाटत होते तरी फोर्डने ती विकली व त्यात त्याला मोठा फायदा झाला. कारची मागणी वाढली, कारची बाजारपेठ विस्तारली व 'कार' म्हणजेच 'फोर्ड' हा शब्द सर्वत्र लोकमान्य झाला. फोर्डचा हा वाढता गवगवा त्याला मोठे यश, प्रसिद्धी व पैसा देणारा ठरला. त्याचे स्वप्न खरे ठरले होते.

फोर्ड, फोर्ड आणि केवळ फोर्ड

स्वस्त किफायती किमतीमध्ये कार विकणे व नवीन बाजारपेठ काबीज करणे कठीण कार्य होते; कारण त्यासाठी खर्चावर नियंत्रण हवे, पुरेसा नफा हवा आणि निष्ठावान ग्राहकपण! फोर्डला ते सर्व साधले. त्यांनी एक नवीनच योजना काढली. फोर्डची कार विकण्यासाठी डीलरशिप देण्याचे ठरविले. सर्वच अमेरिकन प्रमुख शहरांमध्ये डीलरशिप देण्याचे परंतु त्यासाठी एक पूर्वअट होती. सुटे भाग केवळ फोर्ड कंपनीचेच विकावे लागतील. फोर्डचे अधिकृत सर्व्हिस स्टेशन सुरू करावे लागेल. तसेच कारसाठी लागणारे सर्वच सुटे भाग तो स्वत:च निर्माण करू लागला. त्याच्या डीलर्सचे नावच ठेवण्यात आले 'ऑलफोर्ड' (All Ford)

फोर्डला काळा रंग विशेष आवडत असे. आपल्या कारचा रंग काळाच राहील असा त्याचा आग्रह होता. त्यामुळे त्याने जाहिरात दिली, 'आम्ही आमच्या ग्राहकांना त्यांच्या आवडीच्या रंगाची कार खचितच देऊ जोपर्यंत त्यांना काळा रंग आवडेल तोपर्यंत नाहीतर त्यांना केवळ काळ्या रंगाचीच कार घ्यावी लागेल कारण आम्ही केवळ काळ्या रंगाचीच कार तयार करतो.'

आता फोर्डने आपल्या व्यावसायिक पद्धतीत बदल घडवून आणले. त्याने चांगल्या कुशल तंत्रज्ञ आणि व्यवस्थापकांची नियुक्ती केली. त्यांना आकर्षक वेतन दिले; तसेच विविध सुविधा पण दिल्या पण केवळ एक गोष्ट मात्र त्यात नव्हती ती म्हणजे 'निर्णयस्वातंत्र्य.'

बाजारपेठ विस्तार, नवे तंत्रज्ञान व वित्तीय व्यवस्थापन याकडे आता हेन्री अधिक जागरूकपणे पाहू लागला. १९०७ पर्यंत त्याने तज्ज्ञांचा व इंजिनिअर्सचा एक चमूच विकसित केला. त्याच्या मॉडेल टी (Model T) मध्ये बरेच बदल घडवून आणले. 'इंधनाची बचत करणारी गतिमान व आकर्षक कार' असे तिचे वर्णन करण्यात येऊ लागले. अमेरिकेत त्यावेळी Model T सर्वात लोकप्रिय कार होती. आता त्याला नफा कमवावयाचा होता; मोठ्या प्रमाणावरील उत्पादनाच्या तंत्राचा वापर करून. अमेरिकन समाजाला फोर्ड एक मोठा प्रभावशाली उद्योगपती वाटत

होता; कारण तो अस्सल अमेरिकन वृत्तीचा होता. प्रचंड आत्मविश्वास, नफ्याची आवड, शौकीन व गमत्या! पण त्याचबरोबर अहंमन्य, दादागिरी वृत्ती व हेकेखोरपणाचे अद्भुत मिश्रण. फोर्डच्या जाहिराती, प्रेसरिलीज मुलाखती यांनी त्याला सर्वत्र लोकप्रिय केले. तो खऱ्या अर्थाने आघाडीवर पोहोचला. यशाच्या उत्तुंग शिखरावर! आता त्याला भविष्यातील अधिक असाधारण यशाची, अजेय उद्योगपती होण्याची स्वप्ने पडत होती. त्याला विस्तार आणि विकासाच्या महत्त्वाकांक्षेने पछाडले होते; यश आणि लौकिक नावाचा आजार त्याच्या नसानसांत भिनला होता आणि श्रेष्ठत्वाचा अमेरिकन गंड त्याच्या मस्तकात शिरला होता.

फोर्डचा लोगो आता प्रत्येक ठिकाणी दिसला पाहिजे; यावर त्याचा विशेष कटाक्ष होता. १९०८ मध्ये त्याच्या 'Model T' च्या जाहिराती लंडन, पॅरिस व सर्वच अमेरिकन प्रमुख शहरांत झळकत होत्या. ज्याप्रमाणे ग्रामीण अमेरिकन सहजपणे बाजारात जाऊन जोडे विकत घेतो, त्याचप्रमाणे त्याने 'मॉडेल टी' विकत घ्यावे एवढी आपली कार लोकप्रिय व्हावी यावर त्याचा भर होता. त्यासाठीच फोर्डचा लोगो अत्यंत महत्त्वाचा होता. सोपा, सुटसुटीत पण आकर्षक आणि प्रभावी.

आपली बाजारपेठविषयक धोरणे त्याने काळजीपूर्वक आखली होती. २००० किंवा अधिक वस्ती असणाऱ्या प्रत्येक अमेरिकन गावात कार उपलब्ध झाली पाहिजे हे धोरण म्हणजे बाजारपेठ व्यवस्थापनातील मोठी क्रांती होती. 'ग्राहक तेथे उत्पादन' ह्या आधुनिक बाजारपेठ तंत्राचा हा तर ओनामाच होता. १९१० पर्यंत फोर्ड जपान, स्पेन, हंगेरी, जर्मनी व इतरही अनेक युरोपियन देशात पोहोचला होता. १९११ मध्ये मँचेस्टर (इंग्लंड) येथे फोर्डचा पहिला कारखाना स्थापन झाला. अमेरिकेबाहेरील तो पहिला उपक्रम होता. 'जगाला चाकावर उचलणारी कार' ही त्याची जाहिरात मुळीच अतिशयोक्ती नव्हती. आता जगभर केवळ एकच नाव होते 'फोर्ड' आणि 'फोर्ड'.

यशाचे प्रश्न : उत्पादनतंत्रात सुधारणा

'वाढती मागणी' हे फोर्डकरिता आव्हान बनले; कारण या वाढत्या मागणीने अनेक समस्यांना जन्म दिला. यशाबरोबरच नवीन प्रश्नदेखील उदयास आले. यशासारखे दुसरे काही नसते हे खरे! पण यशाला, यशाशिवाय दुसरे काहीही चालत नाही हेदेखील महत्त्वाचे आहे.

फोर्डचे 'मॉडेल टी' अनेकार्थाने लोकप्रिय होते. खडतर रस्त्यावर चालू शकणारे ते वेगवान वाहन होते, तर चांगल्या रस्त्यावर आरामदायक प्रवासासाठी T ला त्याकाळात पर्याय नव्हता. अर्थात, T ला अमेरिकन समाजात अनेक प्रकारचे मानाचे व विनोदाचे स्थान मिळाले. श्रीमंत समाजात, चैनीची कार हवी असल्याने

तिला टिनलिझ (Tin Liz) या नावाने हेटाळण्यात येत असे; तर सामान्य अमेरिकन नागरिक या मॉडेल्सची दि फ्लिवर (The Fliver) या नावाने गंमत करीत असे; पण फोर्डला हे विनोद आवडत असत कारण त्यामुळे अप्रत्यक्षपणे त्याच्या कारची चर्चा होत असे व तिला पर्याप्त प्रसिद्धी पण मिळत असे.

ग्राहकांची वाढती मागणी, अपेक्षित दर्जा, पुरवठा यांसारख्या समस्यांचे उत्तर फोर्डला हवे होते; ते त्याला मिळाले. फ्रेडरिक टेलर या व्यवस्थापनतज्ज्ञाच्या लेखनातून. 'टाइम ॲण्ड मोशन स्टडी' व 'सायंटिफिक मॅनेजमेंट' ही दोन पुस्तके त्याच्या वाचनात आली. टेलरच्या तत्त्वांचे संपूर्ण अनुकरण व्हावे यासाठी फोर्ड स्वत: प्रयत्नशील होता. त्याने वॉल्टर फ्लँडल या व्यवस्थापनतज्ज्ञाला आमंत्रित केले. टेलरच्या विचारांना ही खरी श्रद्धांजली होती. फ्लँडर्स व फोर्ड यांनी वैज्ञानिक व्यवस्थापन अमेरिकन व्यवसायात रूढ केले. वास्तविक पाहता मोठ्या प्रमाणावरील उत्पादनतंत्र ही फोर्डची देणगी नाही; तर ते अमेरिकन व्यवसायाला पूर्वीपासूनच माहीत होते. 'इली व्हीटने' याने १७९८ मध्येच ते तत्त्व प्रस्थापित केले होते. 'काम कामगारांपर्यंत आणले पाहिजे, कामगाराने कामाची वाट पाहू नये' हे तत्त्व प्रथमच फोर्डने प्रस्थापित केले. त्यामुळे कार्यक्षमता हा फोर्डच्या कारखान्यातील परवलीचा शब्द झाला. त्याचा अपेक्षित परिणाम लवकरच दिसून आला. १९१३ मध्ये असेम्बली लाईन पद्धती प्रथमच यशस्वीपणे व मोठ्या प्रमाणावर वापरात आली; त्यावेळी उत्पादन होते १,६८,२२० एकक, तर १९१४ मध्ये ते झाले २,४८,३०७ कार्स. कारची किंमत १ डॉलरने कमी केल्याबरोबर सहा हजार नवीन ग्राहक मिळतात; हा फोर्डचा अनुभव होता आणि अखेर फोर्ड कार २६० डॉलर्सना मिळू लागली. फोर्डचे ४०० डॉलर्सला कार विकण्याचे स्वप्न तर याआधीच पूर्ण झाले होते; आता तो फार पुढे गेला होता.

फोर्ड मोटारींचे सर्व सुटे भाग आता फोर्ड कंपनीच तयार करीत होती आणि मोटार उद्योगावर फोर्डचा वरचष्मा होता. बाजारपेठेचा मोठा हिस्सा फोर्डच्या ताब्यात आला होता. फोर्ड अजेय होता.

नवा गडी नवा राज

जेम्स कुझॉन हा फोर्डचा महत्त्वाचा भागीदार होता. त्याचा खरा सहकारी व सल्लागार होता. परंतु फोर्डसारख्या एककल्ली व महत्त्वाकांक्षी माणसाबरोबर फार काळ साथसंगत करणे कोणालाच शक्य नव्हते. कुझॉनने फोर्डच्या आततायी व हुकूमशाही वृत्तीला कंटाळून १९१५ मध्ये राजीनामा देण्याचे ठरविले. त्याला फोर्डचा कंटाळा आला होता. येथे काम करणे आता शक्य नाही असे तो व्यथित होऊन उद्गारला. अर्थात, फोर्डलादेखील कुझॉन नकोसा झाला होता. त्याने कुझॉनला जाण्यापासून

अडविले नाही कारण फोर्डचा उत्तराधिकारी तयार होत होता. हेन्रीचा मुलगा एडसेल फोर्ड. कुझॉनला फोर्डपासून बराच लाभ झाला होता यात वाद नाही. १९०३ मध्ये केवळ ९०० डॉलर्स त्याने गुंतविले होते, त्याचे आज २९ दशलक्ष डॉलर्स झाले होते. कुझॉन खऱ्या अर्थाने स्वतंत्र आणि लक्षाधीश होता तर फोर्डला नवा मालक मिळाला होता. फोर्डची दुसरी खेळी सुरू झाली; 'नवा गडी नवा राज.' एडसेल हा फोर्डचा मुलगा वृत्तीने अत्यंत वेगळा होता. फोर्ड मेहनती व कठोर परिश्रमाने तयार झालेला, गरिबीतून वर आलेला पहिल्या पिढीचा उद्योजक होता तर एडसेल दुसऱ्या पिढीतील व श्रीमंत बापाचा मुलगा होता. तरीही एडसेल प्रामाणिक राहिला, आपल्या उद्योगाशी आणि बापाशी. त्याने युरोपात फोर्डचा विस्तार केला. फोर्डला बऱ्याच प्रकारे मदत केली परंतु एडसेल स्वयंप्रज्ञ नव्हता.

फोर्डचा काळ हा १९ व्या शतकाच्या शेवटी सुरू झाला. त्यावेळी उद्योजक पितृसत्ताक परंपरेचे पाईक होते. कामगारांची काळजी घेणारे, त्यांच्या भल्याबुऱ्याचा विचार करणारे, त्यांना विविध सुविधा व मदत देणारे, भूतदयावादी, परोपकारी आणि दयाळू होते. नायक वृत्तीचे, धीरोदात्त स्वभावाचे व अभिनव साहस करणारे महान पुरुष. फोर्डपण त्या परंपरेत झुकणारा होता. त्यांच्या दैवी व असाधारण गुणांच्या दंतकथा अमेरिकन समाजाला ऐकावयास आवडत. गरीब शेतकऱ्याच्या मेहनती मुलाचे ते अवास्तव अतिरंजित साहस त्यांना तिखट-मीठ लावून ऐकावयास आवडत होते.

एडसेलबाबत मात्र तसे नव्हते. त्याच्या पाठीमागे औद्योगिक साम्राज्याचा वारसा होता आणि तो औद्योगिक समाजातच वाढत होता. पितृसत्ताक स्वरूपाच्या कल्याणकारी कामगार योजना आता नावीन्यपूर्ण वाटत नव्हत्या; त्यांचे आकर्षण केव्हाच संपले होते. नवा कामगार हक्क, अधिकार, प्रेरणा आणि मनोबल यांसारख्या कल्पनांचा तो पाईक होता.

त्याच काळात पहिले महायुद्ध सुरू झाले. जगाचा नकाशा बदलणारे. परंपरा, रूढी आणि तंत्रज्ञान यांमध्ये गतिमान परिवर्तन आणणारा तो काळ होता. एडसेलला फोर्ड कंपनीवर राज्य करावयाचे होते, युद्धानंतरच्या अमेरिकेवर. तेथील नव्या ग्राहकांना त्याला जिंकावयाचे होते.

एडसेल आला म्हणून फोर्डचा कंपनीवरील ताबा कमी झाला नाही तर तो नवीन योजनांकडे अधिक काळजीपूर्वक लक्ष देऊ लागला. त्याने डेट्रॉइट येथे 'रिव्हर रोग' या भागात नवीन कारखाना स्थापन केला. हा कारखाना फारच विलक्षण आकाराचा होता. तेथे विविध सुविधा, वाहतूक यांच्या स्वतंत्र सोयी फोर्डने तयार केल्या; त्याला हा कारखाना त्याचे औद्योगिक साम्राज्य वाटत होते.

एडसेलवर त्याच्या वडिलांचा विशेष प्रभाव होता. स्वत:ची नवी शैली विकसित

करण्यासाठी तो युरोपमधील फोर्ड कंपनीचा व्यवसाय बघू लागला. त्याने युरोपात फोर्डचा विस्तार पण केला. परंतु, त्याच काळात त्याला पोटाचा कॅन्सर झाला व लवकरच एडसेल देवाघरी गेला. फोर्डचा कारभार आता एडसेलची पत्नी इलेनार व क्लारा यांना पाहावयाचा होता. फोर्डने पुन्हा वयाचा विचार न करता उमेदीने त्याचे कार्य सुरू ठेवले. त्याची दुसरी इनिंग, पण अर्ध्यात मोडलेल्या डावाला सावरण्याची.

'मॉडेल टी'चा शेवट

१९०३ पासून फोर्ड मोटार्सचा विकास म्हणजे मॉडेल टीचा विकास होता. 'फोर्ड' म्हणजे 'मॉडेल टी' हे समीकरण सर्वत्र पसरले होते. त्यातूनच फोर्डला खरा नफा पण प्राप्त होत होता. मोठ्या प्रमाणावरील उत्पादनाचे सर्व लाभ मिळत होते. १९०८ मध्ये मॉडेल टीचा व्यावसायिक प्रवेश झाल्यावर, लाभाचा प्रचंड ओघ सुरू झाला. १९०८ मध्ये मॉडेल टी २,३७,००० कार विकण्यात आल्या तर १९२० पर्यंत सर्व जगभर मॉडेल टी विकल्या जात होत्या. अगदी रशियामध्ये सुद्धा! रशियन क्रांतीने अमेरिका व रशियामध्ये मोठी दरी निर्माण केली पण मॉडेल टी ही दरी ओलांडून वेगाने रशिया व सायबेरियात पोहोचली होती.

१९२० मध्ये पहिले महायुद्ध संपले पण त्यातूनच जन्माला आल्या नव्या प्रेरणा व मूल्यांचे नवे जग. हौशी, डौलदार व चैनी-आरामाच्या नव्या आवडीचे जग! त्याच वेळी वेगवान, आकर्षक आणि सुबक मोटार कार्स पण आल्या, मॉडेल टी आणि फोर्डशी स्पर्धा करणारे उत्पादक व विक्रेते आले. जनरल मोटर्स आणि क्राईसलर या अमेरिकन कंपन्या तयार झाल्या. जनरल मोटारची शेव्ही (शेव्हरलेट) आणि क्रिसलरची प्लायमाउथ ह्या दोन मोटार्स रस्त्यावर दिमाखात धावू लागल्या. त्यांच्या तुलनेत अगदी खडबडीत दिसणारी, केवळ समोरच्या दोन चाकांना ब्रेक असणारी मॉडेल टी चालणे शक्य नव्हते. युरोपात, फ्रान्समध्ये, प्युगो, सिट्रॉन, रेनॉल्ड या कंपन्या पुढे आल्या. इंग्लंडमध्ये ऑस्टिन व मॉरिस आणि इटलीत फियाट व जर्मनीमध्ये बेंझ, वॉक्सवॅगन या सर्वच कंपन्यांच्या नवीन, वेगवान व दर्जेदार उत्पादनांपुढे मॉडेल टी या परंपरागत उत्पादनाचा शेवट अटळ होता. परंतु, चटकन बदल स्वीकारणे फोर्डच्या रक्तामध्ये नव्हते. त्यातच त्याचे मॉडेल टीवर विशेष प्रेम होते. परंतु, विक्रीचे आकडे आता घसरायला लागले होते. नफा दिसेनासा झाला होता. सर्व विक्रेते व डीलर्स यांनी फोर्डला साकडे घातले की, 'मॉडेल टी' आता बंद करा. नवीन उत्पादने आणा, चैनीचे आणि ऐषआरामाचे वाहन म्हणून चालू शकेल असे नवे उत्पादन! फोर्ड स्वत: अजूनही मॉडेल टीचा समर्थक, चाहता आणि प्रियकर होता; पण त्याने व्यापार व भावना यांतील फरक ओळखला. मोठ्या जड अंत:करणाने १९२७ मध्ये ३१ मे ला मॉडेल टीचा औपचारिक निरोपसमारंभ

'रिव्हर रोग' मध्ये झाला. त्या कारखान्यात शेवटचे 'मॉडेल टी' तयार झाले आणि तेथेच 'मॉडेल टी'चा शेवट झाला. या अवधीत १५ कोटी ७३३ 'मॉडेल टी' कार जगात सर्वदूरपर्यंत विकल्या गेल्या होत्या. २० व्या शतकानंतरच्या जगाच्या वाटा वेगळ्या होत्या. रस्ते बदलले होते आणि कारचे चाहते पण दुसऱ्या पिढीतले होते; तेथे मॉडेल टीचे युग संपले होते. टिनलिझी आता पुन्हा फोर्डच्या नावाचे कुंकू कपाळावर लावून फिरणार नव्हती.

मंदी - युद्ध व तणावाचे युग

१९२०, पहिले महायुद्ध संपले आणि जगाच्या नकाशातील फेरफार दृश्यमान झाले. तोफा बंदुकांचे आवाज संपले व कारखान्याचे भोंगे पुन्हा कानी येऊ लागले. फोर्ड स्वत: युद्धाचा समर्थक नव्हताच; त्यामुळे सरकारचा आग्रह असूनसुद्धा त्याने पहिल्या महायुद्धात युद्धसामग्रीचे उत्पादन केले नाही. उलट त्याने युद्ध व व्यापार या दोन्ही गोष्टी वेगळ्या मानल्या.

नव्या उमेदीने अमेरिकेत व्यापार सुरू झाला. परंतु २० व्या शतकातील तिसरे दशक अत्यंत कमनशिबी ठरले. फोर्डवर सटवाईची नजर पडली असावी. स्पर्धा वाढली. व्यापारातील नफा रोडावला. विक्रीचे आकडे आक्रसले होते. लोकांना फोर्डची भुरळ पडत नव्हती.

त्यातच अमेरिकेला मंदीचा फटका बसला. सगळा देशच एका भयावह संकटातून प्रवास करू लागला. सर्वच ठिकाणी उत्पादनाचे प्रमाण घटले, कारखान्यातील यंत्रे फिरेनाशी झाली. कामगारांचे जणू काही हात बांधले गेले. मजुरी व पगार मिळेनासा झाला. बेकारी, युद्ध, मंदी या सर्व संकटांचे ग्रहण फोर्डलाच नव्हे; तर समस्त अमेरिकन उद्योगाला लागते.

फोर्डने मोठ्या व्यापारी चतुराईने त्यातून सावरण्याचा प्रयत्न केला. ह्या मंदीवर मात करण्यासाठी त्याने आपल्या विक्रेत्यांना व वितरकांना योग्य प्रकारे वापरून घेतले. आपली सर्व कर्जे आणि आर्थिक अरिष्टे त्याने इतरांवर स्थानांतरित केली.

मंदीचे हे दुष्टचक्र १९३० पर्यंत फोर्डचा पिच्छा सोडणार नव्हते. परंतु, त्यातच कामगार संघटनांचा ससेमिरा फोर्डच्या मागे लागला. कामगारांना त्यांचे न्याय्य हक्क फोर्ड देत नाही, संघटनेचा विकास होऊ देत नाही; या आरोपांखाली फोर्डविरुद्ध खटला सुरू झाला. त्यात फोर्डला फार मोठी बदनामी आणि नुकसान सहन करावे लागले. फोर्डच्या दुर्दैवाचे दशावतार चालूच होते. त्यातच पुन्हा एकदा दुसऱ्या महायुद्धाची चाहूल जगाला लागली. जग युद्ध, मंदी व पुन्हा युद्ध अशा आर्थिक अरिष्टांच्या लाटांवर हिंदोळे घेत होते. फोर्डला लाभाचा मार्ग सापडत नव्हता.

यशाची दिशा, अपयश आणि संकटांच्या वादळात हरविली होती. परंतु याच वेळी फोर्डने एक व्यावसायिक धूर्तपणाचा निर्णय घेतला. अमेरिकन सरकारला युद्धसामग्री तयार करून देण्याचे कंत्राट घेतले. पुष्कळ लाभ मिळवून देणाऱ्या या आकर्षक कंत्राटाचे स्वरूप फोर्डला संजीवनीसारखे वाटले. पुन्हा एकदा फोर्डची गाडी नफा व यशाच्या वाटेवरून धावू लागली.

फोर्डला नव्या युगातील बदलांची जाणीव झाली होती. पूर्वीप्रमाणेच कारच्या उद्योगात लाभ मिळणार नाही हे त्याला जाणवले. उद्योगाचा विस्तार करण्यात येऊ लागला. शेती, परिवहन, वाहतूक व विमान सेवा यांसारख्या क्षेत्रात प्रवेश करण्यात आला. त्याला पुन्हा लाभाचा खजिना सापडला. 'फोर्डसन्' हा त्याचा नवा ट्रॅक्टर म्हणजे एक खजिनाच होता. फोर्ड ट्रॅक्टर म्हणजे लोकप्रियतेचा कळस होता. शेतीच्या नव्या उत्पादनाने पुन्हा फोर्डची लोकप्रियता त्याला मिळवून दिली; त्यावेळी फोर्डचे वय ७३ होते.

अलविदा फोर्ड

दुसरे महायुद्ध संपले ते युरोप व अमेरिकेवर आपल्या विनाशाच्या खुणा उमटवूनच! संपूर्ण युरोप खचला होता. बॉंबहल्ले, गोळीबार आणि युद्धाच्या दुःखद आठवणींचे व्रण सर्वच वस्तूंवर व जनमानसावर खोलवर उमटले. अनेक कारखाने उद्ध्वस्त झाले होते. फोर्डच्या युरोपातील अनेक कारखान्यांचे अतीव नुकसान झाले होते; काहीतर नष्टच झाले होते. यंत्रसामग्री कालबाह्य झाली होती. त्यावेळी फोर्डचा नवा उत्तराधिकारी पुढे आला. हेन्री फोर्ड (II) द्वितीय; दुसरा हेन्री.

एडसेलचा मुलगा. एलेनारच्या मार्गदर्शनाखाली हेन्रीचे संगोपन झाले होते. परंतु तो अद्यापही अपरिपक्व होता. अमेरिकन नौदलात तो कार्य करीत होता. फोर्डचा खरा वारसदार तोच होता. त्याची आई आणि आजी या दोन कणखर स्त्रियांनी दुसऱ्या हेन्रीने फोर्डचा वारस व्हावे, उत्तराधिकारी व्हावे यासाठी प्रयत्न केले. म्हातारा हेन्री शरीराने थकला होता; पण त्याचा उत्साह मात्र अजूनही उतू जात होता. वय होते केवळ ऐंशी वर्षे; पण १९४५ मध्ये त्याने फोर्ड साम्राज्याची धुरा हेन्रीच्या खांद्यावर देण्याचा निर्णय घेतला. हेन्री फोर्ड आता विश्रांती घेणार होता. परंतु त्याला हे सुख फार काळ लाभले नाही. ७ एप्रिल १९४७ मध्ये फोर्ड निजधामास गेला. त्याच्या आवडत्या घरी, डिअरबॉर्न शहरी त्याचा मृत्यू झाला. परंतु नियतीने येथेही फोर्डला त्याच्या मनासारखे वागण्याचे स्वातंत्र्य दिले. नेमके त्याच वेळी त्याच्या घरातील दिवे गेले होते आणि म्हणून केरोसीनचे दिवे व मेणबत्त्यांनी घर उजळवण्यात आले होते. अगदी ज्याप्रकारे त्याच्या जन्माच्यावेळी त्याचे घर दिसत होते - ८३ वर्षांपूर्वी, तीच परिस्थिती, तोच क्षण, फोर्ड पुन्हा जगला. त्याला आपले बालपण, तो काळ कदाचित पुन्हा आठवला असावा आणि तो मनाशी म्हणाला असेल, 'माते!

पुन्हा एकदा तुझ्या अगदी उदरी येऊ दे. पुन्हा एकदा यशाची पताका फडकवू दे. ते सुख पुन्हा दे. ते क्षण, ते आयुष्य मजला पुन्हा दे.' मोटारउद्योगाचा जनक, सामान्य अमेरिकनांचा आवडता उद्योगनायक, एका कर्तबगार अमेरिकन पिढीचा प्रतिनिधी व अस्सल कर्मवादी हेन्री फोर्ड आता चाकावर फिरणार नव्हता, तर चाकाच्या गाडीतून परमेश्वराच्या त्या अनंत महायात्रेचा एकटाच प्रवासी झाला होता, अलविदा म्हणून!

फोर्डने आपल्या असाधारण कर्तृत्वाने मोटारउद्योगच नव्हे तर संपूर्ण अमेरिकन औद्योगिक विश्वावर मोठा प्रभाव गाजविला. आपल्या जीवनकाळात संपूर्ण क्षेत्र प्रभावित करण्याचे, एक कार्यपद्धती बदलण्याचे, नवे नवे तंत्र प्रस्थापित करण्याचे भाग्य अल्पस्वल्प लोकांनाच लाभते; अशा सुदैवी लोकांच्यात फोर्डचा क्रमांक फार वरचा आहे. घोडा व घोडागाडी यांना इतिहासाच्या पानांमध्ये बंदिस्त करण्याचे कार्य त्याने केले. टापांच्या व लगामाच्या युगाला वर्तमानाच्या रस्त्यावरून त्याने हद्दपार केले. गिअर्स आणि ब्रेक्स यांना धावण्याचे, थांबण्याचे अर्थ देणारा फोर्ड असामान्यच होता; तंत्रज्ञ म्हणून तो काही औपचारिक पदवीप्राप्त विद्वान नव्हता. परंतु, तंत्रज्ञानाचे बाळकडू त्याला ईश्वरी देणगी म्हणून भाग्यदेवतेनेच पाजले होते. त्याला ग्राहकांचे मन वाचण्याची दिव्य दृष्टी होती; पण, तो बाजारपेठेचा विवेचक सल्लागार नव्हता. तरीही त्याला अर्थव्यवस्थेची नाडी जोखता येत होती. तो व्यवस्थापनाचा विद्यार्थी नव्हता; तो यशस्वी, स्वयंप्रज्ञ, विचारी, उद्योगी आणि जिद्दी उद्योजक, नव्या युगाकडे जाणाऱ्या २० व्या शतकाचा कर्णधार फोर्ड होता.

दुसऱ्या महायुद्धानंतरचे फोर्डचे नवे युग

दुसरे महायुद्ध संपल्यानंतर बाजारपेठ आणि उत्पादनतंत्रात बदल झाले. फोर्डला आपला धंदा पूर्वीच्याच पद्धतीने करणे शक्य नव्हते. फोर्ड उद्योग नुकसान आणि पीछेहाट यांनी पछाडलेला झाला होता; पण नवा फोर्ड अधिक व्यापारी व विचारी होता. आता आपण फोर्डची परंपरागत दादागिरी चालवू शकणार नाही हे त्याने ओळखले. दर्जा, श्रेष्ठत्व, स्पर्धा आणि खर्च या सर्वांवर नियंत्रण ठेवण्याची गरज फोर्डला जाणवू लागली. त्याने, 'सहकार्य, विकास व विस्तार ही माझ्या कार्याची त्रिसूत्री आहे' असे घोषित केले. कुशल व्यवस्थापनतज्ज्ञ, अत्यंत हुशार शास्त्रज्ञ व तंत्रज्ञ यांची मोठी फळी उभारण्यात आली. विकास व संशोधनकार्याला महत्त्व देण्यात आले.

जपान व जर्मनीतील नवीन मोटार उत्पादनतंत्राला मुक्तपणे स्वीकारण्याचा धाडसी निर्णय फोर्डने घेतला. पिल्सान या जपानी व वॉक्सवॅगन या जर्मन कंपनीशी तंत्रज्ञानविषयक सहकार्याचा करार करण्यात आला. त्याचबरोबर जपानच्या मझदा या जपानी कंपनीबरोबरदेखील त्याने सहकार्याचा करार केला. नवीन मॉडेल्स, विविध

रंगांच्या व विविध आकारांच्या, आरामदायक मोटारींचे युग फोर्डनेदेखील मान्य केले. (कदाचित ग्रँडपा फोर्डला ते पटले नसते.)

नवीन व्यवसाय क्षेत्रात फोर्डने दिमाखाने प्रवेश केला. विमान, वाहतूक तंत्रज्ञान, पर्यावरण, संरक्षण, अवकाश यात फोर्ड पुढेच आहे. कार व कारविषयक संशोधनदेखील तेथे दिमाखात होत आहे. कमी इंधन जाळणारी, अधिक सुरक्षित व पर्यावरणाला कमीत कमी हानी पोहोचवणारी नवी कार तयार करणे हे फोर्डचे खरे ध्येय बनले आहे. अपघातापासून बचाव करण्याची अंतर्भूत यंत्रणा कारमध्ये असावी यावर विशेष प्रयत्न होत आहेत. फोर्डची फिएस्टा हे आजचे लोकप्रिय मॉडेल आहे. पर्यावरणाच्या विकासासाठी व संवर्धनासाठी वर्ल्डवाईड कॉन्झरवेशन अ‍ॅवार्ड्स देण्याची फोर्डने योजना सुरू केली आहे. फोर्ड फाउंडेशन तर सर्वांच्याच परिचयाचे आहे.

युरोप व अमेरिकन बाजारपेठेत आजही फोर्डचे साम्राज्य मोठ्या दिमाखाने विस्तारत आहे व यापुढेही ते तसे विकसित, विस्तारत राहील याबद्दल वादच नाही. फोर्ड हे आता व्यक्तीचे नाव राहिलेले नाही तर यंत्रयुगाचे व वाहतुकीचे आधुनिक प्रतीक आहे. जोपर्यंत मोटार कार हे वाहन आहे व वाहतूक क्षेत्राचा विकास होत आहे, तोपर्यंत फोर्ड आहे. नवीन वाहने व नवे तंत्रज्ञान विकसित करणारे तंत्रज्ञ यापुढेही येतीलच, त्यांपैकी कोणीतरी पुन्हा एखादा मनस्वी, जनस्वी असेलच, तपस्वी तंत्रज्ञ असेलच फोर्डसारखा दुसरा फोर्ड, नवा हेन्री.

□□

: १० :

बिल गेट्स : संगणकाकडून संपत्तीकडे

आज जगातील सर्वाधिक श्रीमंत मनुष्य कोण याचे उत्तर सहजपणे देता येईल बिल गेट्स. धनाढ्य, बुद्धिमान आणि यशस्वी तंत्रज्ञ, उद्योजक, गेट्स म्हणजे व्यावसायिक यशाची अफलातून कथा आहे. कथा-कादंबऱ्यांतून आपण अनेक यशस्वी कथानायकांचे चरित्र वाचतो. अगदी सामान्य परिस्थितीतून किंवा शून्यातून सुरुवात करणाऱ्या आणि विश्वविजय प्राप्त करणाऱ्या जगावेगळ्या नायकांचे कल्पित चित्रही आपणास वाचावयास मिळते. त्या वेळी त्या कादंबरीकाराच्या प्रतिभेचे फारच कौतुक वाटते. परंतु ऑस्कर वाइल्डच्या कथानायकाने एका ठिकाणी अत्यंत समर्पक शब्दांत वास्तवाचे वर्णन केले आहे. 'वास्तविकता म्हणजे काय?' जे कल्पनेच्या पलीकडे असूनही सत्य आहे, जे संभाव्य मर्यादांच्या चौकटीत बसत नाही. परंतु, अस्तित्वात येते तीच 'वास्तविकता.' बिल गेट्सचे जीवनचरित्र या सर्वच कादंबऱ्यांपेक्षा अधिक नाट्यमय आणि असाधारण प्रसंगांचे वास्तविक सत्य व असाधारण मिश्रण आहे.

विल्यम एच गेट्स ज्युनियर

ऑक्टोबर २८,१९५५ ला जन्मलेल्या विल्यम गेट्सचे आयुष्य आगळेवेगळे आहे असे त्याच्या मातापित्यांना फारसे वाटले नाही. त्याची आई सिट्ल येथे शिक्षिका होती आणि वडिलांचे नाव अटर्नी होते. संपन्न घरच्या या दांपत्याने बिलचे आयुष्य विशिष्ट प्रकारच्या चाकोरीत तयार व्हावे; त्याला शिस्त लागावी यासाठी विशेष प्रयत्न केले. परंतु, त्याचा बिलवर विशेष प्रभाव पडला नाही. तो आपल्या लहानपणी व नंतरदेखील थोडासा असंघटित, अनियमित राहिला. आपल्या वडिलांकडून त्याने व्यावसायिक वृत्ती आणि सातत्य याबाबत मात्र नेमके धडे घेतले. घरी नेहमीच शैक्षणिक व वैज्ञानिक विषयांवर चर्चा होत असे. त्याची आई चांगली वादविवादपटू आणि हुशार होती. तिच्यामुळे बिल अनेक नवीन गोष्टी शिकला आणि त्यातूनच त्याचा दृष्टिकोन शास्त्रीय विषयाला अनुकूल झाला; आपण आईच्या बुद्धिमान वृत्तीचे अनुकरण करून लहानपणी बऱ्याच गोष्टी शिकलो असे तो प्रांजळपणे मान्य करतो.

तीव्र बुद्धिमत्ता आणि वेळेचे महत्त्व जाणणारा बिल व्यवहारवादी होता आणि त्यातूनच त्याला असाधारण व्यावसायिक यश प्राप्त झाले. त्याच्या आजवरच्या आयुष्यात त्याने तडजोड न करण्याची एक खंबीर वृत्ती स्वीकारली, त्याचेही कारण त्याची आईच आहे! वास्तविक गेट्स कुटुंब बऱ्यापैकी आर्थिक सुबत्ता असणारे, सधन परिवारापैकी एक होते. परंतु, अमेरिकन वृत्तीच्या बिलने मात्र आई-वडिलांच्या संपत्तीचा आणि प्रतिष्ठेचा कोणताही वापर केला नाही आणि लवकरच तो आपल्या मित्रवर्तुळात 'बिल ग्रेट्स' या नावाने ओळखला जाऊ लागला; ते त्याच्या असाधारण बुद्धिमत्तेने.

शाळेतील अन्य विद्यार्थ्यांपेक्षा बिल अधिक हुशार होता. त्याच्या वर्गातील तो पहिला येणारा विद्यार्थी नव्हता. परंतु, पहिल्या येणाऱ्या विद्यार्थ्यापेक्षा अधिक बुद्धिमान खचितच होता. विज्ञान, गणित या विषयांत तो असाधारण होता. त्याने वयाच्या १२ व्या वर्षीच पिअर्सचा शब्दकोश आणि नॉलेज बँक यासारखी पुस्तके वारंवार वाचली होती. त्यामुळे तो विज्ञानाच्या विविध शाखांबाबत अत्यंत विविधांगी विचार करण्यास समर्थ होता. आपल्या शिक्षकांना आव्हान देण्यात त्याला मोठा आनंद होत असे; त्याचे शिक्षकही त्याला वचकून असत.

त्याच दरम्यान त्याच्या शाळेत मोठेच परिवर्तन घडून आले. शाळेने विद्यार्थ्यांचा कल लक्षात घेऊन, त्यांच्या बुद्धिमत्तेनुसार त्यांना शिक्षण देण्याचा निर्णय घेतला. परिणामत: वेळापत्रक, ठरावीक विषयाचे ठरावीक तास आणि परीक्षा यांचे सारे तंत्रच बदलले. बिलला त्याच्या आवडीचे विषय अभ्यासण्याची संधी मिळाली आणि बिलचे सर्व आयुष्यच बदलले. बिलच्या आयुष्यातील पहिला बदल त्याच्या शाळेनेच घडवला आणि नेमक्या ह्याच मुक्त विचारांचे महत्त्व त्याच्या उत्तरायुष्यात विशेषच उपयोगी ठरले.

संगणकाशी संपर्क

वय वर्षं ११, वर्ग ५ वा. वर्गशिक्षकांनी मुलांना सांगितले, हे बघा, आज आपण एका नवीन यंत्राचा परिचय करून घेणार आहोत. संगणक नावाचे नवे यंत्र, बिल आणि त्याचा मित्र पॉल ॲलन यांना ते यंत्र फारच आवडले. त्यामुळे संगणकावर १०-११ तास काम करण्याची सवय त्यांना अगदी कोवळ्या वयातच लागली. दररोज नवीन प्रयोग व प्रोग्रॅम करून पाहण्याची त्यांची तयारी होती. लेक साईडच्या मुक्त शिक्षणाच्या धोरणामुळे बिल किंवा त्यांच्या सहकाऱ्यांना कोणत्याही शिक्षकाने संगणकावर त्यांना काम करण्यापासून अडविले नाही. परिणामत: संगणकाच्या अनेक खुब्या व तंत्रे त्यांना केवळ अनुभवानेच प्राप्त झाल्या. त्या यंत्राचा व गेट्सचा उर्वरित आयुष्यासाठी एक अनुबंध तयार झाला. त्याच काळात लेक साईडला सिटल

गावातील पालकांनी वर्गणी गोळा करून 'प्रोग्रॅम डायप्रोसेसर' देणगी म्हणून दिला. त्यामुळे नवीन संगणक व कार्यपद्धतीचा बिलला परिचय झाला. त्याचे मित्र केट हबान्स व पॉल अॅलन यांनी शाळेचे सर्व कार्य संगणकावर केले. परिणामत: शाळेने संगणकाचे अंदाजपत्रक वाढविले आणि तिप्पट रक्कम संगणकावर खर्च करण्यात आली. संगणकाविषयीचे त्याचे ज्ञान त्याच्या शिक्षकांपेक्षा फार पुढचे होते आणि तो त्यांना सहजपणे मागे टाकू शकत होता. त्याने आपल्या मातृभाषेबरोबरच एक नवीन भाषा पण विकसित केली. त्या भाषेने तो आपले मत अधिक प्रभावीपणे व्यक्त करीत होता. 'बेसिक' नावाची ही भाषा जगात नंतर मोठी क्रांती घडविणार होती. या भाषेतच गेट्सने टिक टॅक टो, लुनार लँडिंग यासारखे नवे-नवे प्रोग्राम तयार केले आणि आपल्या मित्रांना चकित केले. नवे खेळ, कोडी, गणिते, सर्वांसाठीच तो बेसिकचा वापर करू लागला. त्याचे गणित व तर्कशास्त्र जबरदस्त ताकदीचे होते. अनेक कूट प्रश्न तो स्वत: आवडीने सोडवीत असे आणि त्यासाठी त्याला फार वेळही लागत नसे. त्याच्या गणिताच्या असाधारण ज्ञानानेच तो एक सर्वश्रेष्ठ प्रोफेसर झाला असता. त्याने सातवीत असताना, वरच्या श्रेणीतील गणिताच्या परीक्षेत ८०० पैकी ८०० गुण मिळविले आणि आपल्या मनाशी बाळगलेले स्वप्न पूर्ण केले. अर्थात, त्यासाठी तो वर्षभर दररोज सहा तास गणिताचा अभ्यास करीत होता. बिलची चिकाटी आणि तीव्र इच्छाशक्तीच ह्यातून प्रतीत होते.

बिलचा मित्र पॉलही अत्यंत बुद्धिमान होता. वयाच्या ११-१२ व्या वर्षीच त्याने व बिलने पॉप्युलर मेकॅनिक्स व पॉप्युलर इलेक्ट्रॉनिक्समधील लेखांवरून मॉडेल्स तयार करणे सुरू केले. बिल स्वत: 'फॉर्च्युन' वा 'बिझिनेस वीक' ही मासिके आवडीने वाचत होता. अखेर दोघांना एक नवीनच कल्पना सुचली. स्वत:चा व्यवसाय सुरू करण्याची जी कल्पना इतरांना या वयात स्वप्न वाटेल अशी आयडिया म्हणजे स्वत:ची कंपनी असावी आणि खरोखरच 'लेकसाईड प्रोग्रॅम ग्रुप' नावाची कंपनी लवकरच अस्तित्वात आली. तिचे दोन मॅनेजिंग पार्टनर होते; पॉल आणि बिल. खऱ्या व्यवसायाच्या जगात तेव्हाच बिलचे पदार्पण झाले. जे वय कॅडबरी, चॉकलेट खरेदी करण्याचे होते, त्या वयात बिल कॉम्प्युटर्स विकणार होता.

पहिला व्यवसाय - पहिले यश

लेक साईडमधील मुलांच्या संगणक पराक्रमाच्या कथा सिटल येथील एका संगणक कंपनीच्या कानावर आल्या. 'कॉम्प्युटर सेंटर कार्पोरेशन' या कंपनीने बिल आणि त्याच्या मित्रांना आपल्या संगणकावर काम करण्याची संधी देण्याचे ठरविले. त्या मुलांसाठी तर ती सुवर्णसंधीच होती. कंपनीच्या या औदार्याचा पुरेसा लाभ उठवित त्यांनी कंपनीच्या संगणक पद्धतीचा अत्यंत खोलवर अभ्यास केला. कंपनीची

अकाउंटिंग पद्धत व कोडवर्ड्स शोधून काढले. त्यातून लेक साईडचा अकाउंट शोधल्यावर शाळेचे बिल सुद्धा त्यांनी गुपचूप कमी केले. अर्थातच, ही बाब उघडकीला आली आणि कंपनीने व शाळेने बिलला सौम्य शिक्षा केली. त्याची बुद्धिमत्ता लक्षात घेता इतर कोणतीही शिक्षा न देता, त्याला सहा आठवडे संगणकापासून दूर ठेवण्याचा निर्णय घेण्यात आला. तसेच कॉम्प्युटर सेंटरने आपल्या कार्यपद्धतीतील दोष शोधण्याचे कार्य पण त्याच्यावर सोपविले. बिलने ते अत्यंत जोमाने व नेटाने केले. कंपनीची सर्व कामे दिवसा होत असल्याने रात्री संगणक मोकळेच असत. त्याचा फायदा उठवून बिल रात्री १० ते पहाटे चार असा वेळ संगणकावर खर्च करीत होता. त्याने कंपनीची कार्यपद्धती सुलभ करण्यात मोठे यश मिळविले; नवीन प्रोग्राम तयार केले. त्याने कंपनीच्या प्रोग्रॅममध्ये येणारे दोष व त्रुटी दूर करण्याचे तंत्र शोधले.

या सर्वच उपक्रमांमुळे बिलला संगणक चालविण्याचा, त्याचा वेगवेगळ्या प्रकारे वापर करण्याचा आणि नवीन प्रोग्रॅम तयार करण्याचा अनुभव मिळाला. एक नवीन दृष्टी मिळाली. त्याने मनाशी निश्चय केला की, त्या सर्व ज्ञानाचा आता व्यापारी तत्त्वावर वापर करावयाचा. पॉल आणि बिल यांना आता स्वप्नं पडत होती. कोट्यधीश होण्याची आणि तेव्हा त्यांचे वय होते १३-१४ वर्षांचे.

त्यांना आता दृष्टी, अनुभव व ज्ञान यांचे भांडवल प्राप्त झाले होते; पण न्यूनता होती संधीची. नशीब सिकंदर लोकांना नेहमीच साथ देते हा अनुभव अद्याप गेट्सला यावयाचा होता. त्याला अद्यापही भाग्यदेवतेची मेहेरनजर प्राप्त व्हावयाची होती; पण त्याच्या मनाची मात्र पूर्ण तयारी झाली. व्यवसायाच्या आव्हानात्मक, आक्रमक आणि लाभदायक क्षेत्रांत प्रवेश करण्याची. १९७० मध्ये कॉम्प्युटर कार्पोरेशनला तोटा झाला आणि त्याचा फायदा बिलला झाला. त्याच्या सर्व प्रोग्राम्सच्या टेप्स् त्याने दुसऱ्या कंपनीला विकून मोठा नफा कमावला. आई-वडिलांकडून एकही पैसा न घेता त्याचा व्यवसाय सुरू झाला. त्याचे पहिले यश त्याच्या नवीन जीवनाची सुरुवात होते.

बिल गेट्स नावाचा झंझावात

आता मोठा व्यावसायिक व्हावयाचे होते; पण त्याच्याकडे येणारे ग्राहक मात्र छोटे होते. त्याला त्यापासून कोणतेच समाधान मिळत नव्हते. एका सुवर्णसंधीची तो आतुरतेने वाट पाहात होता आणि नशीब मात्र त्याला सतत हुलकावण्या देत होते. पण या सापशिडीच्या खेळात विल्यम गेट्सला शिडीवर चढण्याची संधी मिळाली. इन्फर्मेशन सर्व्हिस इन्कार्पोरेटेड या कंपनीने त्याला पे-रोल प्रोग्रॅम तयार करण्याची संधी दिली. पे-रोल प्रोग्रॅम वेळेवर देण्यात बिल यशस्वी झाला आणि त्याला

मोबदला मिळाला. आय. एस. आय. च्या संगणकावर काम करणाऱ्या बिलच्या वडिलांना त्याने आपला वैधानिक सल्लागार म्हणून नियुक्त केले. त्याच्या या अद्वितीय कामगिरीमुळे सिटल शहरातील अनेक कंपन्यांनी बिलशी करार करण्याची तयारी दाखविली. बिलने त्यानंतर 'ग्राफिक डाटा' नावाचा दुसरा प्रोग्रॅम तयार केला. त्या प्रोग्रॅमने सबंध अमेरिकेत चर्चेचे एक वादळच आले. रस्ते आणि वाहतुकीच्या समस्या कमी करणारा हा प्रोग्रॅम त्या सर्वांना काळाची गरज वाटला. गेट्सला त्यातून बरीच प्रसिद्धी मिळाली. गेट्स आणि ॲलन त्या काळात भाषा तयार करण्यावर भर देत होते. संगणक नावाच्या यंत्रात बदल व्हावेत यासाठी प्रयत्न करण्याची त्यांची इच्छा होती. त्यामुळेच अगदी अल्प काळात त्यांनी बरेच नवीन प्रोग्रॅम्स तयार केले. असाधारण प्रसिद्धी व माया कमविली. आपल्या ह्या सर्व कार्याला अधिक औपचारिक रूप प्राप्त व्हावं; व्यावसायिकतेचा स्पर्श व्हावा; नफ्यात वाढ व्हावी असे त्याला वाटत होते; म्हणून केव इव्हान्सबरोबर त्याने आणखी एक नवा व्यवसाय सुरू केला. 'लॉजिक सिम्युलेशन कंपनी' स्थापन करूनच ते थांबले नाहीत, तर शाळेच्या सूचनाफलकावर एक रोजगाराच्या नोकरीच्या संधीची जाहिरात पण लावण्यात आली.

'पाहिजेत-मुले किंवा मुली. वयाचे, लिंगाचे बंधन नाही. काम करण्याची तयारी आणि संगणकाबद्दल आवड असणाऱ्या सर्वांसाठी संधी आहे.' जाहिरातीला प्रतिसादही उत्तम मिळाला. लहान वयाच्या उद्योजकांनी स्थापन केलेला हा व्यवसाय आता स्पर्धेच्या बाजारपेठेकडे वाटचाल करू लागला. या नवीन कंपनीला पहिली संधी लेक साईड शाळेनेच दिली. शाळेचे वेळापत्रक व इतर कार्यक्रमांचे संगणकीकरण. नफ्याची रक्कम कमी होती; पण बिल आता शाळेचा हिरो होता. संगणकाच्या क्षेत्रातील असाधारण आश्चर्य होता; व्यावसायिक क्षेत्रातील नवलाचे स्थान होता.

वय १७ वर्षे. सिनियरची परीक्षा पास करून गेट्स आता महाविद्यालयात प्रवेश करणार होता. अमेरिकेतील विद्येची काशी हार्वर्ड, प्रत्यक्ष सरस्वतीचा तेथे वास आहे. विद्वत्तेचे जिवंत रूप जिथे पाहावयास मिळते; असे सर्वात मोठे विद्यापीठ. हार्वर्डमध्येसुद्धा बिलच्या प्रवेशापूर्वीच त्याच्याबद्दल कुतूहल होते. बिल गेट्सच्या विद्वत्तेच्या आणि व्यावसायिक यशाच्या कहाण्या तेथील प्राध्यापकांनी ऐकल्या होत्याच. बिलचा हार्वर्डमध्ये प्रवेश प्रथम श्रेणीत प्रथम येण्यासाठी झाला ही सर्वांची अपेक्षा होती; पण नियतीच्या मनात काही तरी वेगळेच होते.

हार्वर्डमध्ये जाऊन प्रख्यात गणितज्ञ होण्याची बिलची इच्छा होती. त्यासाठी त्याने मनापासून प्रयत्नही केले; पण आपल्यापेक्षाही विद्वान व हुशार विद्यार्थी व शिक्षक तेथे आहेत हे त्याच्या चटकन लक्षात आले. त्याचे गणितज्ञ होण्याचे स्वप्न भंगले. संगणकाच्या बाबतीतही तेच घडले. केवळ ज्या प्रोग्रॅम्समध्ये त्याला रुची वाटत होती; आव्हान वाटत होते, तेच प्रोग्रॅम गेट्स सोडवित होता. तयार करीत

होता. पण हार्वर्डच्या मते त्यात बुद्धिमत्तेचे प्रदर्शन नव्हते; नावीन्य आणि वेगळेपण नव्हते.

सतत व सलग ३६ तास न झोपता तो काम करीत असे किंवा अभ्यास करीत असे. त्याची ही चिकाटी व मेहनत सर्वांनाच थक्क करणारी होती. त्यामुळे तो इतरांवर सहजपणे मात करू शकत होता. त्याच्या विचारांना प्रचंड वाचनाची आणि चिंतनाची जोड होती. पण हार्वर्डमध्ये त्याला कोणी फारसे महत्त्व दिले नाही. फक्त एकच अपवाद होता. स्टीव बॅलमोर; तोदेखील बिलसारखाच महत्त्वाकांक्षी व मेहनती होता. पत्ते, संगणक व बॅलमोर यांव्यतिरिक्त बिलला कोणीच जवळचे वाटत नव्हते. बिलने मनाशी पक्का निश्चय केला की, याला पुढे आपला सहकारी करावयाचे आणि बिल व बॅलमोर केवळ महाविद्यालयीन मित्रच राहिले नाहीत तर एकमेकांचे व्यावसायिक भागीदार पण झाले.

अखेर नको ते घडले - बिल गेट्सला महाविद्यालयातील अनियमितता आणि अभ्यासात सातत्य न दाखविण्याच्या कारणावरून काढून टाकण्याचा निर्णय हार्वर्डच्या प्राध्यापकांनी घेतला. त्याचा अर्थातच बिलवर प्रतिकूल परिणाम झाला. परंतु तो तात्कालिक राहिला. कारण, त्याचवेळी नवीन व्यवसायाची स्वप्ने त्याला पडत होती. पॉल ॲलन, स्टिव्ह आणि बिल गेट्स यांचे ते त्रिकूट नवीन कंपनी स्थापन करणार होते. आय. बी. एम, इंटेल आणि ॲपलला धक्का देणारी कंपनी - मायक्रोसॉफ्ट म्हणजे एम. एस.

मायक्रोसॉफ्टचा बिल गेट्स

पॉप्युलर इलेक्ट्रॉनिक्सचा मे ७४ चा अंक जगाला नवीन काहीतरी देण्याच्या उद्देशाने त्याच्या संपादकांनी काढला होता. पण हे काहीतरी नवीन म्हणजे तसे नेहमीचे सदर होते. नवी उत्पादने - त्यात अल्टेअर ८८०० या संगणकाच्या मॉडेलचे विवरण होते. त्याची निर्मिती एम.आय.टी.एस. या कंपनीने केली होती. अल्टेअर ८८०० हा एक लहान व सहज हाताळता येईल असा संगणक होता. पॉल ॲलन आणि बिल यांना ८८०० ही जगात नवी क्रांती आणणारी संधी वाटली यात नवल नाही; कारण, त्यांच्या (BASIC) बेसिक भाषेचा आता सहजपणे वापर करता येणार होता. पॉल आणि बिल यांना स्वर्ग ठेंगणा वाटत होता. ते ताबडतोब मॉडर्न इन्स्टुमेंट अण्ड टेलिमेटरी सिस्टिमच्या एड रॉबर्ट्स या मालकाला भेटले. त्या दोन मुलांना पाहून एड क्षणभर चकितच झाला. अल्टेअरवर सहजपणे वापरता येईल असा बीएएसआयसी नावाचा सोपा प्रोग्रॅम आपल्यापाशी आहे हा त्यांचा दावा त्याला गमतीचा मात्र जरूर वाटला; पण अस्सल अमेरिकन वृत्तीचा प्रतिनिधी असणाऱ्या रॉबर्ट्सने त्यांची ही कल्पना हास्यापद ठरवून टाळली नाही. त्याने थोडी जोखीम

घेण्याचे व त्या दोघांना एक संधी देण्याचे ठरविले. पॉल व बिल या दोघांनी दोन आठवडे सतत १८ तास दररोज या प्रकारे संगणकावर काम केले. अखेर त्यांचा बेसिक प्रोग्रॅम त्यांनी संगणकावर टेप केला आणि ८८०० अल्टेअरने तो प्रोग्रॅम स्वीकारला; त्याने संदेश देणे हळूहळू सुरू केले. आपण इतिहास घडविणार आहोत याची जाणीव त्यांना झाली. आता कोट्यधीश प्रोग्रॅमर होण्याचे, सर्वश्रेष्ठ संगणक प्रोग्रॅमर होण्याचे, काहीतरी नवीन करण्याचे क्षण जवळ आले आहेत हे त्यांनी क्षणातच ताडले. संगणकाचे क्षेत्र आता विस्तारणार आहे. एका मोठ्या क्रांतीचा जन्म आपण डोळ्यांनी पाहिला आहे, जगातील सर्वांत वैशिष्ट्यपूर्ण घटना आता घडणार आहे; याची जाणीव एड रॉबर्ट्सला झाली.

असाधारण प्रसिद्धी व प्रतिमा

१९७५ मध्ये बिल आणि पॉल यांनी एड रॉबर्ट्सबरोबर औपचारिक व्यावसायिक करार केला. त्यांचा बेसिक हा संगणक प्रोग्रॅम त्यांनी एम. आय. टी. एस. ला विकण्याचे ठरविले. त्यासाठी एका नवीन कंपनीची स्थापना केली. मायक्रोसॉफ्ट. मायक्रोसॉफ्ट हे 'कॉम्प्युटर सॉफ्टवेअर' या शब्दांचे लघुरूप होते. मायक्रोसॉफ्टचे त्या वेळेचे उद्दिष्ट होते, अल्टेअर ८८०० या संगणकाला उपयुक्त भाषा व कार्यक्रम तयार करून देणे. तसेच त्यासारख्या छोट्या संगणकासाठी विविध भाषा तयार करणे. त्यावेळी गेट्सचे वय केवळ १९ वर्षे होते. परंतु, संगणक आणि अवघड तंत्रज्ञान याची अद्ययावत आणि वैशिष्ट्यपूर्ण माहिती असणाऱ्या तज्ज्ञांमध्ये साऱ्या अमेरिकेत तो अव्वल नंबर होता. मायक्रोसॉफ्टबरोबर अमेरिकेतील वैशिष्ट्यपूर्ण पुरुषांमध्ये त्याचा उल्लेख फॉर्च्युनमध्ये आला आणि त्याचबरोबर मायक्रोसॉफ्टला असाधारण प्रसिद्धी प्राप्त झाली.

असाधारण प्रसिद्धी व प्रतिमा

परंतु अल्टेअरबरोबर लहान संगणकाची (पर्सनल कॉम्प्युटर्स) एक मोठी लाटच आली. संगणकाच्या क्षेत्रात इतर सर्व कल्पनांपेक्षा लहान संगणक ही वेगळी आणि महत्त्वाची घटना ठरली. प्रत्येक घरी, प्रत्येक कार्यालयात, अत्र-तत्र-सर्वत्र संगणक हाच विषय आणि त्याचा विचार व्यवहारात वास्तवात आला. प्रत्येक मोठ्या कंपनीने छोटा संगणक तयार करणे सुरू केले. त्यात आय.बी.एम. आणि इंटेल मागे राहणे शक्यच नव्हते. त्यामुळे एम.आय.टी.एस. मध्ये आता पैशांचा महापूर वाहू लागला. बेसिक आणि छोटा संगणक ही जादूची पेटी झाली. गेट्सच्या अफाट कर्तृत्वामुळे त्याच्या 'मायक्रोकिड' या नावाने सबंध अमेरिकेत गौरवाने उल्लेख होऊ लागला.

मायक्रोसॉफ्टने लवकरच एम.आय.टी.एस. बरोबर सहकार्याचा करार केला. त्यांच्या कंपनीने या करारातून पहिल्या वर्षी १ लाख डॉलर्स कमावले. दुसऱ्या

वर्षी हे उत्पन्न १ लाखाच्या तिपटीने वाढले. त्याच वर्षी अल्बर्ट च्यु आणि स्टीव्ह वुड्स हे दोन श्रेष्ठ प्रोग्रॅमर्स मायक्रोसॉफ्टच्या दिमतीला आले आणि 'फोर्टान' या नवीन संगणकीय भाषेचा जन्म झाला. गेट्स आणि ॲलेनने ही भाषा झपाट्याने विकसित केली. मायक्रोसॉफ्टचा विकास खरेतर संगणकाच्या भाषेच्या विकासात होता. धंद्याचा विकास वेगाने व्हावा, यासाठी अल्बुकर्क विमानतळापाशीच जमीन विकत घेण्यात आली आणि तेथून सुरू झाली नवीन कार्यालयांची एक मोठी साखळी.

गेट्स आणि रॉबर्ट्सचे वाजले

त्याचवेळी गेट्सचे आणि एम.आय.टी.एस.च्या रॉबर्ट्सचे वाजले. धंद्यातील कमिशन वाढवून देण्याची गेट्सची मागणी रॉबर्टने नाकारली. यापुढे आपण बेसिकमधील प्रोग्रॅम विकणार नाही, याउलट गेट्स आणि त्यांच्या कंपनीला खतम करू अशी उघड धमकी त्यांनी गेट्स व कंपूला दिली. हे २०-२२ वर्षांच्या मुलांचे टोळके आपले काहीच बिघडवू शकणार नाही; असा गर्व एम.आय.टी. च्या ढुढ्ढाचार्यांना होता, पण प्रत्यक्षात वेगळेच घडले. धंदा कसा करावा याचे शिक्षण गेट्सकडून घ्यावे असा त्याचा वकूब होता. गेट्स कोर्टात गेला आणि जिंकला. त्यामुळे बेसिक प्रोग्रॅमवरील एम.आय.टी.चा अधिकार पण संपला. करार रद्द झाला. पैशांचा महापूर गेट्सकडे वाहू लागला. 'बेसिक' ह्या प्रोग्रॅमची मागणी प्रचंड वेगाने वाढत होती. ॲपल, रेडिओ शॅक, एनसीआर, जनरल इलेक्ट्रिक, टेक्सास इंस्टुमेट या सर्व कंपन्यांचे करार गेट्सजवळ होते. एका प्रोग्रॅमला २९००० डॉलर्स मिळत व तो तयार करण्यास केवळ २ तास लागत होते.

गेट्सच्या उत्पन्नात व मायक्रोसॉफ्टच्या कीर्तीत मोठी वाढ होत होती; पण त्याने तो समाधानी नव्हता. त्याला यापेक्षा पण पुढे जायचे होते. त्याला पी.सी. च्या महानतेची, उपयुक्ततेची पूर्ण जाणीव होती. संगणकाला बहुमुखी उपयोगाचा करावयाचे होते. तसे लवकरच घडून आले. वॉशिंग मशीन, टेलिफोन, फ्रीज, वर्तमानपत्रे या सर्वांसाठी संगणकाचा वापर करण्याचा नवा प्रयोग यशस्वी झाला आणि गेट्सला त्याच्या व्यवसायात आणखी वाढ करणे शक्य झाले. त्याने 'कुओकाबा निशी' या जपानी कंपनीबरोबर पहिला आंतरराष्ट्रीय करार केला. त्यानंतर मात्सुशिटा आणि ए.एस.सी.आय. या दोन मोठ्या जपानी कंपन्यांबरोबर करार झाले. गेट्सचे डोळे व कान जपानवर खिळले होते. गेट्सची मायक्रोसॉफ्ट आता आंतरराष्ट्रीय कंपनी झाली होती.

आय.बी.एम.वर मात

जुलै १९८७ मध्ये एम.एस.ने त्यांचा पहिला मार्केटिंग डायरेक्टर नियुक्त केला. (त्यापूर्वी एम. एस. मध्ये मार्केटिंग नावाचे कार्यच नव्हते). त्याचे नाव होते

स्टीव्ह स्मिथ, वय ३१ तर गेट्सचे वय होते २३ वर्षे. पण दोघेही वयाच्या मानाने फार लहान वाटत होते. स्मिथच्या आगमनाने एम.एस. मध्ये बऱ्याच नवीन कल्पनांना वाव मिळाला. एम.एस.बरोबर संगणक क्षेत्रातील दादा कंपनी, आय.बी.एम.ने करार करावयाची तयार दर्शविली. पण, गेट्स आय.बी.एम.च्या अधिकाऱ्यांपेक्षा अधिक चाणाक्ष होता. आय.बी.एम.ला त्याने फोर्टान व बेसिककरिता ऑपरेटिंग सिस्टिम करून देण्याचा करार मान्य केला; पण त्यांच्याशी कायमचा करार मात्र करण्यास नकार दिला. आय.बी.एम.च्या प्रत्येक संगणकातील ऑपरेटिंग सिस्टिम एम.एस.ची राहील; ही त्याची अट होती. तसेच 'क्युडी डीओएस' हा प्रोग्रॅम त्याने पेटंट करून घेतला होता. परिणामत: आय.बी.एम. ज्या प्रमाणात आपले संगणक विकेल त्या प्रमाणात एम.एस. ला फायदा होणार होता. तसेच घडले आणि त्याला त्या करारापासून प्रचंड नफा झाला. त्यावेळी आय.बी.एम.मध्ये कर्मचारी वर्ग होता ३,४५,००० आणि तिचा नफा १६ मिलियन डॉलर्स. अगदी दारासिंगला गल्लीतल्या मुलाने धोबी पछाड मारावा तसेच झाले होते. एम.एस.ने आय.बी.एम.ला या करारात पूर्ण हरविले होते; सर्व नफा व प्रसिद्धी गेट्सला मिळाली होती.

एम.एस. वर्ड प्रोसेसर व विंडोजचे विक्रमी यश

काहीतरी नवीन व वेगळे करण्याचा ध्यास गेट्सला सुरुवातीपासूनच होता. ऑपरेटिंग सिस्टिम व बेसिकचे यश अपार होते. त्याने दुसरी कोणतीही व्यक्ती कृतार्थ झाली असती; पण तसे झाले नाही. गेट्स अधिकच प्रयत्नवादी झाला. नवीन प्रयोग, नवीन भाषा यांचा तो सतत विचार करू लागला. आपली उत्पादने योग्य प्रकारे विकली जावीत; त्यांना पुरेशी प्रसिद्धी मिळावी यासाठी त्याने रोलँड हॅनसन या प्रसिद्ध विक्रीव्यवस्थापकाची अत्यंत लठ्ठ पगारावर नियुक्ती केली. प्रत्यक्षात हॅनसन हा साबण विकणाऱ्या कंपनीत काम करीत होता. त्याला संगणकाची फारशी माहिती नव्हती; पण काय विकावे व कसे विकावे ह्याची पूर्ण जाणीव होती. त्याने मायक्रोसॉफ्ट वर्ड या उत्पादनाच्या प्रथम विक्रीसाठी ३५ दशलक्ष डॉलर्सचा करार केला; जाहिरात व विक्रीसंवर्धनावर ते खर्च करण्यात आले.

सर्व अमेरिकन जनतेला त्याने आश्चर्याचा धक्काच दिला. हॅनसनने मायक्रोसॉफ्टची जाहिरात करताना कंपनीची योग्य प्रतिमा निर्माण करण्यावर, तिच्या उत्पादनाच्या श्रेष्ठत्वावर भर दिला. सामान्य अमेरिकन ज्या उत्पादनांची आतुरतेने वाट पाहतात, त्याचे नाव एम.एस. असेच त्याने आपल्या जाहिरातीद्वारे ठसविण्याचा प्रयत्न केला. व प्रयोग यशस्वी झाला.

त्याने आपल्या उत्पादनात सतत बदल व सुधार घडवून आणले. त्याच वेळी विंडोजची त्याची कल्पना यशस्वी झाली. त्यापूर्वी ग्राफिकल युझर इंटरफेसचा त्यांचा

प्रयोग व्यवहार्य ठरला. 'विंडोजची' कल्पना म्हणजे सर्व जुन्या संगणकांना मोडीत काढणारा, संगणकाच्या व्यवसायाचे चित्र बदलणारा सर्वात महान शोध होता. विंडोज म्हणजे संगणकाला अगदी ग्राहकांच्या जवळ नेणारी, भविष्यकाळात संगणकाशिवाय जगणे अशक्य कल्पना करून टाकणारी, थरारक कल्पना होती. गेट्सकरिता नफ्याच्या सर्वांत मोठ्या खजिन्याची ती गुप्त कळ होती. सर्वाधिक नफा देणारी योजना होती.

ग्राफिक युझर विंडोजचे आपले प्रयोग यशस्वी होणार, याची खात्री पटल्यावर त्याने सर्वप्रथम आय.बी.एम. बरोबर असणारे आपले सर्व करार रद्द केले आणि स्वत:च्या या प्रयोगांचे पेटंट रजिस्टर केले. विंडोजची घोषणा झाली. एम. एस. विंडोजचे पहिले उत्पादन बाजारात आले आणि संगणकाच्या क्षेत्रातील इतर सर्व कंपन्यांना मागे टाकून गेट्स व त्याची कंपनी फार पुढे गेली. त्याचवेळी हॅनसनने नवीन धक्कातंत्राचा वापर करणे सुरू केले. मायक्रो-सॉफ्टचा जो प्रयोग यशस्वी झाला असेल, त्याला फार प्रसिद्धी देणे व आपल्या प्रतिस्पर्धी कंपन्यांना धक्का देणे, यामुळे ग्राहकवर्ग बाजारात उपलब्ध असणारी उत्पादने घेण्याऐवजी काही काळ वाट पाहणे व नंतर प्रगत एम.एस. उत्पादने घेणे सोईचे मानत असे. तर, आपल्याला नवीन उत्पादन तयार करणे भाग आहे याची जाणीव होऊन स्पर्धक कंपन्यांची मोठी तारांबळ उडत असे.

गेट्सच्या विलक्षण व नवीन प्रयोगांनी त्याचे स्पर्धक आणि आंतरराष्ट्रीय बाजारपेठेतील इतर उत्पादक आता मायक्रोसॉफ्टवर विशेष लक्ष ठेवून होते. पण, मायक्रोसॉफ्ट मात्र 'दिन दुगनी रात चौगुनी' प्रगती करून पुढे जातच होती.

नव्या योजना

गेट्सच्या कंपनीचा विस्तार झपाट्याने होत होता. नवीन शाखा, उत्पादने आणि विक्रीयोजनांची आखणी करण्यात त्याचे सहकारी व्यस्त होते. त्यांनी १९८५ मध्ये कंपनीला 'लिमिटेड कंपनीचे' स्वरूप दिले. मायक्रोसॉफ्टच्या शेअर्सला जनतेने प्रचंड प्रतिसाद दिला. मायक्रोसॉफ्टला आता जगन्मान्यता मिळाली. न्यूयॉर्कच्या शेअरबाजाराची नाडी ठरविणारे यंत्र म्हणून आय.बी.एम. नंतर एम.एस. चा उल्लेख होऊ लागला.

त्याच वेळी वेगवेगळ्या प्रकारचे सॉफ्टवेअर्स, संगणकावर आधारित विविध खेळ व इतरही उत्पादने तयार करण्यात येऊ लागली. अनेक प्रकारची पॅकेजेस तयार करून गेट्सची हुशार, कुशल तज्ज्ञ मंडळ, नवीन उत्पादनांचे भांडार जगासाठी उघडे करीत होते. गेट्स आता अमेरिकेतील सर्वांत सधन व्यक्ती होता.

१९८० मध्ये त्याचे वेतन केवळ १,७५,००० डॉलर्स प्रति वर्ष होते. परंतु, त्याचे जीवनमान पूर्वीसारखेच सामान्य आणि साधे होते. १९९० मध्ये आपले गुरू

व लेक साईडमधील गणिताचे शिक्षक, ज्यांनी संगणकाचे व यशस्वी जीवनाचे धडे ॲलन व गेट्सला दिले, त्यांच्या प्रति कृतज्ञता व्यक्त करण्याचे दोघांनी ठरविले. त्यांनी लेकसाईडला २.२ मिलियन डॉलर्सची देणगी दिली. (भारतीय रुपयांत ११ कोटी रुपये) सबंध संगणक उद्योगात त्या देणगीने आश्चर्याचा धक्काच बसला. एवढी मोठी देणगी दिल्यावर त्यांनी आपल्या गुरूंना आजीवन वेतन मिळावे अशी व्यवस्था पण केली. लेक साईडनेदेखील त्या देणगीचा कृतार्थपणे स्वीकार केला व शाळेच्या गणित व संगणकाच्या इमारतीला 'ॲलन गेट हॉल' हे नाव दिले. एक शाळा एक पिढी, एक देश, एक संस्कृती घडवू शकते याचे हे खरे उदाहरण आहे. अगदी ताजे आहे. सर्वांनीच त्यापासून बोध घ्यावयास हवा.

गेट्सच्या यशाचे रहस्य

बिल गेट्सच्या यशाचे रहस्य त्याने आपल्या 'द वे अहेड' या पुस्तकात अचूकपणे व नेमक्या शब्दांत मांडले आहे. सतत प्रयत्न, निष्ठा, जिद्द व ज्ञानपिपासू वृत्ती ही त्याच्या असाधारण यशाची चतु:सूत्री आहे. तो एखादे कार्य अंगीकृत करतो, त्यावेळी त्याचे ध्येय साध्य होईपर्यंत त्यास चैन पडत नाही. त्याच्या सहकाऱ्यांकडून देखील त्याची हीच अपेक्षा असते. बाल्टिमोर हा त्याचा सर्वात जुना सहकारी, पण एका ठरावीक प्रकल्पात त्याला वेड लागल्याबरोबर त्याने त्याला अगदी साफ शब्दांत सांगितले, 'क्विट'– सोडून जावे.

पॉल ॲलन व गेट्स हे दररोज १८-१८ तास काम करणारे जिद्दी तंत्रज्ञ. त्यांना मनोरंजन, विरंगुळा हे शब्दच माहीत नव्हते. पॉल प्रथम आठवड्याला ६८ तास काम करीत होता; मग तो १०० तास काम करीत होता; त्याला व गेट्सला दोनच छंद होते. वाचन व प्रयोग. त्यांना आपल्या प्रतिस्पर्ध्यांपेक्षा त्यांच्या क्षेत्राचे सर्वाधिक ज्ञान असे. आपले स्पर्धक, त्यांची उत्पादने, प्रगती यांबाबत अद्ययावत माहिती हा त्यांचा छंद होता. अतिश्रम व असह्य तणाव यामुळे पॉल ॲलनला सक्तीने मायक्रोसॉफ्टमधून आपले अंग काढून घ्यावे लागले. त्यावेळी त्याचे वय होते ३६ वर्षे. परंतु, नंतर मात्र तो पूर्णत: निवृत्त झाला.

विकास व विस्ताराची सतत स्वप्ने पडणाऱ्या गेट्सला आपल्या व्यक्तिगत जीवनाचा विचार करण्याची फारशी संधीच मिळाली नाही; पण वयाच्या ३८ व्या वर्षी त्याने विवाह केला. आज जगातील तो सर्वाधिक श्रीमंत व यशस्वी मनुष्य आहे.

तो नव्या युगाचा उद्योगपती आहे. त्याची शस्त्रे, साधने व साहित्य वेगळ्या प्रकारची आहेत. तो माहितीचे शस्त्र, तंत्रज्ञानांचे साहित्य आणि श्रमांचे साधन वापरतो; त्याच्या भारतभेटीला विशेष महत्त्व आले. कारण, तो नव्या युगाचा नवा उद्योगपती आहे. त्याची भारतभेट म्हणजे उद्याच्या अमेरिकेचा भारतविषयक दृष्टिकोन

स्पष्ट करणारा एक छोटासा दृष्टान्तच होता.

आपल्या आजच्या उद्योगपतींनी व तंत्रज्ञांनी गेट्सकडून बरेच काही शिकण्यासारखे आहे. चिकाटी, जिद्द, ज्ञानपिपासुवृत्ती व दुर्दम्य विश्वास यातूनच २१ व्या शतकातले यशस्वी उद्योग निर्माण होणार आहेत. त्याचा विचार करून आपले संगणक क्षेत्रातील विद्यार्थी व उद्योजक काम करतील तर भारताचे भवितव्य उज्ज्वल आहे; यात संशय नाही.

क्षण एक प्रगतीचा - जन्म देतो शत्रू शतशः

गेट्सची प्रगती होत आहे आणि ही काही केवळ जगाकरिता कौतुकाची बाब आहे असे नाही; पण त्याबरोबरच अनेक शत्रूंना जन्माला घालणारी, संघर्षाची आणि द्वेषाची पण बाब आहे. प्रगतीला शत्रूचे व द्वेषाचे आकर्षणच असते. संगणकासारख्या सातत्याने वाढणाऱ्या, विस्तारणाऱ्या क्षेत्रात नवीन संशोधन व संकल्पना यांना मर्यादा किंवा अंत आहेत कोठे? ते तर प्रचंड विस्तारणारे क्षेत्र आहे. औद्योगिक हेरगिरी व स्पर्धेच्या या गळेकापू युगात दयेला स्थान नाही. ॲपल आणि ओरॅकल, सन कार्पोरेशन या सर्वांनीच नवीन उत्पादने व संशोधन क्षेत्रात आघाडी घेतली आहे. सर्वत्र संशोधन आणि नवीन उत्पादनांचे युग आले आहे. केवळ मायक्रोसॉफ्ट ही काही नवीन उत्पादने तयार करणारी एकमेव कंपनी नाही. मायक्रोसॉफ्टने या काळात अनेक छोट्या कंपन्या विकत घेण्याचा व त्यांच्याशी सहकार्य करण्याचा प्रयत्न केला. त्यात काही वेळा यश आले आणि काही वेळा अपयश. एफ. टी. सी. इन्ट्युल या कंपनीला विकत घेण्याचा त्याचा प्रयत्न फसला. त्याने त्या कंपनीच्या प्रोग्रॅमसारखाच 'Money' नावाचा स्वतःचा प्रोग्रॅम तयार केला. त्यावर बरीच ओरड पण झाली. त्याचा MS-DOS हा प्रोग्रॅम फारच यशस्वी झाला. त्याला लोक थट्टेने 'Microsoft Domination over Society' असे म्हणतात.

व्यक्तिगत गेट्स

गेट्सचे व्यक्तिगत जीवन अत्यंत वेगवान आणि धडाकेबाज घडामोडींनी भरलेले आहे. त्याच्या अल्प आयुष्याचा प्रत्येक क्षण चमकदार आणि गमतीदार घडामोडींचा साक्षीदार आहे. त्याचे अपूर्व यश कष्टसाध्यच आहे. अमेरिकेतील सर्वांत धनिक मनुष्य म्हणून वयाच्या ३८ व्या वर्षी त्याचा उल्लेख 'फोर्बेस' मासिकात आला. वयाच्या ३८ व्या वर्षी आपल्याच कंपनीतील मेलिंडा या स्त्रीसोबत तो विवाहबंधनात अडकला.

गेट्सला प्रत्येक गोष्ट जगावेगळी करणे आवडते. त्याचे घरदेखील असेच वैशिष्ट्यपूर्ण आहे. त्या घरात सात शयनकक्ष आहेत. एक मोठा दिवाणखाना आहे, हे सर्व भुयारी मार्गाने जोडलेले आहेत. त्याच्यापाशी २६ मोटार कार्स आहेत. त्याचे

घर जगातील वास्तुशास्त्राचा एक अद्वितीय नमुनाच आहे. सतत प्रयत्न व विचार करणे, नव्या व्यावसायिक संधी शोधणे या कार्यात त्याला व्यक्तिगत असा वेळ मिळतोच किती हा खरोखरच प्रश्न आहे; पण तो गेट्स आहे आणि म्हणूनच तो ग्रेट आहे. दि ग्रेट बिल गेट्स.

आय वॉज थिंकिंग

गेट्सच्या वागण्याबाबत आणि त्याच्या मनस्वी स्वभावाबाबत एक कहाणी सांगण्यात येते. गेट्स जेव्हा लहान होता त्यावेळी एकदा घरातल्या तळघरात तो शांत बसला होता. त्याची आई त्याला शोधून थकली. तिने पाहिले तो तळघरात बसून विचार करीत होता. बराच वेळ तो तसाच पडून होता. त्याच्या आईला त्याच्या प्रकृतीबाबत चिंता वाटू लागली; पण बिल मात्र अगदी थंड होता. त्याला विचारले की, तो असा 'शून्यावस्थे'त काय करीत होता. तो उत्तरला 'आय वॉज थिंकिंग.' त्याला बरेच वेळा त्याचा हा घुमा स्वभाव आणि हट्टीपणा महागात पडला, पण तो बदलला नाही. अखेर त्याला मानसशास्त्रज्ञाला दाखविण्यात आले. तेथेदेखील एकच निष्कर्ष निघाला. बिल वेडा नाही; पण त्याला बदलणे शक्य नाही. तो मनस्वी आहे; हट्टी आहे. आता मात्र त्याच्या आईने त्याला मारणे सोडून दिले. त्याच्या ह्या मनस्वी स्वभावामुळेच तो कोणत्याही विषयावर सखोल चिंतन करतो; पण अंतिम निर्णय घेतल्यावर तो तेच करतो, जे त्याला हवे असते. तो बदलण्यासाठी निर्णय घेत नाही.

असेच एकदा शाळेत घडले. त्याच्या शाळेत 'बायबल लेसन' नावाचे पाठ सक्तीचे होते. त्यातील पाच ते सात प्रकरणे पाठ करण्यासाठी सर्व वर्गाला सांगण्यात आले. गेट्स हा वर्गातील एकमेव विद्यार्थी होता, ज्याने ते धडे अगदी बिनचूक आणि अस्खलितपणे पाठ केले. त्याने ते सर्व धडे केवळ दोन दिवसांच्या अल्पावधीत पाठ केले होते. त्याची स्मरणशक्ती तीव्र होती; पण त्याचबरोबर त्याची जिद्द पण वाखाणण्यासारखी होती. त्याच्या ह्या स्मरणशक्तीने रेव्ह. टर्नर अत्यंत प्रभावित झाले. हा सेंट जॉनचा अवतार आहे किंवा एखादा सैतानच ह्याला प्रसन्न झाला असावा असे त्यांना वाटले.

बिल गेट्सच्या अश्वमेधाला आव्हान

जगात चिरंजीव यश कोणालाच प्राप्त झाले नाही. गेट्सच्या विक्रमी विजयाचा अश्वमेधाचा वारु, अखेर सन, इंटेल आणि इतर कंपन्यांनी रोखलाच जावा, ओरॅक लायनक्स यासारख्या नव्या संगणकीय तंत्रांनी गेट्सच्या यशाला खरेतर आव्हानच दिले आणि सातत्याने पुढे जाणारे विल्यमचे अक्षुण्ण यश अखेर खंडित झाले.

जगातील सर्वाधिक श्रीमंत व्यक्ती होण्याचा सलग तीन वर्षे त्याला मान मिळाला. परंतु, संगणकाच्या क्षेत्रात होणाऱ्या नावीन्यपूर्ण आणि असाधारण घडामोडी

तांत्रिक बदलांच्या झंझावातात गेट्सला आपले यश टिकवून ठेवणे शक्य नव्हते. विन्ट्रॉन ग्रे सिर्फ आणि टीम बर्नस् यांच्यासारख्या प्रतिभावंतानी इंटरनेट व वेबचे तंत्रज्ञान झपाट्याने पुढे आणले. त्याचा प्रभाव गेट्सच्या मायक्रोसॉफ्टच्या यशावर नाही म्हटले तरी थोडासा झालाच.

मायक्रोसॉफ्टच्या कार्यपद्धती आणि विक्रयतंत्रावर अनेक आरोप झाले. गेट्स एकाधिकार तंत्राचा वापर करतो असाही त्याच्यावर आरोप झाला. गेट्सचे या काळात विशेष प्रतिमाभंजन झाले; पण ह्या गोष्टींचा त्याच्या मनोधैर्यावर विशेष प्रभाव पडला नाही; त्याचे कार्य पूर्वीच्याच जोमाने चालू राहिले.

१४ जाने २००० ला गेट्सने मायक्रोसॉफ्टची सुत्रे स्टीव्ह बॅलमोरच्या हाती दिली; पंचवीस वर्षे अत्यंत जोमाने जी कंपनी त्याने पुढे आणली, तिच्या सर्वोच्च पदावर तो निवृत्त झाला. तेव्हा त्याचे वय केवळ ४४ वर्षे होते. या एका असाधारण कर्तृत्वाचा हा आलेख खरोखरच विस्मयचकित करणारा आहे. ''आता मी माझ्या मनाप्रमाणे जगणार आहे.'' असे उद्‌गार त्याने काढले. 'गेट्स यू आर रिअली ग्रेट!' असे म्हणतांना कोणाचाही ऊर अभिमानानेच भरून येईल.

□□

: ११ :

व्यापारवृत्तीने केला भारताचा पराभव

भारतात उद्योजक वृत्तीचा विकास होण्यात काय अडचणी आहेत याचा सांगोपांग विचार व विवेचन अनेकांनी केले आहे. भारतात औद्योगिक विकास झपाट्याने न होण्याची वरवर पाहता अनेक दृश्य कारणे आहेत. या दृश्य कारणांचा अर्थव्यवस्थेवरील प्रभाव आपणास नेहमीच जाणवतोदेखील! योग्य संरचनेचा अभाव, पर्याप्त साधनसामग्री, कार्यक्षमतेने वापरण्याचे व्यवस्थापकीय कौशल्य नसणे, शासनाचे उदासीन धोरण वगैरे. परंतु या दृश्य कारणांच्या मागे लपलेली अदृश्य पण प्रभावी कारणे अधिक महत्त्वाची आहेत. आजही आपण ह्या कारणांचे वास्तविक महत्त्व पूर्णार्थाने ओळखले नाही हेच वास्तव आहे.

'मसीहा कल्चरचा' भारतीय जनमानसावर असणारा असाधारण पगडा ही सर्वांत महत्त्वाची बाब आहे. आपला उद्धार करण्यासाठी देवदूतांनी यावे, त्यांनी मार्ग दाखवावा, आम्ही त्यांचे अनुसरण करावे ही लीनदीन होण्याची शरणागत वृत्ती भारतीयांचे सर्वच क्षेत्रांतील व्यवच्छेदक लक्षण आहे. आपण पुढाकार का घ्यावा हे कार्य इतर कोणीतरी केले पाहिजे असा विचार सर्वच क्षेत्रांत आढळतो. एखादे कार्य चांगले आहे; यावर एकमत असले तरीसुद्धा ते करण्यासाठी पुढाकार मात्र इतर कोणीतरी घ्यावा हीच जनसामान्यांमध्ये प्रबळ भावना असते. वाईटाचा नाश, दुष्ट प्रवृत्तीचे निर्दालन, असत्य आणि निंदनीय घटकांचे उच्चाटन ही चांगली बाब आहे, हेच समाजातील प्रत्येक घटक मानतो. परंतु, त्यासाठी कोणीतरी श्रेष्ठात्मा यावा, सुष्टात्मा किंवा देवात्मा यावा हीच माफक अपेक्षा सर्वांची असते. पुढाकार घेणे, दायित्व स्वीकारणे हा गुन्हा आहे असे मानसिक पातळीवर प्रत्येक भारतीय मान्य करीत असतो. याचा स्वाभाविक परिणाम नवनिर्मिती, विचार आणि संवर्धन आणि प्रगतीच्या नव्या वाटा शोधण्यावर होतो.

नवीन मार्ग, नवे कार्य, नवा विचार किंवा नवे उत्पादन या सर्वांच्या निर्मितीसाठी केवळ संशोधक वृत्ती किंवा विवेचक व चिकित्सक दृष्टिकोनच नको, तर हा नवा विचार ठामपणे मांडण्यासाठी पुढाकार घेण्याची, तो स्पष्टपणे व्यक्त करण्याची

जोखीम स्वीकारण्याची तयारी हवी असते. बरेचदा, चांगले नवे विचार, नवे चिंतनप्रवाह प्रकट होण्यापूर्वीच लोप पावतात, याचे खरे कारण ते विचार माझे आहेत; हे मुक्तपणे स्वीकारण्याची, त्यांची जबाबदारी स्वीकारण्याची मानसिक तयारी नसणे.

मसीहा संस्कृतीने भारतीय मनातील चिकित्सक व जिज्ञासू वृत्ती संपविली; त्या बरोबरच दायित्व, जबाबदारी, धाडस, आत्मसन्मान आणि पुढाकार घेण्याची मानसिकता यांना एका छोट्या मर्यादेत बंदिस्त केले.

या संस्कृतीने जशी नवनिर्मितीवर आणि चिकित्सक वृत्तीच्या निर्मितीला मर्यादा आणली; त्याबरोबरच, शरणागत वृत्ती, शब्दप्रामाण्य, स्वतंत्र वृत्तीपेक्षा विचारोक्ती आणि अंधानुकरणवृत्ती यांचा प्रभाव वाढला. इतरांपेक्षा आपण थोडे हीणकस आहोत, कमी दर्जाचे आहोत, आपल्यात न्यूनत्व आहे असे चटकन मानण्याची आमची प्रवृत्ती आहे; आपण इतरांवर वर्चस्व गाजवू शकत नाही; कारण आपण निम्न दर्जाचे आहोत, कमकुवत आणि पराभूत आहोत असे आपण मानण्यास तयार होतो; शरणागत होतो, हे आपणास सर्वसामान्यच वाटते.

या शरणागत प्रवृत्तीमुळेच कोणत्याही गोष्टीचा तळ गाठण्याची, तिचा शेवटपर्यंत पाठलाग करण्याची आमची तयारी नसते. चटकन हार मानणे, निकराने लढणे व अखेरपर्यंत संघर्ष करण्याची तयारी भारतीय मन अभावानेच करते. क्रिकेटची मॅच असो अथवा एखादे दर्जेदार उत्पादन निर्माण करण्याची ऑर्डर असो; जिद्द, तळमळ व शेवटपर्यंत हार न मानता श्रेष्ठत्व सिद्ध करण्याची मानसिकता नाही; आणि म्हणूनच मूलभूत व नावीन्यपूर्ण कलाकृती, संशोधन व निर्मितीच्या क्षेत्रात भारतीय मागे आहेत.

भारतीय मनाचा दुसरा महत्त्वाचा कमकुवत पक्ष म्हणजे, त्याची 'गुलामी मनोवृत्ती.' राज्य करण्यासाठी जित होऊन हुकमत गाजविण्यासाठी आवश्यक असणारे कठोर, ताठर आणि मजबूत मन भारतीय समाजाला लाभले नाही. राज्य करण्यापेक्षा व जोखीम स्वीकारण्यापेक्षा, गुलाम होऊन दायित्वशून्य जीवन जगणे अधिक श्रेयस्कर वाटणारा भारतीय नागरिक सर्वांच्या परिचयाचा आहे. कोणतेही कार्यालय, संस्था, व्यवसाय अथवा व्यवस्था असो, त्या सर्वांमध्ये सर्वाधिक कमतरता असणारा घटक असेल; तर तो एकच - नेतृत्वगुण! पुढाकार घेऊन, जबाबदारी स्वीकारून शिताफीने कार्य करणारा नेता; काही अपवाद वगळता ह्या सर्वांत महत्त्वाच्या साधनाच्या अभावानेच अनेक चांगल्या संस्थांची परवड झाली आहे. विविध साधनांनी परिपूर्ण संस्था आणि शासकीय उपक्रम अपयशी झाले आहेत.

नेतृत्वगुणाच्या अभावापायी परावलंबित्व, दास्यवृत्ती हा आमच्या जीवनाचा स्थायिभाव झाला आहे. वारंवार होणाऱ्या परचक्राच्या आघातांनी भारतीय मनुष्य हा गुलामवृत्तीचा झाला की, भारतीय मनाला गुलामवृत्तीचे आकर्षण असल्याने भारत

सातत्याने परचक्राच्या वेढ्यात राहिला याबद्दल निश्चित सांगता येणार नाही.

या गुलामवृत्तीचा प्रत्यक्ष परिणाम नेतृत्वशून्य अवस्था निर्माण होण्यात झाला. आपण अनुयायी मात्र आहोत. अनुकरण करणे, आदेशाचे आंधळे पालन करणे हेच ध्येय मानून भारतीय समाज शेकडो वर्षांचा प्रवास अगतिकपणे करीत आला. साहसवृत्ती व जोखीम घेण्याच्या प्रवृत्तीच्या अभावी भारतीय समाजाची भौतिक प्रगती मंदगतीने झाली. नवीन शस्त्रे रणांगणावर आल्याबरोबर तशी भारतीय बनावटीची शस्त्रे तयार व्हावीत यासाठी शस्त्रास्त्रांचा कारखाना काढणारा भारतीय राजा किंवा बादशहा भारतीय इतिहासाच्या पुस्तकात अपवादानेच आढळतो, उलट ही शस्त्रे विकत घेण्याची किंवा त्यांचा नियमित पुरवठा व्हावा यासाठी करार करणारे व त्या बदल्यात एक मोठा मुलूख तोडून देणारे भारतीय राजे / बादशहा यांची मोठी यादीच देता येईल.

नवीन शस्त्रे, नवी यंत्रे व नवी तंत्रे यांच्या निर्मितीसाठी हवी असते जोखीम उचलण्याची वृत्ती, साहसी प्रवृत्ती आणि येणाऱ्या प्रत्येक अनुभवाला धैर्याने तोंड देण्याची तडफदार मनोभूमिका. नेतृत्वगुणांचा पुरेसा विकास न झालेल्या गुलाम भारतीय मनाला, ही जोखीम म्हणजे न पेलणारे शिवधनुष्य वाटणे स्वाभाविक आहे.

पुढाकार घेण्यासाठी साहस हा नेतृत्वगुण केवळ एका ठरावीक व्यक्तीमध्ये असून चालणार नाही, तर तो नेतृत्वगुण संपूर्ण समाजात असावयास हवा. परंतु, मसीहा संस्कृतीचा पगडा असणाऱ्या या समाजात असा नेता बाहेरून यावा, आपल्यावर त्याने कौशल्याने वर्चस्व गाजवावे, त्याने जोखीम घ्यावी, आम्ही केवळ साथ द्यावी हीच भावना प्रबळ होती व आजही आहे.

'मसीहा गंड' आणि गुलामीवृत्ती या दुर्गुणांचा भारतीय समाजाला एक ऐतिहासिक शाप आहे. यामुळेच आजच्या २० व्या शतकातदेखील साहसवृत्ती, उद्यमशीलता, नेतृत्व आणि जोखीम स्वीकारणारा स्वयंभू वृत्तीचा समाज भारतात निर्माण झाला नाही. भारतीय उद्योगजग आणि व्यापारविश्व आजही औद्योगिक आर्थिक प्रगतीच्या शर्यतीत सवलती व परकीय कर्जाच्या मदतीचा पांगुळगाडा हाताशी घेऊन धावत आहे. भारताच्या औद्योगिक विकासात असणारा पहिला व महत्त्वाचा अडसर म्हणजे उद्यमप्रिय वृत्तीचा अभाव. भारतात उद्योजक किंवा कारखानदार आणि कर्तबगार नवनिर्माते अभावानेच आढळतील. भारतीय उद्योजक, फरकातील कमाई जास्त महत्त्वाची मानतो. स्वस्त दरात कोठूनतरी माल विकत आणून तो जास्त किमतीला इतरत्र विकतो व त्या फरकातील नफा मिळविणे हीच त्याच्या व्यवसायाची / उद्योगाची परिपूर्ती होय. स्वप्रयत्नाने नवीन उत्पादन सर्वप्रथम बाजारात आणण्याची जोखीम तो उचलत नाही; ज्याची मागणी आहे असा माल येथील बाजारपेठेत, दुसऱ्या बाजारातून (मग तो बाजार देशी असो अथवा विदेशी) आणणे व विकणे

याला 'उद्यमशीलता' मानण्याची प्रवृत्ती आहे. प्रत्यक्षात या व्यापारवृत्तीमध्ये उद्यमशीलता नाही, तर केवळ नफा कमावण्याची व इतरांच्या उत्पन्नातील मोठ्या भागावर डल्ला मारण्याची परंपरागत व्यापारीवृत्ती होय.

ही व्यापारीवृत्ती म्हणजे इतरांचे सोईस्करपणे अनुकरण करण्याची, त्यांनी घालून दिलेल्या मळकट वाटेने कायम प्रवास करण्याची 'गुलामीवृत्ती' होय. स्वत:चे नवे उत्पादन बाजारात आणण्याची जोखीम न घेता दुसऱ्यांच्या यशाची, पेटंटची चांगली किंवा वाईट नक्कल करणे, आपल्या हीणकस उत्पादनावर 'Made by USA' असे आकर्षक लेबल अडकवून ग्राहकांची फसवणूक करणे हे त्या मानसिकतेचे प्रत्यक्ष / अप्रत्यक्ष परिणाम आहेत.

या वृत्तीचा प्रभाव केवळ हीणकस नक्कल करण्यात होत नाही. नकली उत्पादने, दुसऱ्याच्या उत्पादनाच्या रचनेची चोरी, यशस्वी उत्पादकांची बाजारपेठ व जाहिराततंत्र यांची चोरी हे व इतर अनेक औद्योगिक दुष्परिणाम होते. शोधक वृत्तीचा (Innovative) गुलामवृत्तीमुळे लोप होतो. भारतात स्वत:चे स्वतंत्र 'R' and 'D' (Research and Development) विभाग असणारे उद्योग किती असतील व त्या उद्योगांमध्ये स्वतंत्र प्रकारचे कोणते संशोधन होते, याबाबत वास्तविक व मूलभूत संशोधन केल्यास त्याचे निष्कर्ष अनेक प्रकारे धक्कादायक ठरतील याबाबत संदेहच नको. परदेशी तंत्रज्ञान व यंत्रे यांची सहा-सही नक्कल करणे, त्यांच्या उत्पादनात जुजबी फेरबदल करून ती अस्सल व मूळ भारतीय असल्याचा दावा करणे, पेटंट कायद्याचा भंग न करता त्यातील पळवाटांचा वापर करून, विदेशी उत्पादने त्यावर रॉयल्टी न देता थोडाफार फरक करून येथील बाजारपेठेत विकणे ही भारतातील एक सर्वसाधारण बाब आहे.

याच दीन वृत्तीचा व्यापारपद्धतीवर झालेला दुसरा परिणामही महत्त्वाचा आहे. जे चालू आहे ते तसेच चालू ठेवण्याची 'जैसे थे' वृत्ती. वंशपरंपरेने जो व्यापारउदीम चालू आहे, तोच व्यापार त्याच परंपरागत पद्धतीने चालू ठेवण्याची वृत्ती या व्यापारीवर्गात आढळून येते. गेली अनके दशके / शतके तोच पिढीजात व्यापार, त्याच ठरावीक कालबाह्य पद्धतीने करणारे अनेक वंशवीर आपणास आढळतात. आपल्या ह्या पद्धती जुनाट आहेत, त्या निरुपयोगी, निष्प्रभ झालेल्या आहेत, कालसंगत राहिल्या नाहीत याची जाणीव होऊनसुद्धा, त्यात केवळ परंपरेच्या प्रभावाने बदल न करणारे, त्याला आधुनिकतेची जोड न देणारे थोर श्रेष्ठी भारतात बख्खळ आहेत.

जो शोषण मान्य करतो, तो शोषणाची संधी मिळाल्यावर शोषकांपेक्षाही अधिक घातक व भयावह सिद्ध होतो. ज्यांना गुलामीवृत्तीची सवय झाली असते असे सर्वच लोक इतरांवर अधिक जाचक गुलामगिरी लादतात. यातूनच रास्त नफ्यापेक्षा अधिक नफा कमाविण्याची, ग्राहकांना पिडण्याची, लुटण्याची, त्यांना 'कमी माल-

जादा भाव' या वृत्तीने विकण्याची प्रवृत्ती भारतीय व्यापारात आढळून येते. मालाचा दर्जा निकृष्ट असला तरी त्यात गैर नाही, केवळ तो माल बाजारात स्वीकारला जाणे, त्याला पुरेसे ग्राहक मिळणे, पर्याप्त नफा प्राप्त होणे महत्त्वाचे आहे.

हीणकस माल विकणे कायद्याने गुन्हा नाही कारण 'ग्राहकाने सावध असावे' हा कायदा आहे, ही पळवाट आपल्या देशात राजमार्ग आहे व राजमान्य पण आहे. परिणामत: व्यापाऱ्यांचे वर्चस्व असणारी, मालाचा कायम तुटवडा असणारी, पुरवठ्यापेक्षा जास्त मागणी असणारी तुटीची बाजारपेठ व विक्रेत्यांचे कायम वर्चस्व हाच बाजाराचा वास्तव नियम आहे असे भारतीय कारखानदार मानतो. प्रत्यक्षात तो आपल्या वृत्तीचे शूद्र प्रदर्शन करीत असतो. गेली अनेक शतके भारतात 'रास्त नफा' म्हणजे 'सर्वाधिक नफा' हे तत्त्व मान्यताप्राप्त झाले आहे. झटपट नफा व कमी परिश्रम ह्यासारख्या विचारसरणीची भारतीय व्यापारीवृत्तीवर एवढी छाप आहे की, केवळ नफा हेच व्यापारी व औद्योगिक यशाचे खरे गमक ठरले. तेच त्याचे खरे परिमाण ठरले. नफ्यासाठी सर्व मार्ग योग्य आहेत, न्याय्य आहेत आणि नफा सोडून इतर कोणत्याही कारणास्तव व्यापार अस्तित्वात येत नाही, हीच भावना सर्वत्र आढळून येते.

व्यापारीवृत्ती नफ्याची वाट चोखाळण्यासाठी सोपी असल्याने, व्यापाराशिवाय इतर उपक्रम करणे, त्यासाठी नवी वाट स्वीकारणे, नवे उपक्रम व नवे प्रयत्न करणे, म्हणजे व्यापारवृत्तीला तिलांजली देणे, गुलामीला अप्रत्यक्षपणे सोडचिठ्ठी देणे होय, असा विचार व्यापारी जगात नेहमीच आढळतो.

उद्यमवृत्ती हे स्वातंत्र्याचे प्रतीक मानले तर उद्योगसंस्कृती व व्यापारसंस्कृती यांतील संघर्षाची खरी बीजे कोठे दडली आहेत हे कळते. अपयशाची भीती, जोखीम स्वीकारण्याची वृत्ती व प्रत्येक वेळी सुरक्षित, शंभर टक्के खात्रीचा मार्ग निवडण्याची परंपराशरण विचारसरणी यामुळे दास्यातच आनंद आहे, परंपराच सर्वतोपरी श्रेष्ठ आहे व नफा हाच यशाचा दंडक आहे असा विचार भारतीय व्यापाऱ्यांना आवडणे स्वाभाविक आहे.

पोस्ट, वीज, वाहतूक, प्रसारमाध्यमे, शेअरबाजार, शिक्षण यांसारख्या सर्वच सुविधा इंग्लंडनंतर भारतात अल्पावधीतच आल्या, ह्याच सुविधा इतर देशांत भारतानंतर पाच - सहा दशकांनी उपलब्ध झाल्या तरीदेखील भारतात यांचे मोठे जाळे निर्माण होऊ शकले नाही; उद्योगाचा विकासदर वाढला नाही. मागासवर्गीय भाग जवळजवळ एक शतक मागासच राहण्यात धन्यता मानत आहेत व कदाचित यापुढेही त्यांच्या अनुशेषाची गोळाबेरीज करण्यात चढाओढ लावतील. व्यापारी वृत्तीचा पुरस्कर्ता उद्योजक कारखानदार झाला पण तो खऱ्या अर्थाने निर्माता - उत्पादन करण्यावर भर न देणारा, केवळ नफ्याकरिता उत्पादन करणारा स्वार्थी उद्योगपती जन्माला आला.

जो कच्चा माल भारतात सहजपणे उपलब्ध आहे आणि जो तयार माल तत्काळ खपणार आहे अशा उपभोग्य वस्तूंचे सामूहिक उत्पादन करणारा व्यापारीवर्ग त्यातून तयार झाला. प्रत्यक्षात हा उत्पादक उद्योजक नव्हता, कारण त्याला नवनिर्मितीचा, काहीतरी वेगळे करण्याच्या साहसी वृत्तीचा स्पर्शही झाला नव्हता. याउलट 'जीवो जीवस्य जीवनम्' या मध्ययुगीन सरंजामशाहीचा तो व्यापारी प्रतिनिधी होता. व्यापारी मनोवृत्तीचा हा वर्ग उत्पादक झाला, पण त्याच्या मनावर निव्वळ नफ्याच्या लाभार्थी वृत्तीचे संस्कार कायम होते. मोठ्या प्रमाणात धन गोळा करण्यासाठी त्याला कारखानदारी हा सहज स्वीकारता येण्यासारखा आकर्षक मार्ग वाटला.

ह्या नफेखोर वृत्तीमुळे त्याला व्यवसाय-उद्योगातील साहस शास्त्रशुद्ध आहे ह्याची जाणीव झाली नाही. नियोजन, नियंत्रण, निर्णय ह्या त्रिसूत्रींचा समन्वय साधणे महत्त्वाचे वाटले नाही. खर्चाचे प्रमाण कमी राहिले तर लाभमात्रा वाढते हे सिद्धान्त पटणारे व व्यवहारात चटकन पचनी पडणारे विधान त्याला अंमलात आणणे कठीण वाटू लागले आणि त्यातून व्यापारीवृत्तीला साजेशी तडजोड त्याने चटकन स्वीकारली. पुरवठा आखडून धरणे, मागणीइतका माल बाजारपेठेत न आणता, कृत्रिम तुटवडा निर्माण करणे, दर्जा घटवून उत्पादनखर्च कमी करणे ही बाजारपेठेतील मान्यताप्राप्त प्रभावी तंत्रे झाली.

व्यापारीवृत्तीचा व्यवसायाच्या संचालनावर प्रभाव पडतोच. 'उत्पादनखर्च घटविणे' हे एकमेव उद्दिष्ट ठेवून निर्मितिप्रक्रिया चालविली जाते. परिणामत: सर्वच खर्चात कपात करण्यावर अवास्तव भर देण्यात येतो. त्यामुळे कच्च्या मालाचा दर्जा घटतो. कुशलऐवजी अर्धकुशल कामगार चालतात. यंत्रे व इतर उत्पादक सामग्री श्रेष्ठतम दर्जाचीच असावी हा आग्रह राहत नाही. कसेही करून माल विकला गेला पाहिजे; एवढाच मर्यादित दृष्टिकोन असल्याने गुणवत्ता नियंत्रण हे तंत्र अपरिचितच राहते. जुनाट तंत्रे, कालबाह्य यंत्रे ह्यांचा वरचष्मा असतो.

गुणवत्ता हा घटक दुय्यम मानला की, संशोधन, विकास व विस्तार यांचे महत्त्व कळेनासे होते. गुणवत्तेसाठी, दर्जेदार उत्पादनासाठी प्राथमिक पातळीवर गुंतवणूक केली तर भविष्यात त्याची चांगली फळे मिळतात, व्यवसायातील नावीन्य, आघाडी टिकून राहते हे उत्पादकाला मान्य होत नाही. परिणामत: नवे संशोधन करून नवे तंत्रज्ञान विकसित करणे हा त्याला वेडेपणा वाटतो. त्याऐवजी ते आयात करणे किंवा इतरांच्या संशोधनाची नक्कल करणे ह्यातील व्यावहारिक चतुराई ही मोठी बुद्धिमत्ता आहे असे त्याला वाटते.

व्यवसायाच्या व्यावहारिक पातळीवरदेखील व्यापारसंस्कृतीच्या अनेक स्पष्ट खुणा उमटलेल्या आढळतात. कमी गुंतवणूक, जास्त वाढावा (Low investment-high return) ह्या तत्त्वाचा अतिरेक या पद्धतीचा पुरस्कर्त्या उद्योजकांकडून होतो.

परिणामत: कारखान्याच्या स्थावर विकासाला कमी लेखणे, त्याच्या समृद्धीचा प्रयत्न न करणे स्वाभाविक होते. कारखान्याच्या इमारती बांधून त्यात योग्य यंत्रसामग्री पूर्वनियोजित पद्धतीने स्थापित करण्यापेक्षा त्यांना शेडमध्ये किंवा तात्पुरत्या बांधलेल्या जागेतच ठेवण्यात येते. संपूर्ण कारखान्याचा योग्य लेआउट तयार करून त्यात संपूर्ण यंत्रसामग्री प्रथम बसविण्यावर भर दिला जात नाही. कर्मचाऱ्यांसाठी किमान सुविधांची चांगली व्यवस्था करणे, कँटीन व ऑफिस उत्तम दिसले पाहिजे यावर भर दिला जात नाही. प्रत्येक ठिकाणी काटकसर करण्याचा हेतू पुढे करण्यात येतो. प्रत्यक्षात ही केवळ गुंतवणूक घटविण्यासाठी, पैसा वाचविण्यासाठी पुढे केलेली लंगडी सबब असते. व्यापारीवृत्ती केवळ नफ्याला धार्जिणी असल्याने इतरांचे कल्याण, दीर्घकालीन नफा, व्यावसायिक प्रतिमा व प्रतिष्ठा यांसारख्या बाबींना किरकोळ मानते. विक्रीतून होणाऱ्या लाभाचा पूर्वविनियोग उद्योगात करणे, त्यातून विकासाला गती देणे या बाबींकडे व्यापारीवृत्तीचे दुर्लक्षच असते. परिणामत: कामगार कल्याणाच्या सर्वच बाबी दुर्लक्षित राहतात. वातावरण, कारखान्यातील अंतर्गत पर्यावरण यांचा विचार करून कारखान्यात सुखद व प्रसन्न करणारी रचना तयार करण्यात येत नाही. याचा विपरीत परिणाम कामगारांच्या मनोबलावर होतो. राहण्याच्या सोयी, कँटीन, ऑफिस यांबाबत अपुऱ्या व निकृष्ट सेवांमुळे अनुपस्थितीचे प्रमाण वाढते. प्रशिक्षणाच्या अभावाने गुणवत्ता घसरते, कामगारांत असंतोष वाढतो. यांसारख्या कल्पना केवळ सैद्धांतिक आहेत असे सोदाहरण सिद्ध करण्याची, व्यापारीवृत्तीचा पुरस्कार करणाऱ्यांमध्ये अहमहमिका असते.

उत्पादननिर्मितीचा प्रवास निर्णय, नियोजन व नियंत्रण या त्रयींच्या शास्त्रीय वाटेने होत नाही. उलट उत्पादनाचे तंत्र गरजेनुसार व आदेशानुसार वापरले जाते; परिणामत: केवळ आदेशानुवर्ती उत्पादन होते. त्यात पूर्वचाचणी, सुरक्षा यांचा फारसा विचार होत नाही.

स्वत:चे भांडवल गुंतविण्यापेक्षा, इतरांचा पैसा वापरून नफा कमावण्याची वृत्ती प्रबळ असल्याने कारखान्याचे संचालनदेखील या 'उधार' वृत्तीवरच होते. कच्चा माल, स्पेअर्स व सामग्रीचे पैसे वेळेवर देण्यापेक्षा, देणेकऱ्यांची मुदत लांबवीत राहणे व त्यात व्याजाची बचत करणे फायद्याचे वाटते. कामगारांचे वेतनही योग्य वेळी दिले जात नाही. जेथे कुशल कामगार नियुक्त करावयास हवे, तेथे अर्धकुशल व कामचलाऊ व्यक्तींची नियुक्ती केली जाते. या संपूर्ण पद्धतींनी उद्योजकाला चटकन फायदा होतो याबाबत वाद नाही, परंतु त्याचा हा लाभ अल्प-स्वल्पकाळच टिकणारा असतो. दीर्घकाळात ह्या संपूर्ण लाभावर पाणी पडू शकते; कारण ह्या अदूरदृष्टीमुळे व अल्पकालीन यशाच्या धोरणाने व्यवसायाचा वास्तविक विकास होत नाही.

उद्योजकाची खरी कसोटी त्याच्या मनोवृत्तीवर आधारित आहे. उद्योगाचा

आकार व भांडवलाची मात्रा प्रारंभी लहान असणे किंवा फार मोठी असणे महत्त्वाचे नाही; उद्योजक कोणत्या वृत्तीने कार्य करतो; त्याची व्यवसायाकडे पाहण्याची दृष्टी कशा प्रकारची आहे हेच प्रगतीचे खरे गमक आहे.

व्यापारीवृत्तीच्या उद्योजकांना, कारखानदारांत उद्यमप्रियता, नावीन्य व साम्राज्यनिर्मिती (Empire Building) ह्या गुणांचा अभाव आढळतो. त्याला अल्प काळातच फार मोठे यश हवे असते; त्याला हयातीतच फार पुढे जावयाचे असते आणि त्यासाठी तपस्येच्या राजमार्गापेक्षा, मळकी चोरवाट अधिक सोईची वाटते. या वृत्तीतून मोठे औद्योगिक साम्राज्य निर्माण होत नाही. बरेचदा मोठा उद्योगसमूह मात्र तयार होतो. परंतु, तो कर्त्या पुरुषाच्या निवृत्तीबरोबरच पत्त्याच्या बंगल्याप्रमाणे चटकन कोसळतो. तो वाळूचा किल्ला असतो. मोठे औद्योगिक साम्राज्य हे दोन-तीन पिढ्यांच्या सातत्यपूर्ण व धीरोदात्तपणे मेहनत करून उभारलेला उद्योगसमूह असतो. त्यात व्यावसायिक विकासाबरोबरच नेतृत्व आणि व्यावसायिक कौशल्याचा देखील काळजीपूर्वक विकास करण्यात आलेला असतो.

'उत्कृष्टता' हा दैवी गुण मानण्याची मानसिकता व्यापारवृत्तीत तयार होत नाही. त्यामुळे चिरंतन टिकणाऱ्या यशाची, दर्जेदार उद्योग, वस्तू व उत्कृष्ट उत्पादने यांना या विचारधारेत महत्त्व नाही. प्रतिमानिर्मिती, सातत्याने नव्या उद्योगसमूहांचा नवीन कारखान्याचा, नव्या बाजारपेठेचा विस्तार अशी कल्पना रुजत नाही. भारताच्या स्वातंत्र्याला ६० वर्षे होऊन गेली. या काळात वरवर पाहता आमची आर्थिक, औद्योगिक प्रगती मोठ्या प्रमाणावर झाली आहे याबद्दल संशय नाही. परंतु ही प्रगती खरोखरच विकासप्रक्रियेला गतिशील करणारी आहे काय? भारतातील उद्योजक व उद्योगपती आणि औद्योगिक साम्राज्य यांच्या आर्थिक विकासातील योगदान किती मौल्यवान आहे, त्याच्या मर्यादा कोणत्या आहेत, ह्याचा डोळसपणे विचार करण्याची गरज आहे.

उद्यम संस्कृतीचा पगडा आपल्या उद्योगसमूहांवर आणि प्रथितयश व्यापारी घराण्यांवर असल्याचे आपणास प्रकर्षाने जाणवते. केवळ स्वतःचा नफा कमावण्याची, व्यावसायिक स्वार्थाच्या पलीकडे न पाहण्याची वृत्ती ह्या समाजात आहे. त्यामुळे काही मूलभूत व चिरंतन व्यवसायमूल्ये ह्या विचारसरणीच्या आकलनापलीकडील आहेत. गुणवत्ता, श्रेष्ठत्व, विस्तारवृत्ती, चिरंतन यश, सामाजिक कल्याण व मूलभूत संशोधनातून नावीन्य ह्याबाबत ही संस्कृती 'उदासीन वृत्ती' स्वीकारते.

आपल्या देशाने गेल्या दोन दशकांपासून नवीन आर्थिक धोरण स्वीकारले आहे; नवे अर्थतंत्र झपाट्याने औद्योगिक विकासात कारक ठरेल, पूरक ठरेल असा विचार मांडण्यात येतो. परंतु, येथे एक महत्त्वाची बाब लक्षात घेण्यासारखी आहे. मुक्त अर्थव्यवस्था व खुली जागतिक बाजारपेठ यांचा जेथे प्रवेश होणार आहे; तेथे

स्पर्धा स्वीकारण्याची व हरघडी स्पर्धेच्या रिंगणात यशस्वी होण्याची तीव्र मानसिक तयारी हवी. केवळ अर्थतंत्र बदलल्याने आर्थिक विकास होत नाही, तर त्याबरोबरच अर्थतंत्राला व्यवहारात आणण्याची मानसिकता पण यावयास हवी. दुर्दैवाने नवीन उद्योगवृत्ती तयार व्हावी याकडे जेवढे लक्ष द्यावयास हवे तसे न दिल्याने, आपण आर्थिक विकासाचे कोणतेच मॉडेल योग्य प्रकारे अमलात आणू शकलो नाही.

भारतात कार्यरत असणाऱ्या व शतकांची यशस्वी परंपरा सांगणाऱ्या उद्योगांना किंवा गेल्या १०-१५ वर्षांत अफाट यश कमावणाऱ्या व्यापारसमूहांना आंतरराष्ट्रीय बाजारपेठेत स्वतःचे फार मोठे स्थान बनविता आले नाही. भारतीय बहुराष्ट्रीय कंपन्या आजही बोटावर मोजण्याएवढ्या देखील नाहीत. साम्राज्यनिर्मितीची कामना ठेवण्यापेक्षा एखाद्या साम्राज्याचे मांडलिक होण्याची गुलामीवृत्ती येथेदेखील आम्हाला जडली आहे. भारताच्या खऱ्या आर्थिक व औद्योगिक विकासाची पूर्वअट म्हणून, यासाठीच आपण उद्योजक वृत्तीकडे पाहिले पाहिजे; तिच्या विकासाचा पाया मजबूत केला पाहिजे.

□□

: १२ :

काही समजण्यासारखे आणि काही लक्षात घेण्यासारखे

जगातील वेगवेगळ्या क्षेत्रांत कार्य करणाऱ्या उद्योजकांच्या यशोगाथांचे वर्णन या पुस्तकात केले आहे. ह्या यशोगाथा अद्भुत रसाने परिपूर्ण आहेत. चमत्कृतिजन्य व विस्मयकारक यशाचे, कामगिरीचे मिश्रण आहे. यासाठी त्या वाचनीयच नाहीत; तर त्यांच्या कर्तृत्वाचा हा उत्तुंग आलेख आहे. त्या आलेखाचे अध्ययन करण्यासाठी त्या उपयुक्त आहेत. ही सर्व माणसे हाडामांसाची व दोन पायांचीच होती. भाग्यदेवतेचा वरदहस्त त्यांना लाभला होता; म्हणून ते यशस्वी नव्हते किंवा बापजाद्यांची अफाट जहागीर व वैभवाचा मोठा ठेवा त्यांच्या कर्तृत्वावर यशाचा मुलामा चढविण्यासाठी राखूनही ठेवला नव्हता. ही माणसे अत्यंत अनुकूल परिस्थितीचे पाठबळ लाभलेली किंवा वारसाहक्काने मोठे औद्योगिक साम्राज्य घेऊन जन्माला आलेली नाहीत; सात पिढ्या बसून खाता येईल असा मोठ्या कंपनीचा किंवा मालमत्तेचा ठेवा ज्यांना प्राप्त होतो ते सामान्यपणे बसूनच खातात व खात बसतात; अशा ऐदी आणि मस्तवाल धनिक घरंदाजांचे ते वारसदार नव्हते.

कृतिशील वृत्ती, नावीन्याची आवड आणि परिश्रमाने पुढे जाण्याची तयारी ही त्यांची खरी शक्तिस्थळे आहेत. त्यांनी बुद्धिमत्ता, जिद्द, तपस्या आणि व्यावसायिक दृष्टिकोन यांचे एक असाधारण मिश्रण तयार केले. 'वाळूचे कण रगडिता तेलही गळे' या उक्तीवर विश्वास ठेवला म्हणून ते महान होते. 'व्यवहार' आणि 'विवेक' यांच्या वास्तवाला जाणणारे; परंतु यशाची, उत्तुंग भरारीची स्वप्ने पाहणारी ती वेडी माणसे होती. त्यांनी 'भावना' व 'विवेक' यांमध्ये जोपासता येईल एवढेच अंतर ठेवले. यशाच्या, नफ्याच्या आणि व्यावहारिक चतुराईच्या पराकोटीला जाण्याचा वेडेपणा त्यांनी केला नाही; म्हणूनच यशस्वी उद्योजक असूनसुद्धा ती थोर माणसे आहेत. श्रीमंत होण्याची, औद्योगिक साम्राज्याचे संस्थापक होण्याची त्यांची महत्त्वाकांक्षा होती. श्रेष्ठत्वाच्या मोठ्या व अत्युच्च ध्येयावर त्यांचे लक्ष होते. परंतु, त्याचवेळी व्यवहाराच्या साध्या आणि कठोर वास्तवावरून त्यांची नजर हटली नव्हती. त्यांना आपल्या क्षमतेचा, सामर्थ्याचा नेमका अंदाज होता; म्हणूनच त्यांना 'सम्राट' होण्याचे

महत्त्वाकांक्षी वेड नव्हते. परंतु, त्याचवेळी आपण नगण्य आहोत, काय करावे, काय करू नये असे कायम प्रश्नचिन्हं डोळ्यांसमोर असणारे, किंकर्तव्यमूढ दास नव्हते.

ते वास्तवात जगणारे, पण स्वप्नांना साकार करण्याचे अचाट सामर्थ्य असणारे असामान्य मानव होते. त्यांच्यात दैवी अंश नव्हता किंवा सैतानाची त्यांच्यावर मेहेरनजर नव्हती. अरेबियन नाईट्समधील जादूचा दिवा किंवा अंगठी त्यांना प्राप्त झाली नाही. ते कोणत्याही उपास्य दैवताची समंत्रक पूजा करणारे किंवा अनुष्ठाने व अंगारेधुपारे करणारे दैववादी नव्हते; भाग्यदेवी प्रसन्न व्हावी यासाठी वैभवलक्ष्मी व्रताची पूजा करण्याचा त्यांना कोणी वसा दिला नाही व त्यांनी तो टाकला पण नाही.

त्यांच्या हातावर धनरेषा होत्या किंवा नाही हे त्यांना माहीत नव्हते. काही चौकोन, कमळे आणि स्वस्तिक किंवा मत्स्याच्या खुणा कोठे आहेत हे पाहण्यासाठी त्यांनी आपल्या तळहाताचे फारसे निरीक्षण केले नसावे. धनयोग, भाग्ययोग, नवपंचम आणि इतर योगांची जुळवणी आपल्या पत्रिकेत झाली आहे काय हे त्यांना कळले नसावे. राहू, शनी किंवा केतू, हर्षल व मंगळ हे क्रूर ग्रह आपल्या धनस्थानावर वाईट नजर ठेवतात काय हा प्रश्न त्यांना पडला नाही; तर उच्चीचा शुक्र, भाग्येश रवी आणि कर्केचा गुरू कोठे आहे हे कोडे त्यांना पडले नाही. भविष्य जाणून घेण्यापेक्षा ते घडविण्यावर त्यांची अधिक श्रद्धा होती. ते स्वत:चे भाग्यविधाते होते; ते श्रद्धावान होते पण श्रद्धेच्या दबावाला बळी पडलेले व कर्ममार्गाला चुकलेले दैववादी नव्हते.

ही माणसे अचाट कर्तृत्वाची होण्यासाठी कोणते घटक कारणीभूत ठरले ह्याचे विवेचन येथे करणे सयुक्तिक ठरेल.

'साम्राज्यनिर्मिती' ही एक वृत्ती आहे; स्वभाववैशिष्ट्य आहे. जीवन जगण्याची शैली आहे. ही वृत्ती जोपासणारी माणसे आपल्या कार्यक्षेत्रात मग ते क्षेत्र कोणतेही असो, असाधारण कार्य करतात. त्यांना आपल्या विचारांचे, कल्पनांचे, ठरावीक कार्याचे चित्र सर्वत्र दृश्यमान झाले पाहिजे असे वाटते. आपल्या कार्याचा स्पष्ट ठसा त्या कार्यक्षेत्रात उमटावा, यासाठी त्यांची धडपड असते. ही माणसे अपयशाने, टीका व आरोपांच्या भडिमारांनी खचत नाहीत. उलट, आपला विचार व कार्य यांचे प्रतिकूल परिस्थितीतही प्रकटन व्हावे; त्यांना योग्य स्थान मिळावे यासाठी प्रयत्नशील असतात. या साम्राज्यवृत्तीचा परिणाम म्हणजे फक्त एखादे यश त्यांना सुखावत नाही. एक कार्य पूर्ण झाले की, स्वस्थचित्त होऊन त्यांना बसवत नाही तर ते चटकन दुसऱ्या कार्याला प्रारंभ करतात. ते एका असिधारा वृत्तीचा स्वीकार केलेले; अस्वस्थ आत्मे असतात. फोर्ड किंवा ईस्टमन यांना नावीन्याच्या वेडाने पागल केले होते. यंत्राची, मोटार कारच्या किंवा चित्र व कॅमेऱ्याच्या निर्मितीचा त्यांना ध्यास लागला होता.

महत्त्वाकांक्षा आणि पुढे जाण्याची तीव्र इच्छा हा दुसरा महत्त्वाचा गुण आहे. आपण एका ठरावीक ईप्सिताच्या पूर्ततेसाठी जन्माला आलो आहोत हे ह्या सर्वच व्यक्तींना ठामपणे वाटत होते. एक विशिष्ट कार्य आपल्या हातून घडले पाहिजे; या आणि त्यासाठी वाटेल तो त्याग करावयाची, अफाट परिश्रम करावयाची त्यांची तयारी होती. ह्या तीव्र महत्त्वाकांक्षेनेच ते असाधारण व अनैसर्गिक वाटणारे धाडस करू शकतात; त्यांचे आत्मबल वाढते. सलग ७२ तास काम करणारे बिल गेट्स किंवा ३-४ वेळा व्यापारात अपयशी होऊन पुन्हा तोच प्रयत्न करणारे फोर्ड ह्यातूनच जन्माला येतात.

महत्त्वाकांक्षेमुळेच फोर्डला किंवा मोरितांना यशाचे धवल शिखर दृष्टोत्पत्तीस पडले; त्यांचे अपयश पचविण्याची प्रचंड ताकद त्यांना मिळाली.

व्यावसायिक दृष्टी व संधीचा पुरेपूर वापर करण्याची दूरदृष्टी हे त्यांचे आणखी एक वैशिष्ट्य मानता येईल. व्यावसायिक यश नशिबाने साधत नाही. त्यासाठी KASH (Knowledge, Ability, Skills & Hardwork) हे सूत्र वापरावे लागते. गेट्सचे किंवा मोरितांचे व्यावसायिक चातुर्य असाधारणच आहे. अगदी दंतकथेत शोभावे एवढे यश त्यांना आपल्या विविध व्यापारी साहसांत प्राप्त झाले हा केवळ योगायोग नाहीच! संधीचा, मग ती लहान असो वा मोठी, याचा विचार न करता, वापर करण्याची त्यांची प्रयत्नवादी वृत्ती कौतुकास्पदच आहे.

उद्यमप्रियता आणि विविध क्षेत्रांत चौकसपणे संचार करावयाची, त्यातील बारकावे समजून घेण्याची जिज्ञासू वृत्ती ही आणखी एक महत्त्वाची बाब आहे. संगणक किंवा मोटार अथवा कॅमेरा एवढेच आपले कार्यक्षेत्र सीमित न ठेवता, विविध क्षेत्रांत विस्तार करण्याची, त्यात यश प्राप्त करण्याची आकांक्षा ह्या सर्वांची होती; त्यांची यशाची तहान केवळ एका उपक्रमातील, उद्योगातील आकर्षक कामगिरीने पूर्णत्वाला जाणारी नव्हती.

टि 5 च्या यशाने फोर्ड हरखले, पण त्यांनी तत्काळ युरोपात नवीन कारखाने उभारून विस्ताराच्या नव्या वाटा शोधल्या. संगणकाबरोबरच Infotainment & Edutainment यासारखी नवी क्षेत्रे आपणास मोकळी होतात; हे गेट्सला वाटत आहे.

दुसऱ्याच्या चांगल्या गुणांची कदर करणारी गुणग्राहकता व मनाच्या मोठेपणाची ठेवण हे या यशाचे महत्त्वाचे कारण आहे. दीर्घकालीन यश केवळ व्यक्तिगत प्रयत्नांनी प्राप्त होत नाही. चिरंतन टिकणारे यश व अफाट कीर्ती प्राप्त करणाऱ्या संस्था संघटित प्रयत्नांचा परिपाक आहेत. त्या यशात अनेक निष्ठावान, प्रामाणिक व संघभावनेने कार्य करणारी मंडळी सामील होतात. परंतु, या सर्वांना एकत्र आणण्याचे, त्याच्या कौशल्याचा वापर करण्याचे दुर्मिळ योजकत्व व्यावसायिक नेत्यांमध्ये हवे;

तसे ते फोर्ड, ईस्टमन किंवा गेट्समध्ये आढळते.

ही सर्व मंडळी नेतृत्वाचा आदर्शच आहेत. त्यांना प्रतिकूल परिस्थितीवर मात करण्याचे अचाट मानसिक सामर्थ्य लाभले आहे. संकटे कितीही मोठी असो, त्याचा नि:पात आपण करू शकतो असा दुर्दम्य विश्वास त्यांच्या मनी आहे. ही संकटे म्हणजे क्षमतेच्या परिचयाची नित्य स्थाने आहेत असे त्यांना वाटते. ह्या संकटांनी न डगमगता, स्वत: व स्वत:च्या सहकाऱ्यांसह, संपूर्ण व्यवसायाला व्यावसायिक चातुर्याने बाहेर काढणे त्यांना अशक्य वाटत नाही. मंदी, कामगारांचा असहकार, विक्री व स्पर्धा यांचे प्रश्न या सर्वांवर मात करण्याची त्यांची अहर्निश तयारी असते.

यशाने फुगून न जाता, विनम्रतेने वागण्याची, माणसे तोडण्यापेक्षा त्यांना जोडण्याची, मानवी संसाधनांच्या विकासातून व्यवसायाच्या विकासाची प्रक्रिया त्यांनी चालू ठेवली. मनुष्याप्रती आदर, संस्थागत विकासाला अग्रक्रम, इतरांप्रति कृतज्ञता ही त्यांची अजोड वैशिष्ट्ये आहेत.

सामान्यपणे ज्यांना आपण थोर पुरुष मानतो, त्या थोर पुरुषांच्या श्रेणीत या व्यावसायिक श्रेष्ठ नेत्यांचा समावेश भारतीय विचारधारा कदाचित करणार नाही. ह्यांपैकी कोणीच समाजसुधारक, क्रांतिकारक, देशभक्त, भूतदयावादी आणि राष्ट्रपुरुष, राष्ट्रनिर्माता किंवा संतमहात्मे, पुजारी वा धर्मोपदेशक या श्रेणीत मोडणारे नाहीत. परंतु, या लौकिक अर्थाच्या चाकोरीबाहेर जाऊन एकदा पाहिले की, ह्या श्रेष्ठ पुरुषांच्या खऱ्या श्रेष्ठत्वाची ओळख पटते. त्यांनी नवे राष्ट्र उभारले नाही. स्वातंत्र्याचा संग्राम केला नाही किंवा एखादा पंथ स्थापन केला नाही, वा तत्त्वज्ञानाचा नवा विचारप्रवाह पुरस्कारिला नाही. परंतु, सिनेमा, टेलिव्हिजन, फोटोग्राफी, मोटार कार किंवा संगणक यांना आपल्या जीवनातून जरा क्षणभर दूर करा, आपले आजचे जीवन असह्य होईल. त्यांनी आपल्या जीवनाचे संदर्भ बदलले. भौतिकवादाला सन्मान मिळवून दिला. जीवनाच्या उपभोगाचा दर्जा वाढविला; सांस्कृतिक प्रवाहाची दिशा बदलली. हे बदल सामान्य नाहीत. ते वरवर पाहताना जेवढे दृश्यमान होतात, त्यापेक्षा अधिक खोलवर पोहोचलेले आणि बळकट पकड असणारे, अपरिवर्तनीय बदल आहेत; ते परिवर्तनाचे दृश्य स्वरूप आहेत.

ह्या उद्योगपुरुषांनी जगाच्या व्यापारकक्षा रुंदावल्यात. समाजाचे अर्थ विविधांगी केले. व्यक्तिनिष्ठ आणि वैभवाची पूजा करणारा उद्यमी भौतिकवादी समाज निर्माण केला. पूर्व आणि पश्चिम ही दरी कमी करणारी नवी उद्योगप्रधान विचारधारा मजबूत केली म्हणूनच ते खऱ्या अर्थाने थोर पुरुष आहेत. त्यांच्या नावापेक्षा त्यांचे कार्य अधिक परिचयाचे वाटते हीच त्यांची खरी थोरवी आहे.

ही माणसे मोठी होण्यामागील सामाजिक व सांस्कृतिक कारणेदेखील लक्षात घेण्यासारखी आहेत. ह्या व्यक्ती ज्या समाजात जन्माला आल्या तो समाज मुळातच

उद्यमप्रिय आहे. त्या समाजाला नावीन्याचे वावडे नाही. त्याला विकासाची आस आहे आणि तो प्रगतीचा, समृद्धीचा पूजक आहे. वैज्ञानिक आणि विवेकवादी विचारांचा तो समर्थक आहे. ह्या समाजात सर्जक विचारांचे कौतुक होते. प्रयोगशील व कृतिशील माणसे त्याला आपले खरे वैभव वाटतात. वैचारिक विरोध येथे गुन्हा मानला जात नाही. नवा व वेगळा विचार कृतीने किंवा दडपशाहीने दाबून टाकण्यावर त्या समाजाचा विश्वास नाही. 'व्यक्ती तितक्या प्रकृती' ह्या तत्त्वावर विश्वास असल्याने वैचारिक भिन्नता ह्या समाजाला विसंवादी वाटत नाही. उलट, या विविधांगी विचारांचे विधायक स्मारक स्थापन करण्याची तेथे नैसर्गिक प्रवृत्ती आहे. हा समाज समृद्धीचा पुजारी आहे. त्यामुळे सर्व प्रकारच्या प्रयोगशील कल्पनांना तेथे उपजतच प्रोत्साहन मिळते. वरवर पाहता वेडगळपणासारखे वाटणारे हजारो प्रयोग या समाजाच्या कौतुकाचा भाग झालेत. हातांना पंख लावून उडण्याचे प्रयोग करणारे वेडे ह्या समाजात शेकडो झालेत. जे विचार कृतीतच काय पण स्वप्नातही अशक्य वाटावेत असे विचार त्या समाजात मुक्तपणे मांडले गेले. आर्थिक क्षेत्रात क्रांती करणारे अनेक महत्त्वाचे सिद्धान्त त्या समाजाने काळाच्या पुढे जाऊन ऐकले आणि अशा विचारांचे स्वागत करताना त्याला संकोच वाटला नाही.

हा समाज पुढे जाण्याची काही महत्त्वाची उघड कारणे आहेत. त्यातील प्रमुख कारण म्हणजे ह्या समाजाची 'उद्यमप्रिय वृत्ती' होय. समाजाचा आर्थिक व औद्योगिक विकास केवळ साधनांनी होत नाही तर, उद्यमी वृत्तीच्या जिद्दी मनुष्यांच्या सामूहिक प्रयत्नांनी होतो. एक-दोन किंवा बोटावर मोजता येतील असे थोर पुरुष किंवा उद्योजक निर्माण झाल्याने त्या विशिष्ट औद्योगिक घराण्याचा उद्धार होऊ शकेल, ठरावीक उद्योगांचा किंवा औद्योगिक क्षेत्रांचाही क्वचित प्रसंगी विकास होईल. परंतु, देशाचा कायमस्वरूपी विकास मात्र होऊ शकत नाही.

आर्थिक व औद्योगिक विकास हा मूलत: संघवृत्तीने होणाऱ्या औद्योगिक व उद्योजकीय वृत्तीचा परिणाम आहे. संपूर्ण समाजातच उद्योजकीय वृत्तीचा प्रभाव जाणवण्याएवढा तो सशक्त असावयास हवा. शेती, उद्योग, शिक्षण किंवा कला यांसारखे कोणतेही क्षेत्र असो, नावीन्याला, प्रयोगक्षमतेला, विकासाला या समाजाने उत्तेजनच दिले. हा समाज पराभवाच्या काल्पनिक भीतीने साहसापासून दूर जाणारा नाही. अनेक पराभव झालेत तरी नव्या विचारांचा तो अस्वीकार करत नाही. नवे प्रयोग नव्या यशाचे, नव्या मार्गांचे निर्माते आहेत यावर त्या समाजाचा ठाम विश्वास आहे.

परंपरा शरणागतवृत्ती ह्या समाजात नाही, हेदेखील या विजयाचे खरे कारण आहे. प्रत्येक पिढी नव्या कल्पनांचा पाठपुरावा करते. स्वत:चे विश्व स्वत: निर्माण करण्याचा प्रयत्न करते. माझे पूर्वज जे करीत आहेत किंवा करीत होते तेच चांगले

आहे अशी पूर्वजपूजेची आंधळी भावना तेथे नाही. पुनरुज्जीवनाच्या काळानंतर युरोपात भौतिकशाही आणि उपभोगप्रिय संस्कृतीचा विकास याच कारणाने झाला. ह्या समाजाची दृष्टी चौकस व विज्ञाननिष्ठ होण्यामागे त्याची अधिक समृद्ध, यशस्वी व दर्जेदार जीवन जगण्याची कामना हेच खरे कारण आहे. हे कार्य करण्याची यापेक्षा चांगली पद्धत असू शकते, हे उत्पादन अधिक चांगले होऊ शकते; यापेक्षा दर्जेदार, सुखकर जीवन आपण प्राप्त करू शकतो अशी भावना येणाऱ्या प्रत्येक पिढीमध्ये आहे.

समाजाभिमुख आणि संघवृत्तीने कार्य करण्याची भावना हे समाजाच्या उन्नतीचे आणखी एक महत्त्वाचे कारण आहे; कारण आपण ज्या समाजाचे घटक आहोत, ह्या समाजाप्रती आपले दायित्व आहे, आपण ह्या समाजऋणातून उतराई झाले पाहिजे ही भावना तेथे प्रबळ आहे. प्रत्येक व्यक्ती समाजाला व समाज प्रत्येक व्यक्तीला उत्तरदायी आहे आणि म्हणून परस्परहिताच्या कार्यांचा आपण पाठपुरावा केला पाहिजे; ही वृत्ती तेथे आहे. माझे काम झाले, आता मला काय करावयाचे आहे अशी आत्मकेंद्री वृत्ती नाही. समाजाभिमुख भावनेमुळेच तेथील कामगारांमध्ये, व्यवस्थापकांत व उद्योजकांत संघटनेप्रती बांधीलकीचे प्रमाण अधिक आहे. समानतेच्या भावनेमुळेच अनेक चांगल्या संशोधन व विकास प्रयोगशाळा पुढे आल्या, चांगल्या धर्मादाय संस्था व विकासाला पूरक कल्पनांना मूर्त स्वरूप आले.

या समाजातील शासनव्यवस्था इहवादी राहिली आहे. भौतिक समृद्धीला महत्त्व देणारे येथील शासन खऱ्या अर्थाने प्रगतीला पूरक राहिले आहे. नवे उद्योग, आर्थिक विकासाच्या योजना आणि प्रकल्प यांना त्या देशाने महत्त्व दिले आहे. आर्थिक विचार कोणत्या तत्त्वज्ञानावर आधारित आहेत याचा ऊहापोह न करता ठरावीक नीती विकासाला उत्तेजक आहे किंवा नाही, असा व्यवहार्य दृष्टिकोन या शासनयंत्रणेने स्वीकारला आहे. मांजरीचा रंग कोणता आहे हे महत्त्वाचे नाही; जोपर्यंत ती उंदीर खाण्याचे कार्य समाधानकारकपणे करते तोपर्यंत चांगलीच आहे; हा विचार येथील शासनाचा राहिला आहे.

□□